நஞ்சுண்ட பூமி

பா.செயப்பிரகாசம்

நஞ்சுண்ட பூமி	:	கட்டுரைகள்
ஆசிரியர்	:	பா.செயப்பிரகாசம்
	:	© ஆசிரியருக்கு
முதற்பதிப்பு	:	மே 2016
அட்டைப் புகைப்படம்	:	பி.எஸ். வம்சி
வெளியீடு	:	வம்சி புக்ஸ்
		19, டி.எம்.சாரோன்,
		திருவண்ணாமலை - 606 601
		9445870995, 04175-235806
அச்சாக்கம்	:	மணி ஆப்செட், சென்னை-600 077
விலை	:	₹ 200/-
ISBN	:	978-93-84598-21-1

Nanjunda Boomi	:	Essays
Author	:	B. Jeyapirakasam
	:	© Author
First Edition	:	May - 2016
Cover Photo	:	B.S. Vamsi
Published by	:	Vamsi books
		19.D.M.Saron,
		Tiruvannamalai-606 601
		9445870995, 04175-235806
Printed by	:	Mani Offset, Chennai-600 077
	:	₹ 200/-
ISBN	:	978-93-84598-21-1

www.vamsibooks.com - e-mail: vamsibooks@yahoo.com

சாதி, மத அதிகாரத்துக்கு எதிராய் திமிறி எழுந்த தோழன்
ரோஹித் வெமுலாவுக்கு...

நன்றி

★ பெரும்பாலான கட்டுரைகள் தீராநதி கலை இலக்கிய மாத இதழில் தொடராக வெளிவந்தவை.

★ சில கட்டுரைகள் - காக்கைச் சிறகினிலே, இனிய உதயம், உயிர்எழுத்து, உயிர்மை, நற்றிணை (காலாண்டிதழ்), காலச்சுவடு ஆகிய இதழ்களில் வெளிவந்தவை.

உள்ளே...

1. தேர்தல் திருவிழாவில் இலக்கியவாதிகள் 7
2. கூட்டறிக்கையுடன் சமாதியானோம் 15
3. நெருக்கடிநிலை - இலக்கிய சாட்சியம் 23
4. யாருடைய புத்தாண்டு 35
5. கிழவிப்பட்டி 44
6. யுத்தம் தின்ற பெண்கள் 54
7. அன்னையர் வளாகம் 66
8. மணிப்பூர் மகளிர் 73
9. "நான் அங்கே எப்பவுமே சவப்பெட்டி கேக்கிற... 81
10. மொழி புரளும் பூமி 99
11. விலக்கப்பட்ட கலை 106
12. சாகாப் பொருளும் அது சாகடிக்கும் பொருளும் அது! ... 117

13. மோர்மொடா	127
14. காவல்	136
15. பலியாடுகள்	144
16. தன்னுயிர் அழிப்புக் கலாச்சாரத்தின் வேர்	154
17. இந்திய ஆன்மாவும் ஏழு விடுதலையும்	165
18. மட நாயாகி...	174
19. காந்தியும் இந்தியும்	181
20. எதிர்ப்பின் புள்ளிகள்	194
21. தண்ணீர்க் கண்டம்	202
22. சீமை மரம்	210
23. ஆற்றைச் சாகடித்தோம்	218
24. கற்பக தரு சொக்கப்பனை ஆகிறது!	229

தேர்தல் திருவிழாவில் இலக்கியவாதிகள்

எல்லா விமரிசகைகளோடும் தேர்தல் திருவிழா கொண்டாடப்பட்டு வருகிறது. தேர்தல் வெற்றிகளின் கொண்டாட்டமாக மட்டுமல்ல; தேர்தலுக்கு முன்னரே கொண்டாட்டங்கள் தொடங்கிவிடுகின்றன. சந்தையில்லாத திருவிழா இருக்க முடியாது. தேர்தல் அறிக்கை, ,கொள்கை, கூட்டணி, வாக்குறுதி என தேர்தல் சந்தையில் கிடைக்காத பொருள் இல்லை. அனைத்தும் விற்பனைக்குத் தள்ளப்பட்டுள்ளன. ஒன்று எடுத்தால் ஒன்று இலவசம் மலிவான சந்தை உத்திகளும் தரிசிக்கப்படும்.. ஓட்டு என்ற ஒன்று கொடுத்தால் எல்லாம் இலவசம்; மலிவிலும் மலிவான ஆட்சி உத்தி.

கொடுக்கிற ஒன்று உயிரினும் மேலானது: உயிர் போனால் திரும்பி வராதது. உயிர் போன்ற வாக்குரிமையைக் கைப்பற்றிவிட்டால்'' நீங்கள் இழக்க எல்லாமும் இருக்கிறது'' என கெக்கலி கொட்டப்படுகிறது.

'மொச்சிக் கம்பில் வில்லேத்துவது போல' என்று நாட்டுப்புறத்தில் சொல்வார்கள். வில் - அதற்குரிய மரத்தில் செய்யப்பட வேண்டும். முருங்கை போல் சடசடவென முறிகிற கம்பில் வில் செதுக்க முயல்வது வீணில் முடியும். அதனினும் மோசமானது மொச்சிக் கம்பு. வாக்களிப்பு என்ற பெயரில் மொச்சிக் கம்பில் வில்லேத்துற காரியத்தை மக்கள் மறுபடி மறுபடி அறுபதுஆண்டுகளாகச் செய்து வருகிறார்கள். இம்முறை இலக்கு தவறாது என்று சொல்லச் சொல்ல- ஒவ்வொரு முறையும் வளைக்கிற

வில் ஒடிகிறது. ஒடிந்த வில்லுடன், குறிதவறிய கல்லுடன் அடுத்த வில்வளைப்புக்கு மக்கள் காத்திருக்கிறார்கள்.

மேளதாளச் சத்தத்துடன் தேர்தல் மோட்டிப்பு கொண்ட இந்நேரத்தில், ஒரு விகற்பமான கலை இலக்கியக் குரல் தென்மாவட்டப் புள்ளியிலிருந்து எழுகிறது.

2014-ல் சாகித்ய அகாதமி விருது பெற்ற எழுத்தாளர் ஜோ.டி. குரூஸ் பா.ஜ.க. என்ற மதவாதக் கட்சியின் மேடையை ஆக்கிரமித்திருக்கிறார். அதனை ஆக்கிரமிப்பு எனத்தான் சொல்லவேண்டும்.பிரதமர் வேட்பாளராக முன்னிறுத்தப்பட்ட மோடிக்குச் சமமாக அவருடைய மேடைப் பிரசன்னத்தை கண்டோம்; ஊடகங்கள் பிரமாதப்படுத்தின. ஏன் செய்கிறார் என்ற கேள்வி இலக்கியத் தளத்தில் தீவிரப்பட்டுள்ளது. மனசாட்சியின் ஒழுங்கிலிருந்து விலகிவிட்டார் என்பதை அது உறுதிப்படுத்தி உள்ளது.

ஒவ்வொரு ஆண்டும் போலவே சாகித்ய அகாதமி விருது இந்த ஆண்டும் சர்ச்சையைத் தாண்டவில்லை., உள்சண்டை, விவாதம், வெளியிலிருந்து ஆள் கொண்டு வருதல் எனக் குறைவில்லாமல் நடந்தேறியது. விருதுக்குரிய படைப்பு அல்லது விருது பெறுபவர் பிரச்சனையின் வெப்பப் படுக்கையாக ஆக்கப்படுவது மறக்கப்பட்டு, விருதாளரின் அரசியல்கட்சி சார்பு பரபரப்புக்குரியதாகிவிட்டது. அமைதியாய்க் கிடக்கும் நீர்நிலையில், 'திடும்' என உருண்டு சரியும் மலைப்பாறை போல் அதிர்ச்சியைத் தந்துள்ளது. காலொடிந்த ஆட்டுக்குட்டிக்கு தப்பை வைத்துக் கட்டுவதுபோல் ''அது அவரின் உரிமை, அந்த சுதந்திரத்தை எவரும் மறுக்க முடியாது'' என சப்பைக்கட்டு கட்டுகிற குரல்கள் வருகின்றன. ஏற்கனவே சாகித்ய அகாதமி விருதினைப் பெற்றிருக்கும் நாஞ்சில்நாடன் இக்கருத்துச் சுதந்திரத்தினை ஆதரித்து அதிகம் பேசியிருக்கிறார்.

அரசியல் நிலைப்பாடு வேறு, அரசியல்கட்சி நிலைப்பாடு வேறு. ஒரு எழுத்துக்காரன், மக்கள் நலன் விழையும் அரசியலிருந்து விலகாது நிற்க வேண்டும்; மக்களுக்கான அரசியல் நிலைப்பாட்டில் இலக்கிய வினை செய்தல் சரியானதே.

எது மக்கள்நல அரசியல் என்பதை நாஞ்சில் நாடனின் மன சாட்சிதான் சொல்ல வேண்டும்; சமூகத்தின் மனசாட்சியான கலைஞன் தீர்மானிக்க வேண்டும். அது குழு அல்லது கட்சிஅல்லது சாதி, அல்லது மதம் சார்ந்த அரசியல் அல்ல. இவை சார்ந்த சிந்திப்பும் செயல்பாடும் பிழையானவை என்பதில் கொஞ்சமும் ஐயமில்லை. பிழையென்றால் மக்களின் கூட்டு நலனுக்கு எதிரானவை குழு, கட்சி, சாதி, மதவாதம் சார்ந்த செயல் பாடுகளில் தொண்ணூறு சதமானம் தவறானவையாகவே நடப்பு களிருக்கின்றன. இதைத்தான் ''எழுத்துலக சுதந்திரம், தனிமனித சுதந்திரம்'' என பரிந்துரைக்கிற புதிய கோடங்கியாக நாஞ்சில்நாடன் வந்துள்ளார்.

மனித உயிரியின் இயக்கம் தனியாக இல்லை. ஒன்று அல்லது ஒன்றுக்கு மேற்பட்ட தன்னிலைகள் அந்த உயிரியை இயக்குகின்றன. ஆண், பெண் பாலியல், இனம், குழு, சாதி, மதம், வட்டம், கட்சி - என்பன போன்ற தன்னிலைகள் (Subjectives) வயப்பட்டவனாக மனிதனின் சமூக இயக்கம் இருக்கிறது. இந்தத் தன்னிலைகளுக்குள் மாட்டுப்படாமல், இவைகளின் கருத்தியல்களிலிருந்து விடுதலை பெற்று, அவரவர் காலடியைச் சுத்தப்படுத்திக் கொண்டு பொது நோக்கு அரசியலில் கலத்தல் வேறு; இதில் ஏதாவது ஒன்றோ, பல தன்னிலைகள் சார்ந்தோ செயல்படும் குரலாக ஒலிப்பது வேறு. அரசியல் கட்சியின் நிலைப்பாடு என்பது ஜோ.டி. குருஸின் சார்பைக் கடும் விமர்சனத்துக்குள்ளாக்கியிருக்கிறது.

இலக்கியம்-எல்லையற்ற சுதந்திரம் கொண்டுள்ள அறிவார்த்த வினைப்பாடு. ஒரு கட்சி சார்ந்த செயல்பாடு என்பது கலைஞனுக்கு வழங்கப்பட்ட சுதந்திர முனையை ஒடித்து, முட்டுச் சந்தில் போய் நிறுத்துகிறது. அவனுடைய அசைவுக்குத் திசையுண்டு என்ற கட்டுதிட்டத்தை உறுதி செய்கிறது. அவனுடைய சிந்திப்பின் வெளி (Thinking space) சுருக்கப்பட்டு கட்சி என்ற தன்னிலை விரிவடைகிறது. கட்சியின் சிந்தனைகளே இவன்; இவன் செயல்பாடுகளே கட்சி என்ற எளிய, ஒடுங்கிய சூத்திரத்துக்குள் அடைக்கப்படுகிறான். கலைஞனின் சுயசிந்தனை, சுயமரியாதை ஒடுக்கப்படுகிறது. சுயநடமாட்டமற்ற உருவாக ஆக்கப்படுகிறான்.

ஒவ்வொரு மனித உயிரியும் இவ்வாறாக சுய இயக்கமற்றதாக ஆக்கப்பட இயக்கங்கள் விரும்புகின்றன. சாதாரணர்களைப் போலவே, அறிவார்த்த வினைபுரிகிறவன் என்கிற இலக்கியவாதியும் இந்த வலையில் மாட்டுப்பட்டுப் போகிறான். மாட்டுப்பட்டவர்கள் இன்று படைப்பிலோ, வாழ்வியலிலோ முன்னோடிகளாக இல்லை என்பதின் நிகழ் சாட்சிகளை நாம் கண்டு கொண்டிருக்கிறோம். மாறாக, அவர்களின் முந்திய முன் மாதிரிப் படைப்புக்கள், அவர்களை விமர்சனப்படுத்தும் எச்சரிக்கைப் புள்ளிகளாக நின்று கொண்டிருக்கின்றன. ஜோ.டி. குரூஸ் என்ற படைப்பாளி சார்ந்தும் இதுதான் நிகழ்ந்துள்ளது. அவருடைய முந்திய இருபடைப்புக்களும் அவரின் இன்றைய செயல்முறையை விமரிசிக்கும் இருபெருங் கேள்விகளாக எழுந்து நிற்கின்றன.

ஆழி சூழ் உலகு, கொற்கை ஆகிய இரு புதினங்கள் மீனவ மக்களின் வாழ்வியல் பிரச்சனைகளை உரையாடுபவை. வாழ்வாதாரம் சிதைக்கப்படும் கடல்சார் மக்களின் கூக்குரலாக வெளிப்பட்டிருப்பவை. மீனவ மக்களின் உரிமைக்காக , அவர்களின் மேம்பாட்டுகாக தொடர்ந்து குரல் கொடுத்து வரும் அவர் மோடி பிரதமராக தமிழக மக்கள் வாக்களிக்க வேண்டும் என்கிறார். ஆனால் மீனவ மக்களின் வாழ்வாதாரச் சிதைப்பில் கொலைக்களக் கருவியாய் உயரும் கூடங்குள அணு உலை எதிர்ப்புப் போரில் இணைந்து நிற்கும் ஜோ.டி. குரூஸ், அணு உலை ஆதரிப்பில் உறுதியாய் நிற்கும் பா.ஜ.கவின் கட்டளைக்கு என்ன சொல்லப் போகிறார்?

'பழையன கழிதலும், ஆனந்தாயி' - போன்று தாழ்த்தப்பட்ட மக்களின் வாழ்நிலைமைகளைச் சித்தரித்த தனித்துவமான நெடுங்கதைகள் தந்த எழுத்தாளர் ப.சிவகாமி. சமூக சமத்துவப் படை என்ற இயக்கத்தை நிறுவி தலித் மக்களின் விடுதலைகாகப் போராடி வருகிறவர். ஜோ.டி.குரூஸ் அறிக்கை வெளிப்பட்ட அதேகாலத்தில் ப.சிவகாமி காங்கிரஸ் கூட்டணியோடு இணைகிறார். அவரும் ''நாடாளும் மக்கள் கட்சித்'' தலைவர் எனப்படுகிற நடிகர் கார்த்திக்கும் ஒரே நாளில், ஒரே மேடையில் காங்கிரஸ் தலைவர் ஞானதேசிகனுடன் அமர்ந்து காங்கிரஸ் கூட்டணியை ஆதரித்து அறிக்கை வெளியிட்டார்கள் .(26-4-2014).

''காங்கிரஸ் சித்தந்தங்களால் ஈர்க்கப்பட்டு நாங்கள் ஆதரவு தெரிவித்துள்ளோம்'' என்கிறார் சிவகாமி. அம்பேத்கரின் தாழ்த்தப் பட்டோர் விடுதலைக்கான கொள்கையும் காந்தியின் வர்ணாசிரமச் சார்பும் எதிர் எதிரானவை என்பதை அவர் அறிவார். முக்கால் நூற்றாண்டுக்கால காங்கிரஸ் வரலாற்றை அந்த காந்திதான் தீர்மானித்துக் கொண்டிருந்தார். காந்தியினதும், காங்கிரஸினதும் கொள்கைகள் தாழ்த்தப்பட்ட மக்களுக்கு எதிரானது. காந்தியோடு அம்பேத்கர் முட்டி மோதிய வரலாறுதான் தலித்துகளின் விடுதலைச் சித்தாந்த வடிப்பு. காந்திய காலமுதல் ராகுல்காந்தி காலம்வரை காங்கிரஸ் சித்தாந்தமும் செயல்பாடும் தலித் மக்களுக்கு எதிர்நிலையிலேயே இருந்து வருகின்றன.

ஆனால் நடந்தது என்ன, அது வேறொரு கதை;

''நாங்கள் காங்கிரஸுக்கு ஆதரவு தெரிவித்தது திடீர் முடிவு அல்ல: தே.மு.தி.க (விஜயகாந்த் கட்சி) காங்கிரஸுடன் சேரும் என எதிர்பார்த்து அவர்களுடன் பேசினோம். ஆனால் தே.தி.மு.க காங்கிரஸ் கூட்டணிக்கு வராததால் நாங்கள் அவர்களை ஆதரிக்காமல் காங்கிரஸுக்கு ஆதரவு தருகிறோம். காங்கிரஸ் சார்பில் போட்டியிட விரும்பினேன். 'சீட்' கிடைக்க வில்லை என்ற வருத்தம் முன்பு இருந்தாலும் அது இப்போது இல்லை''

-சிவகாமி நடந்த கதையை ஒப்புக்கொண்டுவிடுகிறார். அவரிடம் ஒளிவு மறைவு இல்லை. ஒரு படைப்பாளி எனும் கம்பீரம் இழந்தது பற்றியோ, படைப்பாளியின் சுயத்தன்மை பறிபோனது பற்றியோ, அரசியல் சரணாகதி, அரசியல் சதிகளுக்குள் மாட்டுப்பட்டுப் போனது பற்றியோ அவர் தன்விமர்சனம் செய்துகொள்ளவில்லை. ஆனால் ஜோ.டி.குரூஸ் நடந்தகதையை வெளிப்படுத்தவில்லை. பா.ஜ.க.மேடையில் அவர் ஆதரித்துப் பேசியதற்கு, மோடியை உதாரண புருசனாக முன்னிறுத்தியதற்கு வைத்த எதுவும் உண்மையோ, நிதர்சனம் சார்ந்தவையோ அல்ல.

கடல்புற மக்களின் - குறிப்பாய் நிலம்சார்ந்த மக்கள் கூட்டத்தின் அவமதிப்புக்கும் புறக்கணிப்புக்கும் உள்ளாகிய மீனவர், பரதவர் சமுதாயத்தின் பிரதிநிதியாகத் தன்னை மோடியின் கன்னியாகுமரிக் கூட்டத்தில் அறிமுகப்படுத்திக் கொண்டார் ஜோ.டி.குரூஸ். மோடியுடன்

மேடையேறி அவருக்கு ஆதரவு தரும்படி கடற்புற மக்களைக் கேட்டுக் கொண்டார். குமரி கத்தோலிக்க மீனவ சமுதாயம், பிரதம வேட்பாளர் மோடிக்கும் பா.ஜ.க.வுக்கும் ஆதரவு அளிக்க வேண்டுமென வேண்டுகோள் விட்டார். உச்சி குளிர்ந்துபோன மோடி புன்முறுவல் செய்ததாக கூட்டத்திற்கு போய்வந்தவர்கள் தெரிவித்தார்கள்.

தேர்தல் அரசியல் என்றால் கறை சேர்ந்து கொண்டே வரும். கறையைக் கழுவியவர் என எவரும் இல்லை என இன்னொருவரும் இணைகிறார். அவர் கவிஞர் மனுஷ்யபுத்திரன். வெளிப்படையாய் தி.மு.க. தேர்தல் கூட்டங்களில் திமுகவை ஆதரித்து 'சன்னதம்' கொண்டு சாமியாடி இருக்கிறார். இப்போது தொலைக்காட்சி நிகழ்வுகளில் அவரை தி.மு.க. என அறிமுகம் செய்கின்றனர். அவரைப் போல் தி.மு.க.வை, திராவிட இயக்க அரசியல் கட்சிகளைச் சாடியவரும் இல்லை. அவரைப் போல் இன்று தி.மு.க.வுக்கு சாமரம் வீசுபவரும் இல்லை.

2006- த.நா. சட்டமன்றத் தேர்தலில், துவரங்குறிச்சித் தொகுதியிலிருந்து எழுத்தாளர் சல்மா, தி.மு.க சார்பில் போட்டியிட்டார். மனுஷ்யபுத்திரன் அதே ஊர்காரர். இஸ்லாமியரான சல்மாவுக்கு இஸ்லாமியர் வாக்குகள் போய்விடக் கூடாதாம். அத்தொகுதியில் இஸ்லாமிய வாக்குகள் அதிகம். அதனால், ''இரண்டாம் ஜாமங்களின் கதை'' என்ற சல்மாவின் புதினத்திலிருந்து சில பகுதிகளை அச்சிட்டு இஸ்லாமிய மக்களுக்கு விநியோகித்தார் என்று சல்மா நேரடியாக குற்றம்சாட்டினார். அது சரி, தி.மு.க குடும்பத்தில், அதுவும் பணக்காரக் குடும்பத்தில் போய்த் திருமணம் செய்து கொண்ட சல்மா (அவருடைய திருமணமே ஸ்டாலின் தலைமையில் நடந்தது) என்ற இலக்கியவாதி ஏன் தி.மு.க.வாக மாறினார் என்பது கேள்வி.

எழுத்தாளர் மகாஸ்வேதாதேவி போல், பொருளாதார நிபுணர் அமர்த்தியா சென் போல் சுயமான சிந்திப்பு, சுயமான முடிவெடுப்பு, சுயமான செயல்பாடுகளை மக்களுக்கான இன்றைய செயல்பாட்டுத் தளம் வேண்டுகிறது. கலை இலக்கியத்தளம் அதிலொன்று.

மொழிபெயர்ப்பாளர் கூலி ஆள் அல்ல. கூலிகளுக்கும் தத்தம் எஜமானரை மாற்றிக்கொள்ளுகிற- பிடிக்கவில்லையென்றால் விலகிக்

கொள்ளும் உரிமையிருக்கிறது. மூல மொழியில் ஒரு எழுத்தாளன் தரும் அனுபவங்களைத் தன்வயமாக்கல் (முதலில் தன்வயப்படுத்தல் இயல்பான கலைமனதில்தான் சாத்தியம்) முழுமையாய்த் திறம்பட நடத்தப்பட வேண்டும். அடுத்து, அதை இன்னொரு மொழியில் வடித்துத் தரும் மொழியாளுமை இவ்விரு வகையில் ஒரே பொழுதில் செயல்படுகிற மொழியாக்கக்காரன் ஒரு கூடுதல் படைப்பாளியாகிறான். ஒத்துக் கொண்டால் படைப்பாளிக்குரித்தான சுதந்திரத்தை வழங்கியாக வேண்டும். எனவே தனது மொழியாக்கம் பற்றித் தீர்மானிக்கிற உரிமை வ. கீதாவுக்கு உள்ளது. அவர் ஜோ.டி.குரூஸின் நாவலை ஆங்கிலத்தில் மொழியாக்கம் செய்யப் போட்டுக்கொண்ட ஒப்பந்ததிலிருந்து விலகியிருக்கிறார்.

ஒப்பந்தம் போடப்பட்டிருந்தாலும் முறித்துக் கொள்கிற உரிமை தார்மீக ரீதியாக அவருக்கு உள்ளது. சமுதாயப் பொறுப்புடன் செயல்படுவராக இருப்பதால் இந்த மொழியாக்கத்தை அவர் எடுத்துக் கொண்டார்; மூல ஆசிரியர் சமுதாயப் பொறுப்பிலிருந்து விலகி, எதிர்த் திசையில் நடக்கிறார் என்று முரண்பட அவருக்கு அனைத்துத் தார்மீகங்களும் உள்ளன. அது போல ஆழிசூழ்உலகு புதினத்தை மொழியாக்க நூலாக வெளியிட பொறுப்பெடுத்த நவயானா பதிப்பாளர் ''நவயானா பதிப்பகம் என்பது கொள்கை நிலைப்பாடு சார்ந்த அரசியல் பதிப்பகம். நவயானா முன்னிறுத்தும் அரசியலுக்கு ஒவ்வாத ஒரு ஆசிரியரின் படைப்பை வெளியிட வேண்டாம் என எடுத்த முடிவு சரியானதே'' என்று எடுத்த முடிவும் கொள்கை சார்ந்து வரவேற்க வேண்டியதே. (இப்போது பதிப்பகம் குட்டிக்கரணம் அடித்துள்ளது)

காலம் உறைந்து நிற்பதில்லை. புதிய புதிய அறிவுச் சேகரிப்பை நம் கொள்ளளவுக்கு அதிகமாகவே நிறைத்துக்கொண்டிருக்கிறது. புதுப்புது உயரத் தாண்டுதல்களை காலம் நம்மிடம் கோருகிறது.

''என்ன செய்வது, நான் ஷேக்ஸ்பியரின் தோள்களின் மீது நின்று கொண்டல்லவா உலகைக் காணுகிறேன்'' என்று பெர்னார்ட்ஷா சொன்ன வாசகம் தற்பெருமையானதாக இருக்கலாம்; ஆனால் அறிவுவளர்ச்சியின் பரிணாம விதியைப் புரிந்து கொண்ட அங்கீகரிப்பு அதற்குள் இருக்கிறது.

காலத்தின் வளர்நிலைக்கு எதிராய் நிற்பது பிம்ப உருவாக்கம். இந்தியாவை இந்துநாடாக கட்டியமைக்க மோடி என்னும் பிம்பத்தை,

இந்துசங் பரிவார்களும், ஊடகங்களும், கார்ப்பரேட் நிறுவனங்களும் வரிந்து கட்டிச் செயல்படுகின்றன. இக்கட்டுரையில் முன்னர் சுட்டிக்காட்டப் பட்ட தன்னிலைகள் மீது கட்டியெழுப்பப்படும் பிம்பங்கள் சாதாரணர்களை வழிநடத்துகிற மோசடி நிகழ்ந்துள்ளது. இந்த பிம்ப உருவாக்கத்துக்கு கற்றறிந்த, சிந்திப்பாளர்களும் கையாளாவது - சாதாரண மக்களுக்கு அவர்கள் செய்கிற துரோகமாகத் தோன்றவில்லையா?

''மோடி ஒரு புரட்சியாளர். தொலை நோக்குப் பார்வை கொண்டவர். அடுத்த தேர்தல் குறித்து அல்லாமல், அடுத்த தலைமுறை குறித்துச் சிந்திப்பவர்... அரசியல் நலனுக்கு அப்பாற்பட்டு தேச நலனைப் பற்றிச் சிந்திக்கும் மோடியே இந்தியாவின் இன்றையத் தேவை''

பிம்ப உருவாக்கத்துக்கு ஜோ.டி. குரூஸின் சிறு காணிக்கை இது. வருங்காலத்தில் பெரிய அளவு காணிக்கை தொடரலாம்.

மோடியை வாழ்த்திப் பேச ஜோ.டி.குரூசுக்கு வழங்கிய உரிமையை, மோடியை விமரிசித்த கன்னட எழுத்தாளர் யூ.ஆர். அனந்தமூர்த்திக்கு ஏன் வழங்கினார்களில்லை? கன்னட பா.ஜ.க. அவரை நாட்டை விட்டே வெளியேற்றத் துடித்தது. ஆனால் மோடியோடு மேடையேறி, மோடியின் கைகுலுக்கலை வரமாகப் பெற்றுக் கொண்டு வாழ்த்திய நாக்கு, யூ.ஆர்.அனந்தமூர்த்திக்கு கைகொடுக்க முன்வரவில்லை இதுவரை.

திடீரெனபிரபல்யம்ஆகிக்கொள்வதற்கானஉத்தி இது எனக்கருதுகிறார்கள் சிலர். சாகித்ய அகாதமிவிருது பெற்றதினும் மேலான பிரபல்யம் ஏதேனும் உண்டா?

அனைவரையும் விமரிசிக்கும் புள்ளியில் வலுவாகக் கால்பதித்துள்ள இலக்கியக்காரன் அல்லது கலைஞன் இப்போது தன்னைச் சுய விமர்சனப்படுத்திக்கொள்ளும் நிர்ப்பந்தம் வந்திருக்கிறது. ஒவ்வொரு காலடிவைப்புக்கு முன்னும், அவன் தன் காலடிகளைச் சுத்தப்படுத்திக் கொள்ள வேண்டியுள்ளது.

செய்ய வேண்டியது யார்? அவரவர் மனசாட்சி.

கூட்டறிக்கையுடன் சமாதியானோம்

மூடநம்பிக்கைகளுக்கு எதிராய் எழுதியும் பேசியும் வந்த கன்னட எழுத்தாளர் 'கல்புர்கி' இந்த ஆண்டு ஆகஸ்டு மாதம் கொலை செய்யப்பட்டார். இரண்டு ஆண்டுகளுக்கு முன், இதே போன்ற முறையில் இந்துத்துவ வெறியர்கள் புனேயில் நரேந்திர தபோல்கரின் உயிரைப் பறித்தார்கள். 2013-பிப்ரவரியில் மராட்டிய மாநிலத்தில் கோலாப்பூரைச் சேர்ந்த பன்சாரே என்ற மக்களின் போராளியைக் கொலை செய்தனர். தபோல்கர் போன்றே பன்சாரேவும் மூடநம்பிக்கைகளுக்கு எதிராகக் குரல் கொடுத்தவர். மக்களை விழிப்படைய வைத்து அவர்களின் சமூகப், பொருளாதார விடுதலைக்காக இடைவிடாது போராடிய களப் போராளிகள் இருவரும். அவர்களோடு முற்றுப் பெறாத கொலைக்களக்காதை. கே. எஸ். பகவான் போன்றோருக்கும் கெடு விதித்துள்ளது.

அடிப்படை மதவாத சக்திகளின் அச்சுறுத்தலுக்கு எதிராய் எழுத்துலகில் குமுறல் மையம் கொண்டுள்ளது. கல்புர்கியின் கொலையைக் கண்டித்து கர்நாடக மாநிலத்தில் ஆறு எழுத்தாளர்கள் சாகித்ய அகாதமி விருதுகளைத் திருப்பி அளித்தார்கள். அவர்களின் அடிச்சுவட்டில், எழுத்தாளர் நயன்தாரா சேகல், சாகித்ய அகாதமி விருது பெற்றவரும் லலித்கலா அகாதமியின் முன்னாள் தலைவருமான அசோக் வாஜ்பாய் என இதுவரை 60 பேர் எதிர்வினை ஆற்றாத சாகித்ய அகாதமி நிறுவனத்தினைக்

கண்டித்து, மதவாத சக்திகளின் காவலனாக நிற்கும் அரசுக்கு எதிர்ப்பைத் தெரிவித்து விருதை திருப்பி அளித்துள்ளனர். சாகித்ய அகாதமியின் பொதுக்குழு, செயற்குழு, நிதிக்குழு ஆகிய அனைத்துப் பொறுப்புகளிலிருந்தும் விலகுவதாக மலையாளக் கவிஞர் சச்சிதானந்தன் அறிவித்துள்ளார். அதே வழியில் கேரளாவைச் சேர்ந்த எழுத்தாளர்கள் இரவிக்குமார், பி.கே.பரக்கதாவு ஆகியோர் சாகித்ய அகாதமி உறுப்பினர் பொறுப்பிலிருந்து விலகியுள்ளனர். அதுபோல் கன்னட எழுத்தாளர் அரவிந்த் மாளகத்தி சாகித்ய அகதமியில் தான் வகித்த பொறுப்புகளை உதறியுள்ளார்.

கல்புர்கி ''மதவாத சக்திகளால் கொல்லப்பட்டதற்கு எதிர்ப்பு தெரிவித்து இந்தி எழுத்தாளர் உதயபிரகாஷ் சாகித்ய அகாதமி விருதை திருப்பி அளித்தார். இந்த வரிசையில் பிரபல மலையாள எழுத்தாளர் சாராஜோசப்பும் விருதைத் திருப்பி அளித்து, ''நரேந்திரமோடி பொறுப்பேற்றதிலிருந்தே நாட்டில் பீதிஅளிக்கும் சூழல் உருவாகியுள்ளது. மதநல்லிணக்கமும் மதச்சார்பின்மையும் அச்சுறுத்தலுக்கு உள்ளாகி யுள்ளன... ஆனால் நடுவணரசு பாராமுகமாக இருக்கிறது. எழுத்தாளர்கள், மக்கள் மத்தியில் ஏற்பட்டுள்ள அச்சத்தைப் போக்க நடுவணரசு இதுவரை நடவடிக்கை எடுக்கவில்லை; நாட்டில் சகிப்புத் தன்மை குறைந்து வருகிறது. விரும்பிய உணவை உண்பதற்கும், நேசிக்கும் நபரைத் திருமணம் செய்யவும் உரிமை இல்லை; தற்போதைய நிலை நெருக்கடி நிலை கறுப்பு நாட்களைவிட மோசமாக உள்ளது'' என கருத்துக் கூறியுள்ளார்.

தமிழ் எழுதுலகில் சாகித்ய அகாதமி விருதுபெற்ற எழுத்தாளர்கள் 16-பேர் கூட்டறிக்கை வெளியிட்டள்ளனர். அறிக்கை மட்டும்தானா என்ற கேள்வி எழுவது தவிர்க்க முடியாதது. அந்தக் கிரீடம் அத்தனை மகிமையானது. பதினாறுபேர் சேர்ந்து கூட்டாய் விருதுகளைத் திருப்பி அளித்திருந்தால் அது மத்திய அரசுக்கு ஒரு சுருக்குக்கயிறு முடிச்சாக அதிர்ச்சி தந்திருக்கும். தமிழ் இலக்கியபூமியை ஒரு ஆட்டு ஆட்டியிருக்கும். ரொம்பவும் ரோஷக்காரர்களாயிற்றே, செய்வார்களா? கூட்டறிக்கை வெளியிட்டு சமாதியடைந்துள்ளார்கள். கொந்தளித்த வாசகர்களை அறிக்கைவிட்டு ஆசுவாசப்படுத்தியிருக்கிறார்கள்.

''சிறுபான்மையினர் , எதிர்க்கருத்து வைப்போர் தாக்கப்படுகின்றனர். அமைச்சர்கள் சர்ச்சைக்குரிய கருத்துக்களைக் கூறுகின்றனர். எழுத்தாளர்களால் என்ன செய்யமுடியும் போராடுவதைத் தவிர? பட்டப்பகலில் எழுத்தாளர்கள் கொல்லப்படுகின்றனர். எழுத்தாளர்கள் தங்களின் நிலைப்பாட்டில் உறுதியைக் காண்பிக்க இதுவே தருணம்'' என அழைப்பு விடுத்ததோடு, விருதைத் திருப்பி அளித்தார் அசோக் வாஜ்பாய்.

அவர் தெரிவிப்பதுபோல போராடுவதைத் தவிர வேறு என்ன செய்ய இயலும்? ஆனால் போராடுவதற்கும் எட்டு வைக்கத் தயங்குகிற இலக்கியவாதிகளைத்தான் தமிழகம் தூக்கிச் சுமந்து கொண்டு வருகிறது. எதிர்ப்பைப் பதிவு செய்ய போராட்ட வழிமுறைகள் பல உண்டு. சனநாயக உணர்வு கிஞ்சித்தும் இல்லாத கடும்போக்காளர்களையும் எந்த எதிர்ப்பு கொஞ்சம் ''கிணுக்'' கென்று அசையச் செய்யுமோ அதுவே அப்போதைக்கு சீரிய போராட்ட முறை. விருதைத் திருப்பிக் கொடுப்பதால் விளைகிற பயன் இதுதான். விளம்பரத்துக்காகச் செய்கிற காரியம் என்றால் அதைச் செய்வதற்குக்கூட ஒரு திராணி வேண்டும். தமிழ் எழுத்தாளர்களுக்கு அந்தக் திராணியும் இல்லையா என்ற கேள்வி எழுவது தவிர்க்க முடியாதது.

''இப்போது எதிர்ப்பைக் காட்ட விருதைத் திருப்பி அளிப்பவர்கள் நெருக்கடி நிலையின் போது என்ன செய்தார்கள், மௌனம் காத்தார்களே'' என்று தோசையைத் திருப்பிப் போடுகிற வேலையை பா.ஜ.க. போன்ற மதவாத கட்சியினர் மட்டுமல்ல, தமிழெழுத்தாளர்களில் ஒருவர் கேட்டிருக்கிறார். இந்த எதிர்வாதத்தில் ஒரு நியாயம் இருக்கிறது. 1975-அவசரநிலைக் காலத்தில் சமூகத்தின் மனச்சாட்சியாக எழுத்தாளர்கள், அறிவாளிகள் இயங்கவில்லை என்பது உண்மை. அதனால் எல்லாக்காலத்திலும் மௌனிகளாக அராஜகத்திற்கு துணைபோகிறவனாக எழுத்துக்காரன் இருக்கவேண்டுமென்று நினைப்பது அர்த்தமற்றது. அவசர நிலைகாலத்தில் நிலவியது அதிகார பாசிசம்; இன்றைய ஆட்சிக் குடையின் கீழ் பரவுவது மதவெறிப் பாசிஸம். 1975-ல் நீதிமன்றத்தையும் கட்டுப்படுத்தி சகல அதிகாரங்களையும் கையில்

எடுத்துக்கொண்ட அதிகார அமைப்பு (BEAUROCRATIC System) கேள்வி கேட்போரில்லாமல் ஆடியது. கேள்வி எழுப்பிப் போராட முனைந்த கலைஞரான சினேகலதா போன்றோரைச் சிறையில் தள்ளிச் சாகடித்தது. ஆனால் ஆட்சிஅமைப்பின்அதிகார பாசிசத்தை மதவாத சக்திகள் கையில் எடுத்துக்கொண்டிருப்பது அதைவிட பயங்கரமான ஆபத்துக்களை விதைக்கக் கூடியது. மக்களை, மக்களின் குரலைப் பிரதிபலித்தோரை அச்சத்தில் வைத்திருந்த அதே அவசரநிலை இப்போதும் நிலவுகிறது. பிரச்சினை இதுதான். இந்நாட்டினை இந்து தேசமாக- இந்துஅரசாக ஆக்கிட முண்டுவோருக்கும் மதச்சர்பற்ற நாடாக நீடிக்க எண்ணுவோருக்கும் இடையே எழும் உராய்வு இது.

''சாகித்ய அகாதமி அளிக்கும் விருதுகள் அரசாங்க விருதுகள் அல்ல: இவை எழுத்தாளர்களால் எழுத்தாளர்களுக்காக நடத்தப்படும் தன்னாட்சி அமைப்பான சாகித்ய அகாதமியால் அளிக்கப்படுவன'' என்ற வாதம் வைக்கப்படுகிறது. அரசின் தலையீடு இல்லாத தன்னாட்சி அமைப்பு இது என்று கூற இயலுமா? ஏற்கனவே இதுபோன்ற தன்னாட்சி அமைப்புக்கள் எத்தனை செயல்படாமல் முடக்கப்பட்டுள்ளன என்ற சாட்சியங்கள் நம்முன் உள்ளன.

இதில் தருக்க ரீதியான வாதங்கள் நிறைய இருக்கின்றன. ஒன்று- கல்புர்கியை எந்த எழுத்தாளரும் துப்பாக்கி கொண்டு சுட்டுக் கொல்லவில்லை. இரண்டு-சமூகச் செயற்பாட்டாளர்கள் நரேந்திர தபோல்கரும் பன்சாரேயும், எந்த எழுத்தாளராலும் சாகடிக்கப்படவில்லை. எம்.எஸ்.பகவான் போன்ற எழுத்தாளர்கள் தொடர்ந்து அச்சத்திலேயே வாழுதலுக்கு எந்த எழுத்தாளர்கள் காரணம்? மூன்றாவது- தாத்ரியில் மாட்டிறைச்சி சாப்பிட்ட இஸ்லாமியர் கொல்லப்பட்டதற்கு எழுத்தாளரா காரணம்? கருத்துச் சுதந்திரத்தை, மத சகிப்புத் தன்மையை, சாதி கடந்து மணம் செய்து கொள்ளும் உரிமையைப் பாதுக்காக்க வேண்டிய பொறுப்பிலுள்ள ஆட்சியாளர்கள், அவர்களுக்கு அறிவுறுத்த வேண்டிய சாகித்ய அகாதமி அந்தப் பணியைச் செய்யவில்லையே என்ற எதிர்ப்பைக் காட்டித்தான் எழுத்தாளர்கள் விருதுகளைத் திருப்பி அளித்து நிரூபிக்கிறார்கள்.

விருதுகளை வாங்குகையில் உண்டாகும் மகிழ்வை விட, தகுதியில்லாத காலத்தில் அதை வைத்திருப்பதின் வலி பெரிது என உணர்த்தியிருக்கிறார்கள். ''வரலாறு நெடுக இங்கொன்றும் அங்கொன்றுமாக மறுதலிக்கப்பட்ட பரிசுகள் இறைந்து கிடக்கின்றன. இதில் ஆச்சரியப்பட ஏதுமில்லை'' என்று எகத்தாளமாய்ப் பேசுகிறார் ஒரு தமிழ் எழுத்தாளர். இதே கருத்துத்தான் தமிழிலக்கியக்காரர்கள் மத்தியிலும் அலைபாய்கிறது போல. விருதுகளைத் திருப்பியளிப்பதால் என்ன நடந்துவிடும் , பாசிச சக்திகளை ஒடுக்கிவிட இயலுமா என்னும் எதிர்த் தாக்குதல் மனோநிலை எல்லோரிடமும் ஒடுகிறது போல.

2

''மன்னவனும் நீயோ வளநாடும் உனதோ

உன்னை அறிந்தோ தமிழை ஓதினேன்''

புலமை, அறிவாற்றல் ஆகியவற்றை அரசர்களை நத்திப்பிழைத்தே வளர்த்துக்கொள்ள வேண்டியிருந்த காலத்தில் இந்தக் குரல் ஒலித்தது. அரச அடக்குமுறையை எதிர்த்த புலமைப் பாரம்பரியம் நம்முடையதாக இருந்திருக்கிறது. இப்புலமையாளனும் நக்கீரனும்தான் தமிழ் அறிவுலக எதிர்க்குரலின் தொடக்கப் புள்ளிகள்.

ஆயுதந்தாங்கிய வடிவமே அரசு என்றிருந்தாலும், இன்று நவீன தொழில்நுட்பம் கைலாகு கொடுக்கும் யுகத்தில் அடக்குமுறை உத்திகள் உச்சம் அடைந்துள்ளன. அச்சு வடிவத்தில் கருத்து வெளிப்பாட்டுமுறை தோன்றியபோது, பொறுத்துக் கொள்ள மாட்டாத மேலாண்மை சக்திகள் அவற்றின் கைக்கருவியான அரசு கொண்டு எவ்வாறெல்லாம் அடக்க முடியும் என்ற அடிவைப்புகளில் நடைபோட்டன. சுதந்திரமான வலைத்தளம் புதிதாகப் பிறப்பெடுத்ததும் கண்ணில் விரலைவிட்டுத் தோண்டி எடுப்பதுபோல் வலைத்தளத்திற்குள்ளான அடக்குமுறை காரியத்தை முன்னெடுக்கின்றன. புதியபுதிய வெளிப்பாட்டு முறைகள் பிறப்பெடுக்கிற போதெல்லாம் புதிய புதிய ஒடுக்குமுறைப் பொறிமுறைகளை அரசுகள் கண்டுபிடிக்கின்றன .

சாதிய, மதவாத சக்திகளின் அரசியல் ஆதிக்கம் மேலோங்கியுள்ள இன்றைய நிலையில், பழமைவாதக் கருத்துக்களுக்கு எதிராக எவரும் நா அசைக்கக் கூடாது. பேசினால், எழுதினால் நா துண்டிக்கப்படும். கை முறிக்கப்படும் என்பதை கல்புர்கியின் கொலையும் பெருமாள்முருகன் மீதான ஊரடங்கு உத்தரவும், புலியூர் முருகேசன் மண்டை உடைப்பும், குலதிரன்பட்டு குணாவின் இடப்பெயர்ப்பும் நிரூபிக்கின்றன. சனநாயக மறுப்பு இவர்களை தொலைக்காட்சி ஊடகங்கள் வரை இழுத்துப் போகிறது. உலக மகளிர் நாளையொட்டி ''தாலி பெண்களை பெருமைபடுத்துகின்றதா, சிறுமைப் படுத்துகின்றதா?'' என்ற விவாதத்தை நடத்த முயன்ற 'புதியதலைமுறை' தொலைக்காட்சியை தாக்கினார்கள். டிபன் பாக்ஸ் குண்டு வீசப்பட்டது. ''இப்போது வீசியது பட்டாசுதான். அடுத்தமுறை வெடிகுண்டே வீசுவோம்'' என்று தெனாவட்டாய் சொல்லிவிட்டுப் போனார்கள்.

சாதிய மதவாத சக்திகளுக்கு எதிராக தமிழகத்தின் சனநாயகவாதிகள், சிந்தனையாளர்கள், கலை இலக்கியவாதிகள் ஒன்றிணைய வேண்டிய தருணம் இது. காலம் நம்மை அழைத்துக் கடமையைக் கையளிக்கிறது.

நாம் என்ன செய்யப் போகிறோம்?

எழுத்துரிமை, பேச்சுரிமை, கலைச்சுதந்திரம், ஜனநாயகம் போன்ற ''அற்ப விசயங்கள்'' பற்றியெல்லாம் அரசுகளுக்குக் கவலை இல்லை. ''அரசுகள் ஆடை அணிவதில்லை'' என்றொரு ஆங்கில வாசகம் உண்டு. ஆகவே எந்த நிர்வாணம் பற்றியும் அவைகள் கவலைப்படப் போவதில்லை.அதுபோல் அரசுகளை உருவாக்குகிற, பின்னிருந்து இயக்குகிற பிற்போக்கு சக்திகளுக்கும் வருத்தமில்லை, அவைகளுக்கு முன்னால் பாய்கிற பெரு மகிழ்ச்சியும் உண்டு.

''எங்களின் சிந்தனையின் வழியிலேயே நீங்களும் பயணியுங்கள்; அவ்வழியிலேயே எழுதுங்கள்.. பேசுங்கள்... இல்லையெனில் பாதகம் விளையும்'' என்று அச்சுறுத்தி முறுக்கிக் கொண்டு வருகிறார்கள். எழுதுகோலை அசைக்கும் முன் எழுதலாமா கூடாதா என அனுமதி பெற்று எழுத வேண்டும்; எழுத்துக்கு முந்திய சிந்திப்பின் ஆரம்பப்

புள்ளியைக் காவு கேட்கிறார்கள். பிற்போக்கு சக்திகள் ஒன்றிணைகிற அளவிற்கு புதிய சமுதாயத்திற்கான முன்னோடும் கிளிகள் எளிதாய் ஒன்றிணைவதில்லை. இன்றளவும் போராட்டக்குரல் உயர்த்தாத்தற்கு க்காரணிகள் உள்ளன;

1. முதலில் ஒவ்வொரு வீட்டிலும் சாதி இருக்கிறது; மதம் இருக்கிறது. இந்துவாக, இஸ்லாமியனாக, கிறித்துவனாக, சீக்கியனாக எந்த அடையாளத்துடனும் நானில்லை என்றாலும், அதன் நெடியை வீட்டில் ஒவ்வொரு நாளும் சுவாசிக்கிறேன். வீட்டார் மதமாக, சாதியாக வாழ்கிறார்கள். வழிபடலும் சடங்குகளும் உறவாடல்களும் இருக்கின்றன.

2. அவ்வாறே அருகாமை வீடுகளும் எதிர் வீடுகளும் கொண்ட தெரு இருக்கிறது.

3. ஊர் அல்லது வட்டாரம் இவ்வகை அடையாளங்களுக்குள் சுழல்கிறது.

சாதி மத வட்டத்திற்குள் வலைப்பட்டுள்ள தனிமனிதன் கண்காணிப்பிற்கு உள்ளாகிறான். முதல் கண்காணிப்பு குடும்பம்! ‘‘எதற்கு இந்த வம்பெல்லாம்’’ என்ற முணுமுணுப்பு எழுகிறது. இந்த முணுமுணுப்பின் வலிமையை எழுத்தாளர்கள், சிந்தனையாளர்கள், பகுத்தறிவாளர்கள், சாதி மத மறுப்பாளர்கள் உணர்ந்திருப்பார்கள். தொடர்ந்து எழுகிறது தெருவின் புகைச்சல், மூன்றாம் கட்டமாய் ஊரின் அனல்: நான் மட்டும் ஏன் மாட்டுப்பட வேண்டும் என்னும் அச்சலாத்தி. எதிர்நீச்சல் போடத் திராணியில்லாத ஒவ்வொருவருக்குள்ளும் இந்த ஊசலாட்டம் தோன்றுவது உண்மையா இல்லையா?

இந்துவாக இருப்பதினாலே எழுதுவதற்கு, பேசுவதற்கு, வாழுவதற்கு அச்சம் கொள்கிறேன் என்பது என்னவாக இருக்க முடியும்? பெரும்பான்மை சமூகத்திற்குள் இருப்பதே ஒருவருக்குப் பாதுகாப்பு இல்லையெனில் வேறு எது அவரைக் காக்க முடியும்? சனநாயகத்தை பெரும்பான்மைதான் தீர்மானிக்கிறது. இங்கே பெரும்பான்மையே சனநாயகத்தை சாகடிக்கிறது.

நாம் என்ன செய்யப்போகிறோம்?

கூட்டு அறிக்கை விட்டு ஆற்றிக்கொள்வதால் கழுத்தினை நெரித்துக் கொண்டிருக்கும் கொடுங்கரங்கள் விலகிடுமா?

ஒன்றிணைந்து குரல் கொடுப்போமா? ஊர்வலம் போகலாமா? போராட்டம் எடுக்கலாமா? அல்லது தன்னை அறிவுச்சுரங்கமாக எண்ணிக் கொண்டிருக்கிற ஒவ்வொரு தமிழ் இலக்கியவாதியும் தனக்குத்தானே கரும்புள்ளி செம்புள்ளி குத்திக்கொண்டு உட்கார்ந்து குமையலாமா?

சாகித்ய அகாதமியின் நல்லகாலம்! எனக்கு விருது அளிக்கவில்லை. விருது கிடைத்திருந்தால், ஈழத்தில் நடந்த இனப்படுகொலைக்காக 2009 மே 17-லேயே விருதைத் தூக்கி வீசியெறிந்திருப்பேன்.

நெருக்கடிநிலை-
இலக்கிய சாட்சியம்

''பக்கத்து வீட்டுத் துன்பத்தைப் பற்றி அறியாத நகரம் தூங்கிக் கொண்டிருந்தது. நள்ளிரவில் அரசுக் குடியிருப்பில் ஒரு லாரி கணவனையும், மனைவியையும், சிறு குழந்தையையும், இருபது வருட அரசு உத்தியோகம் பார்த்ததில் கிடைத்த சாமான்களையும் ஏற்றிக்கொண்டு புறப்பட்டது.வாழ்க்கையை இழந்து அவர்கள் கோவையிலிருந்து கிளம்பிய லாரியில் புறப்பட்டார்கள்.

'' மேலதிகாரிகள் மிகவும் சுறுசுறுப்பாக நடந்து கொண்டார்கள். வேலை நீக்கம் பற்றி முன்பே அறிய நேர்ந்தால் விடுமுறை போடுவதற்கும், நீதிமன்றத்தில் முறையிடவும் வழி கிடைத்துவிடும். நீண்ட கயிறு கிடைத்தால் மேலேறி வந்துவிடுவார்கள். வந்துசேரக் கூடாது என்பதற்காக இரவின் இருளைத் துளைத்து வேலை நீக்க அம்பு எய்தார்கள். 'நெருக்கடி நிலை தொடர்புடைய எந்த நடவடிக்கையையும் கேள்வி கேட்க முடியாது' என்ற அரசு நடைமுறை இருந்தும், ஏன் மேலதிகாரிகள் மாவட்ட ஆட்சித் தலைவர் அலுவலகம் மூலம் இரவோடு இரவாக வீட்டுக்கு ஆளனுப்பி உத்தரவை வழங்கினார்கள்? ஆணையை வாங்கிய கரங்களில் வெதுவெதுப்பான கண்ணீர்த்துளி தெறித்து விழுந்ததை மேலிருக்கும் எவரும் கண்டிருக்கும் வாய்ப்பில்லை.

குழந்தை இதெல்லாம் அறியான்.

கார், வேன் இவைகளிலிருந்து மாறுபட்டு முதன்முதலாய் லாரியில் வந்தது குழந்தைக்கு குதூகலத்தைக் கொடுத்திருக்க வேண்டும். டிரைவர் இருக்கைக்குப் பக்கத்தில் அப்பா அம்மாவுக்கு நடுவில் அவன். மூன்று வயதானவன், இரண்டு பேரின் கழுத்திலும் கைகள் போட்டு ஊஞ்சலாடியபடி வந்தான். நிறைய்ய முத்தங்கள் கொடுத்தான். அவர்கள் இழந்துவிட்டு வந்த சந்தோஷத்தை அவன் ஒருவனே கட்டிப்பிடித்துக் கொண்டு தூக்கி வருவது போல் தோன்றியது.''

1977-ல் மனிதன் என்ற புரட்சிகர மாத இதழில் ''அனல் காற்று'' என்ற எனது இந்தச் சிறுகதை வெளியாயிற்று. நெருக்கடிநிலையினால் விளைந்த பணிநீக்க வேதனைகளை விவரித்திருந்தது. நெருக்கடிநிலையின் போது 'மனிதன்'புரட்சிகர மாத இதழ் வெளிவந்து கொண்டிருந்தது.கோவை ஈஸ்வரன் ஆசிரியர். அவரைக் கைது செய்து இதழைத் தடை செய்வது காவல் துறையின் திட்டம். அதுமட்டுமில்லை, தெலுங்குப் புரட்சிக்கவி ஸ்ரீஸ்ரீ அப்போது சென்னையில் வாழ்ந்தார்.அவரையும் கைது செய்து உள்ளே தள்ள தருணம் பார்த்திருந்தார்கள்; திராவிட முன்னேற்றக் கழகம் ஆட்சி நடந்ததால் ஆறுமாதம் அவர்கள் நினைத்தது நடக்கவில்லை. நெருக்கடிநிலைக்கு எதிர்ப்பும், எதிர்ப்பவர்களை அணைவாய் வைத்துக் கொள்ளலும் அப்போதைய தி.மு.க. ஆட்சியின் நடைமுறையாயிருந்தது.

1975- ஜூன் 24 இரவில் பிரகடனம் செய்யப்பட்ட நெருக்கடிநிலை இந்தியாவை அல்லோகல்லோலப் படுத்தியபோதும், அதன் ஆட்டம் தமிழ்நாட்டில் பெரிதாக உணரப்படவில்லை. அவசரநிலையால் பாதிப்புற்ற பிறமாநில அரசியல்தலைவர்கள் பலர் தமிழ்நாட்டில் தலைமறைவாக இருந்தனர். நெருக்கடிநிலைக்கு எதிரான பலருக்கு தமிழகம் அடைக்கல பூமியாக ஆகியது. காத்திருந்த நடுவணரசு ஆறுமாதங்கள் கழித்து 1976 ஜனவரி 31 அன்று தி. மு. க. ஆட்சியைக் கலைத்தது.

ஆட்சி கலைக்கப்பட்டதும் ஒன்பது இதழ்கள் வெளிவந்திருந்த 'மனிதன்' அலுவலகத்தை ''சீல்'' வைத்து மூடியது காவல் துறை. அந்நாட்களில் 'மனிதன்' இதழின் இலக்கியப்பக்கங்கள் அனைத்தையும்

கரிசனத்துடன் கவனித்துப் பங்களித்துக் கொண்டிருந்தவர் கவிஞர் இன்குலாப்.

1975- களில் காட்சியியல் ஆதிக்கம் இல்லாத காலம். .அரசின் அதிகாரப் பூர்வ காட்சியியல் (Thoortharshan) மட்டும் செயல்பட்டது. தனியார் தொலைக்காட்சிகள் பேருக்குக் கூட ஓரிலை ஈரிலை விட்டிருக்கவில்லை. காட்சி ஊடகக் கடல்களால் சூழ்ப்பட்ட தற்காலத்தில் ஏதொரு நிகழ்வும் யாதொரு சேதியும் உடனே மக்களைச் சென்றடையும் சாகஸம் நிகழ்ந்து கொண்டுள்ளது. 1975-ல் தனியார் நாளிதழ்கள், பருவ இதழ்கள் என இதழியல் ஆதிக்கம் நிலவியது. மக்களின் பிரச்சினைகள் குறித்து ஒருதுளியும் நினைக்காத மப்பில் அவை இயங்கின.

சென்னை சாஸ்திரி பவனிலிருந்த தணிக்கை அலுவலர்களுக்கு நாளிதழ்களைத் தணிக்கை செய்ய நேரம் போதவில்லை. செய்தித் தணிக்கை முடிந்த பின் பக்கங்களை வெறுமையாய் விடக்கூடாது. அச்சில்லாமல் வெள்ளையாக இருந்தால் மக்கள் அதிருப்தி கொண்டுவிட நேரும் என்பதில் அலுவலர்கள் கவனமாக இருந்தார்கள்.

அப்போது தி.மு.க.ஆட்சி கலைக்கப்பட்ட நிலையில் பத்திரிக்கைத் தணிக்கையையும் மீறி, அல்லது அது விட்டுவைத்த இண்டு இடுக்குகளுக்கு ஊடே புகுந்து கருணாநிதி 'முரசொலி' நாளிதழை நடத்தியவிதம் இன்றும் பலரால் பாராட்டப்பெறுகிறது. ஆட்சியை, நிர்வாகத்தை விமர்சித்து எழுதிடக் கூடாது என்பதால் 'விளக்கெண்ணை 'சாப்பிடுவது உடம்புக்கு நல்லது என்று பக்கம் முழுதும் நிரப்பியிருக்கும். நெருக்கடி நிலையின்போது 'மிசா' வில் சிறைகளுக்குள் அடைக்கப்பட்டிருந்த தி.மு.க தொண்டர்களின் பெயர்களை நாளிதழில் வெளியிட அரசின் தணிக்கைத் துறை அனுமதி மறுத்தது. அண்ணா நினைவுநாளைப் பயன்படுத்தி 'முரசொலி' நாளிதழில் ''அண்ணா துயிலுமிடத்திற்கு வர இயலாதோர்'' எனத் தலைப்பிட்டுச் சிறை வைக்கப்பட்ட தி.மு.க. தொண்டர்களின் பெயர்ப் பட்டியலை வெளியிட்ட கருணாநிதியின் சாமர்த்தியத்தின் முன் தணிக்கைத் துறை ஏமாந்தது.

சென்னை மத்தியச் சிறையில் அடைக்கப்பட்டிருந்த முன்னாள் மேயர் சிட்டிபாபுவைச் சிறைக் காவலர்கள் சூழ்ந்து நின்று தடிகளால் அடித்துக் கொன்றனர். இந்தச் செய்தியை அப்படியே வெளியிட அனுமதி கிடைக்காது. கருணாநிதி ''பத்துப் பேர் சூழ்ந்து நின்று கொண்டு தடியால் தாக்கினாலும் வீழாத தேக்கு மரத் தேகம் கொண்டவனே!'' என்று எழுதியதைப் படித்ததுமே தொண்டர்கள் செய்தியை உள்வாங்கிக் கொண்டனர்!

'ஈர்க்கு' இடைவெளியற்ற இந்த நெருக்குதலுக்கிடையில் கலை, இலக்கிய இதழ்களில் சாஸ்திரிபவனுக்கு கவனம் செலுத்த முடியாமல் போயிற்று. உள்ளூர்க் காவல்துறையின் வேலை என ஒதுக்கிவிட்டார்கள்.

-2-

நெருக்கடிநிலை அறிவிப்பின் நாட்களில் நான் கோவை மாவட்ட மக்கள் தொடர்பு அலுவலராகப் பணியில் இருந்தேன். ஆட்சிக் கலைப்பின் பின்னால் சரியாக ஒரு மாதம் கழித்து 31-7-1976-ல் செய்தி மக்கள் தொடர்புத் துறை கலைக்கப்பட்டு, அனைவரும் வீட்டுக்கு அனுப்பப்பட்டோம். மறுநாள் விடியலில் மாவட்ட ஆட்சியர் அலுவலகத்திலிருந்து ஊரக வளர்ச்சித்துறை (DDO) அலுவலர், அரைக்கால் டவுசருடன் வீட்டுக்கு வந்து கதவைத் தட்டினார். அவர் வழக்கமாய் காலை நடைபோகிறவர். கதராடை அணிகிற காங்கிரஸ்காரர். பெயர் நீலகண்டன். வீட்டுத்தொலைபேசியில் வெளித்தொடர்பு எதுவும் கொள்ளவேண்டாம் என்று எச்சரித்துவிட்டுப் போக வந்திருந்தார். ஒரு தேநீர் சாப்பிட்டவாறு பேசிக்கொண்டிருந்தோம். அன்றைய காலைநடை என் வீட்டுடன் அவருக்கு முடிந்து போயிற்று.

அநீதிக்குச் சார்பான எந்த ஒரு செயலையும் ஏற்காத அவர் மெய்யான தேசியவாதி என எனக்குப் புலப்பட்டது. தலைமைச் செயலகத்தில் பணியாற்றிய அனைவரையும் சேர்த்து ஏறக்குறைய நூறு குடும்பங்கள் வீதியில் நின்றன. அத்தனைபேரும் ஆட்சியிலிருந்த கட்சிக்குச் சார்பானவர்கள் என்ற கருத்து நிலவியதுதான் வேலைநீக்க வன்மத்தின் பின்னணி.

வேலூர் மாவட்டம் திருப்பத்தூரில் எனது துணைவியாரின் அண்ணன் பி.வி. பக்தவத்சலம் வழக்குரைஞராக இருந்தார். அங்கிருந்து ஐந்து கி.மீ தொலைவில் 'கட்டேரி' என்ற கிராமத்தில் அவருக்கு சிறிய ஒரு வீடு இருந்தது. கட்டேரி கிராம வீட்டில் இருக்கிறபோது மைத்துனரின் உதவியால் மூன்று கறவை மாடுகள் வாங்கி பால்கரந்து கூட்டுறவு பால் சங்கத்தில் விட்டு அன்றாடம் அதற்குரிய பணம் பெற்றுக்கொண்டோம். நான், துணைவி, மூன்று வயதான மகன் மூவரும் வாழ்ந்த 'கட்டேரி' வாழ்க்கையை ''அனல் காற்று, இருளுக்கு அழைப்பவர்கள், சூரியன் உதிக்கும் கிராமம் ''என மூன்று சிறுகதைகள் சூரியதீபன் என்ற பெயரில் எழுதினேன். ஒரு எழுத்தாளர் கறவைமாடுகள் வைத்து பால்கறந்து 'கூட்டுறவுப் பால் டிப்போவில்' விட்டு வாழுகிறாரே என எவரும் வருந்தவில்லை; அதிகாரியாய் இருந்தவர் இப்படியொரு வாழ்வுக்கு கீழிறங்கிவிட்டாரே என்ற இரக்கப்பார்வை வெளிப்பட்டது. (நான் எழுதுகிறவன் என்பது அப்போது என் நெருங்கிய உறவுகளுக்கும் தெரியாது)

விடியல் என்னும் சமூக , கலை இலக்கிய மாத இதழை நடத்தி வந்த 'விடியல்' வேணுகோபாலுக்கு ஏற்பட்ட அனுபவம் வித்தியாசமானது. அவசரநிலைக் காலத்தின் கொடுங்கரங்களுக்குள் சிக்கியவாறு, அவர் 'விடியல்' இதழைக் கொண்டுவந்தார். அதே கால அளவில் இலங்கையிலிருந்து செ. கணேசலிங்கனை ஆசிரியராகக் கொண்டு வெளிவந்த 'குமரன்' இதழிலிருந்து இந்திய அரசியலுக்குப் பொருந்தும் வகையிலான யோ. பெனடிக்ட் பாலனின் உருவகக் கதைகள் போன்ற படைப்புகளை மீள்பிரசுரம் செய்தார். நேரடியாக அரசியல் பேச முடியாது; வாய்ப்பூட்டு போடப்பட்ட அந்நிலையிலும் அத்தகு படைப்புகளுக்கு வாசக வரவேற்பு பெருமளவாகக் கிடைத்தது. கணிசமாக இலங்கை எழுத்தாளர்கள், இதழ்கள் தொடர்பும் அவருக்குக் கிட்டியது. 'விடியல்'இதழ் 1974 முதல் 1976-செப்டம்பர் முடிய வெளியாகிற்று. காவல்துறையின் சட்டமீறல், அடக்குமுறை, குடும்பத்தினரை அச்சுறுத்தல் போன்ற கொடுஞ்செயல்கள் காரணமாய் பயணத்தைத் தொடரமுடியாது நின்றுபோயிற்று.

அவசரநிலைப் பிரகடனத்துக்கு ஆதரவாக '' சக்கரங்கள் நிற்பதில்லை'' என்ற புதினத்தை ஜெயகாந்தன் எழுதினார். தினமணிக் கதிரில் அது தொடராக வெளியானது.மார்க்ஸீய- லெனினிய இயக்கங்களின் செயல்களுக்கு எதிராக, ''ஊருக்கு நூறு பேர்'' என்ற சிறுபுதினம் ஜெயகாந்தனால் எழுதப்பட்டு வெளியாயிற்று.

அவரது அரசியல்சார்பு, குறிப்பாய் காங்கிரஸ் கட்சி ஆதரவு அனைவரும் அறிந்தது. நெருக்கடிநிலைக்குச் சார்பாய் அவரிடம் உதித்த கருத்துக்கள் மக்களின் உணர்வுநிலைக்கு எதிரானதாய் வெளிப்பட்டன. அவரது மறைவுக்குப் பின்னான நினைவஞ்சலிப் பதிவில் எழுத்தாளர் அசோகமித்திரனின் பதிந்திருந்த ஒரு குறிப்பு இங்கு கருதத்தக்கது.

''காங்கிரஸ் ஆட்சி அகற்றப்பட்ட1976-ல் கூட அவர் கலக்கம் அடையவில்லை. ஆனால் 1977-ல் எதிரணி பெற்ற பெரும்வெற்றி (ஜனதா கட்சி வெற்றியடைந்தது) அவரை மிகுந்த கவலைக்குட்படுத்தியது. அவர் பயன்படுத்திய சொற்றொடர் 'கல்ச்சுரல் மெனோபாஸ்' (Cultural Menopause) அவருக்குக் காங்கிரஸ் மீது இருந்த பற்று தீவிரமானது . சில தருணங்களில் வலுவே இல்லாத காரணங்களுக்குக்கூட அரசியல் கூட்டங்களில் காங்கிரஸ் சார்பில் உரையாற்றினார்(திடீர்ப் பிள்ளையார்)''

அறிஞர், விமர்சகர் எஸ்.வி.ராசதுரையின் நண்பர் பெயர் நாராயணன். நண்பருடைய வீட்டில் நெருக்கடி நிலையின் நெருக்குதலுக்கு அகப்படாமல் மார்க்சீய- லெனினிய நூல்கள், ஆவணங்கள், இலக்கியப் புத்தகங்கள் என எஸ்.வி.ஆர். ஒளித்து வைத்திருந்தார். சொந்தப் பெயரில் எதையும் எழுத இயலாத அன்றைய சூழலில் நண்பரின் நாராயணன் என்ற பெயர் எஸ்.வி.ஆருக்குப் பயன்பட்டது.. எஸ்.வி.ஆர். கலை இலக்கிய விமர்சகராக, மார்க்ஸீய ஆய்வாளராக அறியப்பட்டவர். அவரை ஒரு படைப்பாளியாகவும் நெருக்கடிநிலை மாற்றியிருந்தது. நேரடி மொழிதல் என்னும் திறம்பட உரைத்தலுக்குப் பதிலாய், நயம்பட மொழிதல் என்னும் உத்தியைக் கைக்கொள்ள முயன்றார் எனத் தோன்றுகிறது. நாராயணன் என்ற பெயரில் 'பிரக்ஞை'மாதஇதழில் 'சாலைகள், கடற்கரை' -என்ற இரு சிறுகதைகள் எழுதினார். இவ்விரு கதைகளையும் தினமணிச் சுடர்,

1993-ஆகஸ்டிலும், தினமணிக் கதிர் 2001 ஜூனிலும் மீள்வெளியீடு செய்திருந்தது. சாலைகள் கதையை வெளியிட்ட தினமணிச் சுடர் கீழ்க்கண்டவாறு குறிப்பிட்டிருந்தது.

''நாராயணன் எழுதிய இச்சிறுகதை மே 1976-'பிரக்ஞை' இதழில் வெளிவந்தது. இவர் தொடர்ந்து அதிகம் கதைகள் எழுதியதாகத் தெரியவில்லை. நமது மக்களின் மந்தைத்தனத்தை, அறியாமையை, அதைச் சாதகமாக்கிக் கொள்ளும் ஆளும்வர்க்கத்தின் போக்கினைச் சூசகமாகச் சித்தரித்துக் காட்டும் கதை இது''

''நான் இருண்ட கண்டத்துக்கு இப்போதுதான் முதன்முதலாக வந்தேன்'' என சாலைகள் கதை தொடங்கும். இந்தியாவை இருண்ட கண்டமென்றும் நெருக்கடிநிலையை இருண்டகாலமென்றும் உருவகப்படுத்தியிருப்பார் எஸ்.வி.ஆர்.

''அந்த மக்களில் யாருக்கும் முகமே இல்லை! கழுத்து வரைக்கும் எல்லோரும் நம்மைப் போலவே இருந்தார்கள். அதற்கு மேல் வட்டமாக ஒன்று உட்கார்ந்திருந்தது. ஒரு துவாரத்தைத் தவிர அதில் வேறெதுவும் இல்லை. முதல் நாளிரவு அரசாங்க விருந்தின்போது அளவுக்கு மிஞ்சிய தீனியையும் மதுவையும் நான் விழுங்கியிருந்ததால், இரவு முழுதும் தூக்கமின்றி விழித்திருந்தேன். இது ஒருவேளை என் பார்வையைப் பாதித்திருக்கக் கூடும் என்று ஒரு ஐயம். ஆனால் மறுநாள்காலை, இரவின் தீவிர உறக்கத்துக்குப் பிறகு பார்க்கும்போதும் முதல்நாள் கண்ட காட்சியே ஊர்ஜிதமாயிற்று. மக்களில் யாருக்கும் முகமே இல்லை! எல்லோரும் நம்மைப் போலவே இருந்தார்கள். கழுத்துக்கு மேலே வட்டமாக இருந்த ஒரே ஒரு துவாரத்தைத் தவிர, அந்த வட்டத்தில் ஏதுமில்லை...''

சிந்திப்பு அற்றும்,யதார்த்த நிலமைகளைக் கண்ணுற்று கண்களில் சிவப்பும் அற்றும் நடமாடிய மக்களின் மந்தைத்தனத்தை வாசக இதயத்துக்கு நகர்த்தியிருந்தது சிறுகதை. கடற்கரை என்னும் மற்றொரு கதையையும் இதே உருவக உத்தியில் படைத்திருந்தார்.

1976 - ஏப்ரலில் தொடங்கப்பட்ட. ''பிரக்ஞை'' கலை,இலக்கிய இதழ், தொடக்கத்தில் கலை, இலக்கியம் பற்றிப் பெரிதும் பேசியது. 1977-ல்

பலவாறான சிந்தனைத் துறைகளை அணுகுவது என்ற முடிவைத் தொடர்ந்து செப்டம்பர் - அக்டோபர் இதழ்கள் ''சீனச் சிறப்பிதழாக'' வெளிவந்தது. அதில் ஜார்ஜ் தாம்சனின் மார்க்சீய அறிமுகம் கட்டுரையினை எஸ்.வி.ஆர்.தமிழாக்கம் செய்திருந்தார். மாசேதுங் என்ற நீண்ட கட்டுரையினையும் அவர் எழுதினார்.

அவசரநிலை அறிவிப்புக்கு ஒருமாதம் முன்பு ஜூலை 25-ல் 'சிகரம்' மாத இதழ் தொடங்கப்பட்டது. ஆசிரியர் ச.செந்தில்நாதன். நெருக்கடிநிலைக் கெடுபிடிக்குள் மாட்டுப்பட்டு மொத்த சமுதாயமும் ஏதொன்றும் செய்ய இயலாமல் அரண்டு போயிருந்தது போலவே கலை ,இலக்கியவாதிகளும் அச்சமுற்றுக் கிடந்தனர். தமிழ்க் கலை, இலக்கியச் செயற்பாட்டாளர்களிடம் தன்பயம் உருவாகியிருந்தது. எழுத்துக்களில் கலைத்தரம் குறித்து அதுவரை காலம் கர்ஜித்துக் கொண்டிருந்த சிங்கங்களும், பாய்ந்துகொண்டிருந்த புலிகளும் அரசியல் நிலவரம் கண்டு இடம்தெரியாமல் மறைந்தன. ஆனால் சிகரம் இதழ்- குறிப்பாய் கவிதைகள், விமரிசனங்கள் வழி நெருக்கடிநிலையை எதிர்த்து வெளியாயிற்று.

''மனிதாபிமானக் கோட்பாடுகளிலும் சனநாயக நெறிகளிலும் உங்களுக்கு நம்பிக்கை இருந்தால் போதும். உங்கள் எழுத்து மனித குலத்தின் முன்னேற்றத்துக்கு உதவவேண்டும் என்ற எண்ணம் உங்களுக்கு இருந்தால் போதும், சிகரம் இடம் கொடுக்கும்''

எனப் பிரகடனம் வெளியிட்டது. '' உள்ளே வாருங்கள். ஒரு வாசல் திறந்திருக்கிறது'' என வெளிப்படையாய் அழைத்தது.

1976- ஜூனில் ''டல்ஹெளசி சதுக்கம்'' என்ற வங்காளக் கதை வெளியானது. இறந்த தாயின் சடலத்தின் மார்பகங்களைச் சுவைத்தபடி அழும் குழந்தைப்பாப்பாவின் அழுகையை அமர்த்தமுடியாமல் தாயின் சடலத்தின் அருகே அமர்ந்து வெறித்துப் பார்த்துக் கொண்டிருப்பான் சிறுவன். எதிர்க்கடையில் ஒரு விளம்பரப் பலகை '' துப்பாக்கிகளும் வெடிமருந்துகளும் விற்பனை செய்யப்படும்''.

இத்துடன் கதை முடிகிறது. கதை முடிகிற இடத்தில் ஆரம்பமாகிறது வாசகருக்கு மற்றொரு கதை. நிலைமைகளின் வெப்பத்திலிருந்து ஒவ்வொரு வாசகரும் தமக்கான கதையை உருவாக்கிக்கொள்ள இக்கதை வழி சமைத்தது. 1976-ஏப்பிரலில் ''திருடனும் சந்நியாசியும்'' என்ற மற்றொரு வங்காளச் சிறுகதை வெளியாகியிருந்தது.

'' பறிப்பவன் திருடன் என்பார்

பருந்தையோ கருடன் என்பார்

பறிப்பதில் இருவருக்கும்

பாகுபாடில்லை; அதனால்

இருவருக்கும் உறவு ஒன்று!

இழந்திட்ட உரிமைப் போரில்

உறவுகள் நமக்குள் ஒன்று !

உயிர்களை மீட்கும் போரில்

சிறகுகள் பறிபோனாலும்

சீறுவாய் வா கோழி, வாழி!''

ஆகஸ்டு இதழில் வெளிவந்த தணிகைச்செல்வனின் கவிதை வாசகரிடம் தனிமதிப்புப் பெற்றது.

'இந்திராநகர் ' என்ற எனது சிறு நாடகம் சிகரத்தில் வெளியாயிற்று. நகரத்தின் விளிம்பில் புறம்போக்கு நிலத்தில் குடிசைகள் அமைத்திருந்த ஏழைகள் 'திடீர் நகர் ' என்ற தங்கள் குடியிருப்பின் பெயரை ''இந்திராநகர்'' என மாற்றுகிறார்கள். ஒரு அறிவிப்புப் பலகையும் நடுகிறார்கள். தங்களைப் பாதுகாத்துக் கொள்ள முடியும் என்று அவர்கள் கருதினார்கள். டெல்லியில் இந்திரா காந்தியின் இரண்டாவது மகனான சஞ்சய்காந்தியால் 'துருக்மேன் கேட்' பகுதிக் குடிசைகள் இடித்து துவம்சம் செய்யப்பட்டது போலவே இவர்களும் விரட்டப்பட்டார்கள் என்பது இச்சிறு நாடகம் தந்த செய்தி.

வேறுசில பத்திரிகைகளுக்கு அனுப்பி தணிக்கையால் மறுக்கப்பட்ட படைப்புகள் சிகரத்தில் முகம் காட்டின. இந்தநிலை சிகரத்தின் வளச்சிக்கு உதவியாக இருந்தது. நெருக்கடிநிலையின் நெருக்குதலுக்கூடாகவே சிகரம் தனது உயரத்தை நிறுவிக் கொண்டது.

இவ்வாறான சில வெளிப்பாடுகள் அல்லாது , பொதுவாக கலை, இலக்கியவாதிகளிடம் செயலற்ற தன்மௌனம் உருவாகியிருந்தது. 'எந்தக் கூட்டுக்குள்ளும் அடைபடா பறவைகள்' என்று முழங்கிய கோவை வானம்பாடிகளில் சிலர் அவசரநிலையின், அதன் 20 அம்சத் திட்டத்தின் வாழ்த்துப் பாடகராக ஆகி பழிசுமந்தனர்.

நெருக்கடி நிலையின் 40-ஆம் ஆண்டு நடைபெற்றுக் கொண்டிருக்கிறது . ஊடகங்கள், அரசியல்வாதிகள் தமது ஆற்றாமையைத் தீர்த்துக்கொள்ள வாய்க்காலாக இந்த சந்தர்ப்பத்தை மாற்றியுள்ளனர். இந்தவகை வெதும்பலிலும் புலம்பலிலும் வரவிருக்கும் நெருக்கடி நிலையை முன்னுணர்ந்து தடுக்கும் அல்லது இனி எப்போதும் வந்துவிடக் கூடாத முட்டுச்சந்துக்கு அனுப்பும் பரப்புரையோ, செயல்பாடோ தென்படக் காணோம். இனியொரு காலத்தில் வராது என்று நினைத்துக் கொண்டிருந்த கொடியகாலம் இப்போது நம்முன் நின்று அச்சுறுத்திக் கொண்டிருக்கிறது. ஐதராபாத் மத்திய பல்கலைக்கழக தாழ்த்தப்பட்ட மாணவர் ரோஹித் வெமூலாவின் மரணம், டெல்லி ஜவகர்லால் பல்கலைகழக மாணவர்கள் மீது தேசத்துரோகக் குற்றச்சாட்டுகளின் பேரில் அடக்குமறை, பாட்டியாலா நீதிமன்றத்துக்கு கொண்டு வரப்பட்ட மாணவர் தலைவர் கன்னையா குமார் மீது, செய்தியாளர்கள் மீது 'சங்பரிவார் சக்திகளின் ' தாக்குதல்(16- 02- 2016) என நெருக்கடிநிலைக்குள் நாடு தள்ளப்பட்டுள்ளது.

அடிப்படை மதவாத சக்திகளின் அச்சுறுத்தலுக்கு எதிராய் எழுத்துலகில் குமுறல் மையம் கொண்டுள்ளது. கன்னட எழுத்தாளர், பகுத்தறிவாளர் கல்புர்கியின் கொலையைக் கண்டித்து கர்நாடக மாநிலத்தில் ஆறு எழுத்தாளர்கள் முதன்முதலாக சாகித்ய அகாதமி விருதுகளைத் திருப்பி அளித்தார்கள். எழுத்தாளர் நயன்தாரா சேகல்,

சாகித்ய அகாதமி விருது பெற்றவரும் லலிதகலா அகாதமியின் முன்னாள் தலைவருமான அசோக் வாஜ்பாய் என இதுவரை 60 பேர், எதிர்வினை ஆற்றாத சாகித்ய அகாதமி நிறுவனத்தினைக் கண்டித்தும், மதவாத சக்திகளின் காவலனாக நிற்கும் அரசுக்கு எதிர்ப்பைத் தெரிவித்தும் விருதைத் திருப்பி அளித்துள்ளனர்.

"இப்போது விருதைத் திருப்பி அளிப்பவர்கள் நெருக்கடி நிலையின் போது என்ன செய்தார்கள்? மௌனம் காத்தார்களே" என்று தோசையைத் திருப்பிப் போடுகிற வேலையை மதவாத சக்திகள் மட்டுமல்ல, தமிழ் எழுத்தாளர்களில் சிலரும் செய்கிறார்கள். இந்த எதிர்வாதத்தில் ஒரு நியாயம் இருக்கிறது. 1975-அவசரநிலைக் காலத்தில் சமூகத்தின் மனச்சாட்சியாக எழுத்தாளர்கள், அறிவாளிகள் இயங்கவில்லை என்பது உண்மை. அதனால் எல்லாக்காலத்திலும் மௌனிகளாக, அராஜகத்திற்கு துணைபோகிறவனாக எழுத்துக்காரன் இருக்கவேண்டுமென்று நினைப்பது எவ்வகையில் நியாயம்?. இது எவ்வாறான எதிர்ப்பும் காட்டாத தமிழ் இலக்கியவாதிகளின் கையறுநிலையன்றி வேறென்ன?

"கையறுநிலை என்பதை விரும்பி ஏற்றுக்கொள்ளும் ஒரு சமுதாயத்தில், கைகளில் பிடித்திருக்கும் கண்ணாடிகளில் பிம்பங்களை மட்டுமே பார்த்துக்கொண்டு நடமாடுகிறார்கள் படைப்பாளிகள். சூழல் குறித்து விசனப்பட்டு எதுவும் ஆகப்போவதில்லை. இருப்பைக் காட்ட கொஞ்சம் இடம் கிடைத்தால் போதும் என அடக்கம் பழகி அமரத்துவம் எய்துகிறது அறிவுஜீவிதம்"

மணற்கேணி இதழில் மிகச் சரியாய் கணித்திருப்பவர் அதன் ஆசிரியர், எழுத்தாளர் ரவிக்குமார். கிட்டத்தட்ட தமிழ்ப்படைப்பாளிகளின் பொதுக்குணாம்சம் என இதனை வழிமொழியலாம். இக்குணவாகிலிருந்து எந்த மாற்றமும் இன்றி தமிழ்ப்படைப்பாளிகள் இன்றும் இயங்கி வருகின்றனர். எதிர்வினையாற்ற வேண்டிய தமிழ்ப்படைப்பாளிகளிடம் 1975-ன் அவசரநிலைக் காலத்தில் தொடங்கிய கையறுநிலை 2016-லும் தொடருகிறது. சாகித்ய அகாதமி விருதுகளைத் திருப்பி அளிக்காத 16 தமிழ் எழுத்தாளர்கள் கூட்டறிக்கை இதன் சரியான சாட்சியம்.

70- களில் தீவிரமான சிந்தனை, செயல்பாடுகளுள்ள ஒரு எழுத்தாளர் தொகுதி - சிறிய பகுதியாயினும் அதுவே வலிமையுடன் செயலாற்றிற்று. அந்தச் சிறிய குழுதான் நெருக்கடிநிலையின் போது எதிர்வினையாற்றிற்று. இவர்கள் புரட்சிகர, இடதுசாரிச் சிந்தனையாளர்களாக அடையாளம் கொண்டிருந்தார்கள்.

'' தொலைவில் இருந்துகொண்டு மக்களுக்கு விழிப்புணர்வூட்டுவதல்ல நாம் செய்ய வேண்டியது. போராடுகிறவர்களோடு இணைந்து போராடுவது தான் இன்றைய தேவை'' என்ற மிஷேல் பூக்கோ வழியில், சிறு எண்ணிக்கையாயினும் இவர்கள் நடந்தார்கள்.

சமூக யதார்த்தத் தளத்திலிருந்து விலகி, கலை. இலக்கியம் பற்றி மட்டும் கருத்தாயிருந்த ஒரு குழு 1960-களிலிருந்து மேலே வந்தது. இக்குழு நெருக்கடிநிலை என்னும் அரசியல் விசவாயுக் கூடாரத்துக்கு அஞ்சி மௌனம் கடைப்பிடித்தது. குரலெழுப்பாத மவுனம் என்பது ஒப்புதல் தான். பிரச்சினைகளின் சூடு தென்படாத எழுத்துக்களை பலர் இன்றும் வடித்து இறக்கிக் கொண்டிருக்க, ஊடகங்களும் அவைகளைச் சுமக்கும் பல்லக்குகள் ஆகிக் கொண்டிருக்கின்றன. பல்லக்குத் தூக்கிகள் இருக்கையில் சுகப்பயணம் போகிறவர்களும் இருப்பார்கள் தானே !

யாருடைய புத்தாண்டு

தண்ணி இல்லாக்காடு. அப்படியான காட்டுக்குள் அந்த எரபள்ளி கிராமம். ஒரு ஊருக்கு என்றில்லை, சுத்துப்பட்டு 12 கிராமங்களுக்கும் அந்த ஒரு சாமுண்டீஸ்வரி கோயில்.சாமுண்டீஸ்வரி வீற்றிருந்து அருள்பாலிக்கும் ஊர் தருமபுரி மாவட்டம் நாகஸ்தம்பட்டி. தசாரா விழாக்காலத்தில் நாகஸ்தம்பட்டியிலிருந்து கிளம்பி ஊர் ஊருக்கு தேரில் வலம் வருவாள் சாமுண்டீஸ்வரி அம்மன்.

எரபள்ளி கிராமத்தைச் சேர்ந்த கருவூரனுக்கு அப்போது வயது 5. அவர் தாழ்த்தப்பட்டவர். கருவூரன் பிறப்பதற்கு முன்பும் சாதி இருந்தது. பிறந்த பின்னும் சாதி தொடர்ந்தது. நிறைய கருவூரர்கள் பிறந்து பிறந்து செத்தார்கள். சாதி மட்டும் சாகாமலிருந்தது.

மனுச சாதிகள் கால்வைக்கத் தயங்கும் எரபள்ளி தாழ்த்தப்பட்ட தெருக்களில் அம்மன் எழுந்தருளினாள். சாமுண்டீஸ்வரி தேர்வலம் வந்ததைக் கண்டபோது கருவூரன் ஐந்து வயதுப் பாலகன். தேருக்கு முன் செல்லும் உற்சவமூர்த்திக்கு எரபள்ளி தாழ்த்தப்பட்டோர்தான் குடைபிடித்து மரியாதை செய்வது அவர்களுக்கு உரித்தானது. உற்சவமூர்த்தியைப் பின்பற்றி சிங்காரம் பயின்று வந்த அம்மனை வழிபட்டார்கள்.

பா.செயப்பிரகாசம்

"சாமுண்டீஸ்வரி கடைசியாக வந்தது 1948 ஆம் வருசம். பிறகு எங்கள் தெருக்களில் அவள் அருள்பாலிக்க வந்ததேயில்லை. ஆறு தலைமுறைகளாக அந்தத் தெய்வத்தை நாங்கள் காணவேயில்லை" கண்டு 67 வருசம் ஆகிவிட்டது என்கிறார் கருவூரன். மறுபடி ஒருமுறை அம்மனைக் காணமாட்டோமா என ஏக்கத்திலிருக்கிறார். இப்போது வயது 72. மறந்துவிடாதீர்கள் இந்தியா சுதந்திரம் பெற்றதாகச் சொல்லப்படுவது 1948: சாமுண்டீஸ்வரி கடைசியாக வந்ததும் 1948. அதே ஆண்டில் எரபள்ளி தாழ்த்தப்பட்ட சனங்களுக்கு சுதந்திரம் அடைக்கப்பட்டது.

"உற்சவருக்கு குடைபிடித்து மரியாதை செய்வதும், அம்மனை வழிபடுவதும் மேச்சாதிக்காரங்களுக்கு பொச்செரிப்பா இருந்திச்சு. பொச பொசன்னு இருந்த மேக்குடிக்காரங்க தகராறு பண்ணினாங்க. ஏகப்பட்ட போலீஸ் பாதுகாப்போடதான் அந்த வருசம் தேரோட்டம் நடந்துச்சு. மேச்சாதிக்காரங்க எங்கள அடிக்க, நாங்க திருப்பியடிக்க, அத்தோட தேர் நின்னது; எங்க ஒரு ஊருக்கு மட்டுந்தேம் தேர் வரதில்லே. மற்ற ஊருக்கெல்லாம் தேர் சுற்றி வருது"

எரபள்ளி- நாகஸ்தம்பட்டி கிராமங்களுக்கு மத்தியில் பொதுவான இடத்தில் கோயில் இருக்கிறது. மற்ற எல்லாக் கிராமங்களிலும் வன்னியர், கவுண்டர் உயர்சாதிக்காரர்கள். 'ருபாயர், குஞ்சிடிகர்' என்போர் அவர்களை அடுத்து நிற்கும் சாதியார்.

பிற சாதியினருக்கு அடிமைச் சேவகம் செய்தவர்களின் காலம் முடிந்தது. ஹரிஜன், தாழ்த்தப்பட்டவன், அட்டவணை சாதி என்ற பெயர்ச் சுட்டுகள் மரணமடைந்து, தலித் என்னும் புதிய புரட்சிகரச் சுட்டு எழுந்து வந்துள்ளது. அதுதான் பிரச்சினை.

"செத்துப் போறதுக்கு முன்னாலே தேரையும் அம்மனையும் கண்ணிறைய பாத்திட்டு சாகணும்" என்கிறார் கருவூரன்.

"எங்களின் வாழ்வியல் உரிமைகளை நாங்கள் ஏன் இழக்க வேண்டும்? வழிபடும் உரிமையை, கோவில், தேரோட்டம், திருவிழா உரிமைகளை நாங்க விட்டுத் தரமாட்டோம்.எங்க ஊருக்குத் தேர் வரவேண்டும்"

பேசுவது 22- வயது தலித். இன்று கருவூரன்கள் இல்லை. தலித்துகள் வந்திருக்கிறார்கள். எங்கெங்கு எரபள்ளிகள் உண்டுமோ அந்த எல்லா எரபள்ளிகளின் தலித்துகளும் கேட்கிறார்கள். நிலைமைகளை மாற்ற விரும்பாதவர்கள் மேலே; நிலைமைகளை அனுமதிக்க மறுப்பவர்கள் கீழே.

2

புத்தாண்டுக் கொண்டாட்டங்கள் நடக்கவிருக்கின்றன. வரலாறு, வாழ்வுமுறை, பாரம்பரியம், பண்பாடு என எவைஎவைகளை தமிழ்ச் சமூகத்திற்கு உரித்தானதாகக் கருதுகிறோமோ, அத்தனையையும் 'பூ' இவ்வளவுதானா என பழித்துக் காட்டும் அளவுக்கு அரங்கேறப் போகிறது. கொண்டாட்டங்களின் பின்னர் வழக்கு, நீதிமன்றம், சிறை- என ஒரு காட்சியும் இன்றி அமைதியாக நடந்து முடிந்தது என்ற அமைதிச்சான்றிதழ் வழங்கக் காத்திருக்கிறார்கள். (அத்துமீறி நடந்து கொண்டோரிடம் காவல்துறை கையூட்டுப் பெற்றுக்கொண்டு அமைதிகாத்தது என்ற முணுமுணுப்பு வாராது இல்லை) புத்தாண்டுக் கொண்டாட்டத்தை எவ்வளவுதான் எல்லைமீறிப் போனாலும் ''கடிதோச்சி மெல்ல எறிக'' என்கிற கண்டும் காணா வழிமுறையை காவல் துறையும் அரசும் கைக்கொள்ளும் என்பதிலும் சந்தேகமில்லை.

''எங்களுடைய இப்போதைய முயற்சி இது தான். நமக்கும் நம்மால் ஆளப்படுவோருக்குமிடையில் விவரங்களைப் பரிமாறக் கூடிய ஒரு கும்பலை உருவாக்குவோம். அவர்கள் ரத்தத்தாலும் நிறத்தாலும் இந்தியர்களாக இருப்பார்கள். கருத்தாலும், மனத்தாலும், புத்தியாலும் சுவையாலும் ஆங்கிலேயர்களாக இருப்பார்கள்''

அதிகாரக் காற்றுக்கும், அடிமை மனோபாவத்துக்கும் வளைகிற இந்திய நாணல்களை உருவாக்குவது பற்றி 1835-ல் மெக்காலே ஒரு புதிய சாலை அமைத்துக் கொடுத்தார். இந்திய சமூகத்துக்கு மெக்காலே அமைத்துக் கையளித்தது கல்வி முறை மட்டுமல்ல. நிர்வாகப் பிரியர்களுக்கு சில அதிகாரக் குணங்களுள்ள நிர்வாகத்தை வடிவமைத்துத் தந்தார். ஆட்சியை இடையீடின்றி எடுத்துச் செல்ல நியமிக்கப்பட்ட

நடுத்தரவர்க்கம் தனக்குக் கிட்டிய மாதச்சம்பளம் என்னும் கித்தாப்புடன் தவ்வாளி போட்டு நடந்தது. இந்த அதிகாரப் படிநிலையில் தன்னை வசமாகப் பொருத்திக் கொண்டது.

நிலஉடமைப் பண்ணை நாட்களில் முன்னர் இருந்த அடிமை முறை மாதிரி, அதற்கு உவப்பான மற்றொரு அதிகாரமுறை உருவானது. அதிகாரப் படிநிலைகளில் மேலிருப்பவர்களுக்குக் கீழே இருப்பவர்கள் பணிந்து, கைகட்டி, வாய் பொத்தி அடிமையாய் நடக்க வேண்டும் . கீழிருக்கும் பணியாளர்கள் பற்றி மதிப்பீடு செய்து எழுதும் மந்தண அறிக்கை முறை (Confidential Report) கொண்டு வரப்பட்டது. மந்தண அறிக்கையை மேலிருக்கும் அதிகாரிகள் எழுதினர்கள். ஒரு அரசுப் பணியாளனின் பதவி உயர்வு, ஊதிய உயர்வு, வாழ்வு முன்னேற்றம் அனைத்தும் இந்த மந்தண அறிக்கையால் தீர்மானிக்கப்பட்டது. ஆனால் மேலிருப்பவர்கள் பற்றி கீழிருக்கும் பணியாளர்கள் மந்தண அறிக்கை தருகிற சனநாயகம் அறிமுகப்படுத்தப்படவில்லை. மேலிருப்போர் பற்றிக் கொடுக்கும் புகார்கள் எடுபடவில்லை. சனநாயக அறம் குறித்து கவலை கொள்ளாதவர் மட்டுமே ஆட்சி அதிகாரத்தில் நிலைக்க முடியும் என்ற இன்றைய தரிசனம் போலவே அன்றைய தரிசிப்பும் இருந்தது.

சேவகம் செய்யும் இந்தியர்களைத் தமது கட்டுப்பாட்டில் வைத்திருக்க, ஒவ்வொரு புத்தாண்டு தினத்திலும் தங்களைத் தரிசிக்க வேண்டும் என்று விரும்பினர் ஆங்கிலேயர். ஆங்கில ஆட்சி மீதான விசுவாசத்துக்கு அடையாளம் எனக் கருதினர். புத்தாண்டுக்கு அதிகாரியைக் கண்டுகொள்ள வராதோர், ஒவ்வொரு கணுக்கணுவாக வஞ்சம் தீர்க்கப்பட்டபோது, அது கட்டாயமாக நிறைவேற்ற வேண்டிய நேர்த்திக் கடனாகிற்று. அதிகார மையத்தின் இந்தப் புள்ளியில் வாழ்த்துத் தெரிவித்து வணங்கும் நேர்த்திக்கடன்தான் இன்று ஆங்கிலப் புத்தாண்டுக்கு வாழ்த்துத் தெரிவிக்கும் முறை.

விடுதலை பெற்று இத்தனை ஆண்டுகள் ஆகியும், மேலதிகாரிகளைக் கண்டு கொள்ளும் நேர்த்திக் கடனை ஒருவரும் கைவிடவில்லை. இதே அதிகாரப் படிநிலை கட்சி அரசியலிலும் வேரூன்றியுள்ளது. புத்தாண்டு

நாளில் கீழுள்ள தொண்டர்கள் அவர்களுக்கு மேலுள்ள வட்டங்களைக் கண்டு கொள்ளல், வட்டங்கள் மாவட்டங்களைக் காணல், மாவட்டங்கள், சட்டமன்ற, நாடாளுமன்ற உறுப்பினர்களைக் காணல், அவர்கள் அனைவரும் அமைச்சர்களைக் கண்டு கொள்ளல், அமைச்சர்கள் முதலமைச்சருக்கு வாழ்த்துச் சொல்லல் என நீளுகிறது. அதிகாரிகள் மட்டத்திலும் அமைச்சர்கள் மட்டத்திலும் கண்டு கொள்ளுதலுக்காக அரசு வாகனங்கள் பயன்படுத்தப்படுகின்றன. கண்டுகொள்ளாதவர் வெள்ளைக்கார ஆட்சியில் போலவே, விசுவாசமற்ற ஊழியர் பட்டியலில் சேர்க்கப்படுகின்றனர். மேலதிகாரத்துக்கு அடிபணியாதவர் என்று புள்ளியிடப்படுகிற வேளையில், பிழைக்கத் தெரியாத மனுசன் என்ற பெயரும் ஒட்டப்படுகிறது.

முதலில் அதிகாரக் கூட்டத்துக்கு அறிமுகமாகி, அரசியல்தர்பார் மண்டபங்களுக்குத் தாவி, வீதியில் ஊடுருவியது புத்தாண்டுக் கொண்டாட்டம்.

"அரசுப் பணியாளன் என் சேவகன், சட்டமன்ற, நாடாளுமன்ற உறுப்பினர்கள், நமக்குப் பணியாற்ற நியமித்த ஆள்" என்று எண்ண வேண்டிய மக்களின் மனசு இவர்களைப் பணிந்து பவ்வியமாகப் போகிறநிலைக்குத் தாழ்ந்தது. பாதாளக் கரண்டியினால் கிணற்றுக்குள் துழாவி எடுக்கிறபோது, தொலைந்து போன வாளி மட்டுமல்ல, துருப்பிடித்த சாமான்களும் மேலே வரும். மெக்காலே வாசகத்துக்குள் தொடங்கி, ஆங்கிலேயர் அறிமுகப்படுத்திய நிர்வாகத்துக்குள் துழாவி எடுத்தால் அடிமை முறை, அடிபணிதல், சுயமரியாதை இழப்பு என்ற தொடரும் சீரழிவுகள் மேலே வருகின்றன.

முதலில் அது மனிதனின் தனித்துவத்தை சாகடித்தது. ஒருவரோடு ஒருவர் கொள்ளும் இயல்பூக்கமான உறவு, போராட்ட ஒற்றுமை, எதிர்ப்புக் குரல், மனித நேயம் போன்ற மனிதனுக்குள் இருக்கும் இயல்பான குணங்களை நாசக்காடாக்கியது. மனிதக் கூட்டு அடையாளங்களான இன, மொழி, பண்பாடு, உறவு, நட்பு போன்ற சிறப்பியல்புகளைத் தவிடுபொடியாக்கியது. தனித்துவ

அடையாளங்களை அழித்து பொதுச்சந்தை, பொது நுகர்வு, பொதுக்கலாச்சாரம் என ஆதிக்க வலையை விரிக்கிற உலக முதலாளியத்தின் கைப்பிடி வித்தையாக புத்தாண்டுக் கொண்டாட்டம் மாறிவிட்டது.

3

இந்த ஆண்டும் இளைய தலைமுறையை, நடுத்தர வயதுகளை மதுக்கடைகள், களியாட்ட அரங்குகள் புத்தாண்டைத் தரிசிக்க வைக்கப் போகின்றன. மதுக்கடைகள், கேளிக்கைக்கூடங்களின் கதவுகள் திறந்திருக்காவிட்டால் இத்தனை கோலாகலமாக இளைஞர்கள், நடுவயதுக்காரர் திரளுவார்களா?

ஐம்பது ஆண்டுகளுக்கு முன் இத்தனை தீவிரமாய் கொண்டாடப்பட்டதில்லை. கொஞ்சம் கொஞ்சமாய் வேகம் எடுக்க ஆரம்பித்து, இப்போது வெறியோடு பெருநகரின் ஒரு முனையிலிருந்து மறு முனைக்கு ஓடிக்கொண்டிருக்கிறார்கள். கொண்டாட்டங்களில் அதிக எண்ணிகையில் பங்கேற்போர் இளையோர், மாணவர் பகுதியினர்தான். குறிப்பாக கொழுத்த வருமானம் பெறுகிற கணினித் துறையினர், கார்ப்பரேட் நிறுவனப் பணியாளர்கள். இவர்கள் பெற்று வந்த கல்வி உலக மயமென்னும் நுகத்தடியில் மாட்டுகிற கல்வியே அன்றி, மனிதனை உருவாக்கிய கல்வியல்ல. இந்தக் கல்விதான் அடிப்படைக் காரணம். மாணவனாயிருக்கிறபோது அவனுள் ததும்பும் ஆற்றல், தன் விருப்பம் சார்ந்து கல்வியை அவன் தேர்வு செய்ய இயலுவதில்லை. எது கற்றால் கோலார் தங்கச் சுரங்கம் உள்ளங்கையில் வரும் என்ற பொருளாதார முனையில் பெற்றோர், சுற்றத்தினர், சமுதாயம் அவனுடைய கல்வியைத் தீர்மானிக்கிறது. ஒவ்வாமை, மன விருப்பமின்மைகளின் தொகுப்பாக அவன் ஆக்கப்படுகிறான். தான் விரும்புகிற கல்வி, வேலைமுறை, வேலைவாய்ப்பு பெற இயலாத தலைமுறை எங்கு போய்ச் சேர வேண்டுமோ அங்கு போய்ச் சேருகிறது என்பதின் அடையாளம் இந்தக் கொண்டாட்டம்.

எல்லா நாட்களிலும் வீதிகளுக்கு வருகிறவர்கள் ஆண்கள்! ஊரே அவர்களுடைய ஊராக இருக்கிறது. தீபாவளி, கார்த்திகை, ஆடி அமாவாசை, தைப்பூசம் போன்ற மதப் பண்டிகைகள் தவிர பெண்கள் வீதிகளில் தென்படுவதில்லை. ஆனால் புத்தாண்டைத் திட்டமாய்ச் சொல்கிற வணிகச் சந்தை பெண்டிரை வெளியே இழுத்து வருகிறது. அன்றைக்குத் தள்ளுபடியில் பொருளை வாங்காவிட்டால் வேறு என்றைக்குமே இல்லை. மீதமுள்ள கொஞ்சநஞ்ச சேமிப்பையும் பறித்தெடுக்க பன்னாட்டு நிறுவனங்கள் நுகர்வுப்பொருட்களை இறக்கி விடுகின்றன.

திரைப்படம், ஜோதிடம், வாஸ்து சாஸ்திரம், பக்தி, பஜனை, கோயில் என்று அனைத்தையும் சுற்றி புத்தாண்டு முற்றுகை நடக்கிறது. இந்த வழக்கமான பாணிகளுடே விற்பனைப் பொருட்களின் விளம்பரக் களமாக தொலைக்காட்சிகள், பத்திரிகைகள் தங்கள் கஜானாக்களை நிரப்பிக் கொள்கின்றன. புத்தாண்டை நடுநரம்பாக்கி திரைப்பட பேருருக்கள், பிம்பங்கள் தொலைக்காட்சிகளால் கட்டமைக்கப்படுதல் கண்கூடு. தங்களை விட்டால் லோகத்துக்கு விமோசனமே இல்லை என்ற பாணியில் அறிவுஜீவித் தோரணையில் நடிகர், நடிகையர் புத்தாண்டு போதனையில் இறங்கிவிடுவார்கள்! அவர்களுடன் போட்டி போட்டுக் கொண்டு அரசியல் தலைவர்களின் வாழ்த்துச் செய்தி! மத வழிபாட்டுப் பண்டிகைகளை முன்னிறுத்தி மட்டுமே ஆசி வழங்கும் மடாதிபதி, பீடாதிபதி, ஆசாரியார், பகவான்கள், மத குருக்கள் வாரித் தெளிக்கும் அருளாசிகள் ஆங்கிலப் புத்தாண்டுக்கும்!

இவற்றைக் கேள்விக்குள்ளாக்கியும், கேலிக்குள்ளாக்கியும், அவைகளின் இடத்தில் சமுதாய சீர்திருத்த மாற்றீடுகளை முன்வைத்துப் பணியாற்றியவை தொடக்ககாலத் திராவிட இயக்கங்கள். பொங்கல்நாளைத் தமிழர் திருநாளாகக் கொண்டாட வேண்டுமென்ற கருத்தாக்கத்தினை பாரதிதாசன், நாவலர் பாரதியார், கி.ஆ. பெ. விசுவநாதம், ரா.பி. சேதுப்பிள்ளை, இராசமாணிக்கனார் போன்ற தமிழறிஞர்கள், பெரியார், அண்ணா போன்ற சமுதாய சீர்திருத்தத்

தலைவர்கள் முன்வைத்தனர். தீபாவளி, கார்த்திகை, ஆயுதபூஜை, பிள்ளையார் சதுர்த்தி போன்ற விழாக்களுக்கு மாற்றாக பொங்கல் திருநாள், உழவர் திருநாள், தமிழ்ப் புத்தாண்டு என திராவிட இயக்கங்கள் எடுத்துச் சென்றன. மே நாள், அக்டோபர் புரட்சி, உழவர் திருநாள் என பொதுவுடைமை இயக்கத்தவர்கள் மாற்று விழாக்களில் மக்களை பங்கேற்கச் செய்தனர். இன்று மாற்று விழாக்களை ஒப்புக்கு மட்டுமே நிகழ்த்தி, அனைவரும் ஆங்கிலப் புத்தாண்டுத் கொண்டாட்டத்தில் கரைகிறார்கள்.

ஒவ்வொருவரும் சொந்த வாழ்க்கையை வடிவமைப்பது என்பது முக்கியமானதாகும். அவரே சமூக நபராகவும் இந்த மக்கள் சமுதாயத்தை வடிவமைத்தல் அதனோடு இணைந்ததாகும். தனி மனித நலன், கூட்டுக் களியாட்டம் என்று அன்றைய ஆங்கிலேயம், இன்றைய உலகமயம் வகுத்துத் தந்த வாய்க்காலுக்குள் அடங்காமல் வெளித்தாவி, எதிர்ப்பின் குரல்களால் வடிவமைக்கப்படுமா 2017 புத்தாண்டுக் கொண்டாட்டம்?

சமுதாயம் முன்னகர, அல்லது அதை முன்னகர்த்த குறிப்பிட்ட காலகட்டத்தில் எது பிரதான முரணாக இருக்கிறதோ, அந்த முரணைத் நீக்குதல் என்பது தான் உழைக்கும்வர்க்கத்தின் மே தினச் சூளுரையாய் இருந்து வந்துள்ளது. ஒவ்வொரு வரலாற்று நாளுக்கும் ஒவ்வொரு முக்கியத்துவம் உண்டு.

மேலை நாடுகளின் கணிதம், அறிவியல் கண்டுபிடிப்புகள் நமது வாழ்வின் பகுதியாக மாறிவிட்டன. பிற திசைகளிலிருந்து, குறிப்பாய் மேலை நாடுகளிலிருந்து வரும் புதியனவற்றை நம் வாழ்வுக்கு உகந்ததாய் ஆக்கிப் பயன்படுத்துகிறோம். அதுபோல் ஆங்கில ஆண்டு வரிசை, மாதங்கள், வாரங்கள், நாட்கள் என நம் வாழ்வின் நடைமுறையாக ஆகியுள்ளன; அறிவியலில் விளைந்த இப்புதினத்தைப் பயன்படுத்துவது என்பது இயல்பாகியுள்ளது. விளைவு, பயன்பாடு தான் ஒரு செயலின் முடிவினை தீர்மானிப்பதாகும்.

புத்தாண்டின் சூளுரை என்னவாக இருக்க வேண்டும்? தனிமனிதப் பிரச்சினையாயினும், சமுதாயப் பிரச்சினையாயினும் குறிப்பிட்ட சூழலில்

எது முன்னேற்றத்துக்கு முட்டுக்கட்டையாயிருக்கிறதோ அந்தத் தடையை அகற்றுதல் என்பது தான் சூளுரைத்தல்.

இந்திய சமுதாயம் அடிப்படையில் இந்து சாதிய சமுதாயம். இந்து மதம் தான் வெட்டப்படாத தொப்புள் கொடியாக சாதியை இன்னும் கொண்டுள்ளது. ஈராயிரம் ஆண்டுகள் முன்னான தமிழ்ச் சமூகத்தில் சாதி இல்லை. ஈராயிரம் ஆண்டுகளின் பின் தொழில் பிரிவினை ரீதியில் சாதியக்கூறுகள் மேலெழுந்து வந்து கொண்டிருந்தன. இந்து சமயம் உள்ளிறங்கும் வரை சாதி திட்டவட்ட வடிவம் கொள்ளவில்லை. குறிப்பாக ஏழு எட்டாம் நூற்றாண்டில் சமஸ்கிருதமயமாக்கல் என்ற பிராமணியம் வேரூன்றியது. "கி.பி நான்காம் நூற்றாண்டிலும், 5வது நூற்றாண்டிலும் வட இந்தியாவில் தன்னை உறுதியாக நிலைப்படுத்திக் கொண்ட பிராமணியம், பின்னர் தென்னிந்தியாவில் முக்கியத்துவம் பெறத் தொடங்கியது" என்பார் ரை டேவிட்ஸ் என்ற வரலாற்றாய்வாளர். சோழர் காலத்தின் போது, பிராமணியம் கொப்பும் கிளையுமாக சைவ, வைணவத்தை உள்வாங்கி விருட்சமாகியது,

இன்றைய தமிழ்ச் சமுதாயம் இன்று சாதிப் பிரிவுகளின் இந்து சமூகம் தான். புத்தாண்டுக் கொண்டாட்டங்களில் எழ வேண்டிய கேள்வி - எரபள்ளிகள் இருந்த படியே தான் இருக்க வேண்டுமா?

எரபள்ளிகளே இல்லாமல் செய்வது நமது இலட்சியமாக இருப்பினும், 72- வயது கருவூரனுக்கு என்ன பதில் சொல்லப் போகிறோம்? ஓடாத தேரை ஓடவைத்து, வாராத அம்மனை வரவழைத்து, கருவூரனுக்குப் புத்தாண்டைக் கையளிக்கச் செல்வோம். நமது எழுத்தும் சொல்லும் எரபள்ளிகளை நோக்கி எழுப்புவோம்.

கிழவிப்பட்டி

பனைநார்க் கடகப் பெட்டியில், கட்டிச் சோறு கட்டிக்கொண்டு பயணம் போகிறீர்கள். அன்று கிண்டி மூடிய கம்மஞ்சோற்றுப் பானை வெதுவெதுப்பாக மாட்டு வண்டியில் ஏறுகிறது. ஆத்தூர் ஆறு, அதற்கும் பெயர் தாமிரபரணி. தேர்ந்த கழைக் கூத்தாடி, 'அத்தர் பான்ஸா கொழுக்கட்டை' என்று அத்தாசமாய்க் கரணமடிப்பது போல், தாவித்தாவி அலையடித்து ஆத்தூரைச் சுற்றிச் சுழித்து ஓடுகிறது. ஊரைச்சுற்றி வெற்றிலைக் கொடிக்கால் தோட்டக் காடுகள். வெற்றிலைப் பொதி ஏற்றிய வண்டி ஆத்தூரைத் தாண்டினால் தூத்துக்குடி. மாட்டு வண்டிகளின் பேட்டையாக ஒருகாலத்திலிருந்தது தூத்துக்குடி. நகரைக் கடந்தால் தருவைக்குளம். பிறகு வேப்பலோடை, குளத்தூர், புளியங்குளம், மந்திக்குளம் - வரிசைக் கிரமமாய் வந்தால் முத்துலாபுரம் ஆறு என்றும், கொஞ்சம் தள்ளிப் போனால் விளாத்தி குளம் ஆறு எனவும் பெயர் சூட்டிக் கொண்டு உங்களை மறிக்கிறது வைப்பாறு. கரண்டைக் காலளவு நீரில் மாட்டு வண்டியில் நீங்கள் கரையேறினால் அக்கரையில் இலந்தைக்குளம். அதைத் தொட்டு கூப்பிடு தொலைவில் கிழவிப்பட்டி.

ஓலைக் கொட்டான்களில் அடைக்கப்பட்ட வெற்றிலை ஒருவாரம் சென்றாலும் வாடாது, வதங்காது. ஊர் ஊராய்ப் பண்டமாற்று முறையில் விற்று வருகிற வணிகத்துக்கு 'தாவளம்' என்று பேர்.

கள்ளர் பயம் மிகுதியென்பதால் ஒத்தைவண்டிப் பயணம், அதிலும் இரவுப் பயணம் லாயக்குப் படாது என்று வெற்றிலைப் பொதி ஏற்றிய வண்டி முதலாளி போத்தி ரெட்டி, வண்டியோட்டி கொம்பன் பகடையுடன் கிழவிப்பட்டியில் ராத்தங்கல். சுப்பாரெட்டி ரொம்ப காலப் பழக்கம். பிரியமாய்த் தங்க வைப்பார்கள். வீட்டில் பாவாடை, தாவணியிலிருந்த வள்ளி, சுப்பாரெட்டி மகள். கொம்பன் பகடைக்கு தண்ணி கொடுக்க, சாப்பாடு போட, பேச்சுப் பழக்கம் போட வருவது அவள்.

வெற்றிலைக்குப் பல மகிமை. வெற்றுப் பச்சை இலையில் துவர்ப்பான பாக்கு, வெண்ணிறச் சுண்ணாம்பு சேருகிறபோது சிவப்பு மகிமை வந்துவிடுகிறது. வாயில் மெல்லுகையில் அது ஜீரணலேகியம்.

செங்காம்பு வெத்திலையை காம்போடு மெல்ல வேண்டும். வள்ளி கொம்பன் பகடையிடம் வந்து நிற்கையில், காம்பு கிள்ளிக் கொடுப்பான்.

"மென்னு பாரு, நல்லாருக்கும்"

"ம்கூம், நா மாட்டேன்"

அவளையே பார்ப்பான்.

"வெத்திலை போட்டா கோழி முட்டும். பெரியவுக சொல்லுவாக"

"அது கேலிக்கி. எங்கயாவது கோழி முட்டுமா?"

"ஆமால்லே" சிறுபெண் வெட்கத்துடன் பார்த்தாள். ஒருத்தருக் கொருத்தர் பேசி கதை சொல்லி சிரிக்க பிரியம் கூடிக்கொண்டு போனது.

"பஞ்ச பாண்டவர்னா எத்தனை?"

"அஞ்சு பேரு"

அந்த பஞ்ச பாண்டவரத்தான் நாங்க விக்கிறோம்" என்றான். புரியாமல் வள்ளி ஏறிட்டுப் பார்த்தாள்.

"இப்பப் பாரு" கொம்பன் ஒரு வெத்தலையை எடுத்தான். காம்பைக் காட்டினான்.

"இது என்ன? காம்பு" அவனே பதிலும் சொல்லி வந்தான்.

காம்பைக் கிழித்தான் "இது என்ன? கிழிப்பு"

பிறகு வெற்றிலையை மடித்தான் '' இது என்ன? மடிப்பு''

சுண்ணாம்பு தடவினான்

''இது என்ன? சுண்ணாம்பு''

வாயில் போட்டு மெல்லுகிறான்: வாயெல்லாம் ரத்தமாய்ச் சிவந்தது.

'' சிவப்பு. சரியாப் போச்சா? காம்பு, கிழிப்பு, மடிப்பு, சுண்ணாம்பு, சிவப்பு - அஞ்சு ஆகிருச்சா, பஞ்சபாண்டவர். இந்த பஞ்சபாண்டவரைத் தான் நாங்க விக்கிறோம். நீங்க வாங்குறீங்க''

சிறு பிள்ளை அதிசயிப்பாய் அவனைப் பார்த்தாள். ''எங்க காட்டு?'' அவனுடைய கையைப் பிடித்தாள்.

''ஒனக்கு அஞ்சு இல்லையே, ஆறு விரல்ல இருக்கு'' என்று எண்ணிக் காட்டினாள்.

''அதுவா? கடவுள்தானே ஒவ்வொருவரையும் படைச்சார். கடவுள் வச்ச மிச்ச மண் இது'' என்கிறான். கொம்பன்பகடையின் பேச்சில், வாக்குச் சாதுரியத்தில் வள்ளி சொக்கிக் கிடந்தாள்.

கிழிவிப்பட்டியிலிருந்து தத்தநேரி, சூரங்குடி, சாயல்குடி வரை போய் வெற்றிலைப் பொதி தீர்ந்து திரும்புகாலிலும் கிழவிப்பட்டியில் இரண்டு நாள் தைப்பாறுவார்கள். அலுப்புத் தீருமட்டும் அங்கு தங்குவார்கள். சொடக்கு எடுத்தது போலிருக்கும்.

அப்படித் தங்கிய ஒருதடவை வள்ளி தென்படக் காணோம். கொம்பன் பகடை கண்களால் உள்ளே, வெளியே துழாவிப் பார்த்தான். அப்போது ஒரு தாக்கல் வந்தது.

''வள்ளி பெரிய மனுசியாயிட்டா''

தாவளத்துக்குப் போகாத நாட்களில் வள்ளி பேரிலுள்ள பிரியத்தால், வேற வேலைக்கு இந்தப்பக்கமாய் வந்தது போல் காட்டிக்கொண்டு வரப்போக இருந்தான். அவளுக்கு அண்ணன் தம்பிகள் ஏழுபேர்.

பிரியம் கூடக்கூட, ஒருநாள் இரண்டுபேரும் சேர்ந்து இருந்ததை அண்ணன் தம்பிகள் பார்த்து விட்டார்கள்.

''வள்ளியை அடிஅடின்னு அடித்து அரிசருகா ஆக்கிட்டாங்க. இனிமேப்பட அவனோட பேசிறதைக் கண்டமின்னா, கொன்னே போடுவோமின்னு நட்டுக்க நின்னாங்க. கொம்பன் பகடையைக் கூப்பிட்டு இனிமே இந்தப்பக்கம் தலை தென்படக்கூடாதுன்னு எச்சிரிச்சாங்க.

பொண்ணை விட்டுட்டுப் போகலைன்னா ஒந்தலை கீழே விழுந்துரும்னு சொல்லக்க, அடிவாங்கின வள்ளி நிக்கல. அப்படியே அவனோட வண்டியில் ஏறிட்டா. ''நா ஒங்கூட வர்றேன். என்னைய கூட்டிட்டுப் போகலைன்னா, இவங்க என்னை வெட்டிப் பலி போட்டுரு வாங்க '' ன்னு பிறத்தாலேயே போனா. அழுதா. இவர்கள் அவளை மறிக்க, போய்த்தான் ஆவேன்னு பிடிவாதமா நிக்கா. செம்பறை யாட்டு பால்பீய்ச்சி, அதில் வெத்தலைய வச்சி நாங்க ஒன்ன ஒன்னும் பண்ணமாட்டோம் தாயின்னு அடிச்சி சத்தியம்பண்ணிக் கொடுத்தாங்க. அவ நம்பலே. வண்டியில் ஏறி கொம்பன்பகடையோட ஊரைக்கடந்து அவங்கள மதிக்காமப் போக, வண்டி ஓடைக்குள் எறங்குனதும் மறிச்சி கொம்பன் பகடையை வெட்டித் தீர்க்கிறாங்க. தலை இல்லாத முண்டம் துடிக்குது. பிறகு வள்ளியை இழுத்து கெடா வெட்டுறது கணக்கா வெட்டிட்டாங்க. தலை குதிச்சி ஓடைமரத்தில் போய் ஒட்டிக்கிருச்சி. ஆனா அவகொண்ட கோபம், இவங்க குடும்பத்தை நிலை கொள்ளாம ஆட்டுது. ஏழு அண்ணன்மார் குடும்பத்திலயும் கரு தங்கல. இருக்கிற குழந்தைகளும் சள்ளு சள்ளுன்னு இருமி ரத்தமா கழியுது. வெள்ளாமை தீப்பிடிச்சிக் கருகுது. நம்ம குத்தம் செய்திட்டோம்னு ஓடைமரத்துக்கு கும்பிடு போட ஆரம்பிக்கிறாங்க. தெய்வமாகிட்ட தாயேன்னு ஏழு குடும்பமும் பொங்கல் வச்சி சாமி கும்பிடறாங்க. அதுக்குப்பின்னாலே இப்ப ஊரே அம்மாவுக்கு பண்டிகை பலகாரம்னு கொண்டாடுது''

இந்தக் கதையை எங்களிடம் சொன்னவர் முத்துராக்கு. சொல்லச் சொல்ல கண்களில் பிரியம் விரிகிறது'' அவ எங்க தெய்வமாயிட்டா''

தமிழ்நாடு கிழவிப்பட்டிகளால் நிறைந்து கிடக்கிறது.

வள்ளி ஓடைமரமாக உயர்ந்து விட்டாள். வீரநாகம்மா வேப்பமரமாக குளுந்து போனாள். குளத்தூர் மாத்தியம்மா ஆலமரமாக அடர்ந்து

விரிகிறாள். நினைவாய் கும்பிட்டு ஆத்திக் கொள்கிறார்கள். துடிக்கத் துடிக்கக் கொன்றவர்கள் பலி கொண்ட பெண்ணை தெய்வமாக்கிக் கொண்ட சூட்சுமம் புரிகிறது. அதே ஓடையில்தான் கொம்பன்பகடையை வெட்டிப் பலி போட்டார்கள். அவன் தெய்வமாக்கபடவில்லை.

தீண்டத்தகாதவன் எக்காலத்தில் தெய்வமானான்? தொடக் கூடாதவனைத் தொட்டு 'சாதிக் குத்தம்' பண்ணியதற்காய் பலியாக்கியவளை சாமியாக்கி புனிதப்படுத்திக் கொண்டவர்கள் - ஓடைக்காலில் ஓட ஓட விரட்டிப் பலியெடுத்த கொம்பன் பகடையை கும்பிடவும் இல்லை, கொண்டாடவும் இல்லை.

தாழ்த்தப்பட்ட சாதியில் பற்றும் காதல் தீ, கொலையில் தான் முடிகிறது. மதுரை வீரனை - மாறுகால், மாறுகை வாங்கி முடித்தார்கள். முத்துப்பட்டனை- வஞ்சகமாய் உயிர்பறித்தார்கள். கொம்பன்பகடையை- கோளாறாய் ஓடைப்பள்ளத்தில் கதை முடித்தார்கள். இளவரசன் -இரயில் தண்டவாளத்தில் தள்ளப்பட்டான். திருச்செங்கோடு பொறியியல் மாணவர் கோகுல்ராஜைக் கொன்று, அதே தண்டவாளத்தில் தள்ளினார்கள். தாழ்த்தப்பட்டவனுக்கு காதலும் விலக்கி வைக்கப்படும்.

ஒவ்வொரு மனிதனுள்ளும் வாழ்தலின் உயிர்ப்பு இயங்கிக் கொண்டுள்ளது. புல்பூண்டு, செடி, கொடி, ஊர்வன, பறப்பன, நடப்பன என அனைத்து ஜீவராசிகளுக்கும் வாழ்தல் உயிர்ப்பு இயற்கையானது, வாழ்தலின் பொருட்டு பீய்ச்சியடிக்கும் உயிர்ப்பு, தன் சக உயிரின் மீது நேசம், உறவு கொள்ள நீளுகிறது. செடி, கொடி அப்படித்தானே நீளும். நீண்டு தாவித்தாவி தழுவும். சக உயிர்களோடு கொள்ளும் உறவு இல்லை யெனில், உயிர்ப்பு (உயிர் வாழுதல்) பொருளற்றதாய் ஆகிவிடும். வாழ்தலின் உயிர்ப்புக்கு, அதன் காரணமாய் உண்டாகும் உறவுக்கு எல்லையில்லை.

தான், தன் குடும்பம், தன் குழு, தன் சாதி, தன் மதம் போன்ற தன்னிலைகளோடு மட்டுமே கொள்ளும் உறவும், நேசமும் தன்னை நேசித்தல் என்னும் மோகத்திலிருந்து பிறக்கிறது. மற்றவரோடு உறவுகொள்ளுதல் என்பதிலிருந்து விலகி, மற்றவரை ஆளுதல் என்ற அதிகாரத்துக்கு ஏறுகிறது. மற்றோரை அடக்கியாளுதலின் பெயர்

அதிகாரம். மனித வாழ்தலுக்கான உயிர்ப்பு சக்தியில் அதிகாரம் அல்லது மேலாண்மை என்பது பாறைச் சுவர். இன்றைய மனிதக் கூட்டம் ஓரங்குலம் கூட உயரவில்லை என்பதை 'உத்தப்புரம்' சுவர் பறைசாற்றிக் கொண்டிருக்கிறது. கொலைச் சாட்சியம் கிழவிப்பட்டியெனில் வாழ்வியல் உரிமை பறிப்பின் மொத்த சாட்சியம் உத்தப்புரம்.

சாதிக்குள் பிரியம், சாதிக்குள் அபிமானம், சாதிக்குள் காதல், சாதிக்குள் உறவு என மட்டுப்படுத்தத் தொடங்குகிறார்கள். சாவும் சாதிக்குள் முடிகிறது. சாவு வீட்டிலும் யார் கூடுகிறார்கள்? சொந்த சாதிக் கூட்டம்.

சாதி தாண்டி, மதம் கடந்து பிரியம் கொள்கிற பதின்மவயதின் நினைப்பைக் கருவிலேயே கிள்ளி எறிய முண்டுவார்கள். பிரியம் வளர்ந்து பிணையத் தொடங்கினால் ஓட ஓட விரட்டுவார்கள். "காதல் நாடகமாடி எம்குலப் பெண்டிரைக் கவர்ந்து செல்கிறார்கள்" என்ற வாசகம் 'உத்தப்புரம்' சுவர்களுக்குள்ளிருந்து பிறக்கிறது. மந்தை மந்தையாய் மாடு ஆடுகளைக் கவர்ந்து ஓட்டிச் செல்லும் ஆநிரை கவர்தல் பழங்காலம் போல் தங்கள் சாதி மந்தையை ஓட்டிக் கொண்டுதிரிகிறவர்கள் தலைவராக முடியும்.

இரண்டு மாதங்கள் முன் தூத்துக்குடி மாவட்டத்தில் தோட்டக்காடுகளுள்ள நரசம்பட்டி கிராமத்துக்குப் போயிருந்தேன். கிணற்றுப் பாசனம்; நல்ல காற்றடி காலம். காற்றடி இல்லாத போதும், நடந்து போனால் ஒரு பக்கமாய்ச் சரித்துத் தள்ளிவிடும் "ஆள் தூக்கிக் காத்து" எல்லாக் காலத்திலும் வீசியது. கண் ஏறிட்டுப் பார்க்குமிடமெங்கும் காற்றாலைகள். 66 அடி கிணறு எடுத்தார் அந்த சம்சாரி. கிணற்றில் நீர்மட்டம் பார்க்கலாம் என்று போனபோது, சம்சாரி சொல்வார் "மேற்குப்பக்கமா நின்னு எட்டிப் பாக்காதீங்க, காத்து ஆளை வாரியடிச்சிடும், கிழக்குப்பக்கமா நின்னு பாருங்க"

நான் எட்டிப்பார்த்தேன்.

"நீங்க நிக்கிற இடத்தில் இருந்து ஒரு நிறைமாசச் சூலி கிணத்தில் பாய்ஞ்சிட்டா" என்றார்.

பா. செயப்பிரகாசம்

‘‘ஏன்?’’ கேள்வியோடு ஏறிட்டுப் பார்த்தேன்.

‘‘ஒருத்தரை ஒருத்தர் நெனைச்சிக்கிட்டாங்க; பழகிக்கிட்டாங்க. கல்யாணமாகுமின்னயே கருவை ஏந்திக்கிட்டா. நாள் காண சூல் கூடிக்கிருச்சி. வலிகண்டு வயிறு குத்தெடுத்திருக்கு. நெறைமாசம். எப்படித்தான் இருட்டில் வந்து சேர்ந்தாளோ, நீர்ப் பாய்ஞ்சிட்டா’’

‘‘எதுக்கு இப்படி?’’

‘‘ஏன் இப்படின்னா? அவ சாம்பாக்கமார்ப் பொண்ணு. பிள்ளை பெறக்கூடாது. பெத்ததாலும் பெத்ததும்னு தெரியக்கூடாது என்று நாயக்க சாதி ஆட்க போய் மிரட்டிருக்காங்க. ஈனசாதிக்கு எந்த முடிவு உண்டுமோ, அந்த முடிவைத் தேடிக்கிட்டா’’

வாழ்ந்து வேதனைப்படுவதிலும், உயிர்விடுதல் எளிது. ஈழத் தமிழர்களாயினும் ஈனச் சாதியினராயினும் சாவதினும் வாழ்வதற்கே பயப்படுகிறார்கள். முத்துமாரி நீர்ப் பாய்ந்ததும், தருமபுரி இளவரசன் தண்டவாளத்தில் சரிந்ததும், சுற்றி நடமாடும் பாம்பு, பூரான், தேள், நட்டுவாக்காளிகளின் விஷக்கடிக்குப் பயந்துதான் பாய்ந்தார்கள்.

தீப்பாய்ஞ்ச அம்மன் போல், நீர் பாய்ஞ்ச அம்மன் என்று ஏன் கொண்டாடவில்லை? கொண்டாட அவள் என்ன வள்ளியாட்டம் மேல்சாதிப் பெண்ணா! யோசிக்க, யோசிக்க மூச்சடைப்பது போல் இருக்கிறது.

சாதிக் கலப்புத் திருமணங்களுக்கு எதிராக தமிழ்நாட்டில் நடைபெறும் அலங்கோலத்தைக் கண்டு கொண்டிருக்கிறோம்.இதுபோன்ற சாதிமறுப்புத் திருமணங்கள் செய்துகொள்வோர் மீது ஏவப்படும் கொடுமைகள் பற்றி உச்ச நீதிமன்றம் வழங்கிய தீர்ப்பு குறிப்பிடப்பட வேண்டியதாகும்.

‘‘சாதிமுறை என்பது நாட்டின் மீதான ஒரு சாபக்கேடாகும். இதனை எவ்வளவு சீக்கிரம் அழிக்கிறோமோ அவ்வளவு சீக்கிரம் நல்லது. உண்மையிலேயே நாம் எல்லோரும் ஒன்று பட்டு நாட்டின்முன் உள்ள எல்லா சவால்களையும் சந்திக்க வேண்டிய வேளையில், சாதி நாட்டைக் கூறுபோட்டுக் கொண்டிருக்கிறது. சாதிக் கலப்புத் திருமணம் என்பது சாதி

முறையை ஒழிக்க வழிவகுக்கும் என்பதால் அவை நாட்டு நலனுக்கானவை. ஆனால் சாதிக்கலப்புத் திருமணம் செய்து கொள்ளும் ஆண்களையும் பெண்களையும் வன்முறைகளால் பயமுறுத்துவதாகவும், அல்லது வன்முறை அவர்கள் மீது கட்டவிழ்ந்து விடப்படுவதுமான அமைதி குலைக்கும் செய்திகள் நாட்டின் பல பகுதிகளிலிருந்தும் எங்களுக்கு வந்த வண்ணம் உள்ளன. எங்களின் கருத்துப்படி, இத்தகைய வன்முறைச் செயல்கள் அல்லது பயமுறுத்தல்கள் அல்லது தொல்லைகள் முற்றிலும் சட்ட விரோதமானவையாதலின் அத்தகைய குற்றம் புரிவோர் கடுமையாக தண்டிக்கப்பட வேண்டும்.

''இது ஒரு சுதந்திர ஜனநாயக நாடு. ஒருவர் வயது வந்த நிலை அடைந்ததும் அவனோ அவளோ தாம் விரும்பும் எவரையும் மணம் செய்து கொள்ளலாம். ஆனால் சாதிக் கலப்புத் திருமணம் அல்லது மதக் கலப்புத் திருமணம் செய்து கொண்டவரை பயமுறுத்துவதோ, வன்முறை விளைவிப்பதோ, அல்லது வன்முறை விளைவிக்கத் தூண்டுவதோ, இன்னல்கள் தருவதோ கூடாது. வயதுக்கு வந்த ஒரு ஆணோ, பெண்ணோ வயதுக்கு வந்த ஒரு பெண்ணுடனோ, அல்லது ஆணுடனோ சாதிக் கலப்பு, மதக் கலப்புத் திருமணம் செய்து கொண்டால் அந்த இணையை யாரும் துன்புறுத்தவோ, பயமுறுத்தல், அல்லது வன்முறைக்கு ஆளாக்கப்படாமலோ பார்த்துக் கொள்ளவேண்டும் என்று நாடு முழுவதும் உள்ள நிர்வாகத்திற்கும் காவல்துறை அதிகாரிகளுக்கும் உத்திரவிடுகிறோம். பயமுறுத்தல், துன்புறுத்தல், வன்முறை விளைவித்தல் போன்ற செயல்களில் எவரேனும் தாமாக ஈடுபட்டாலும் அல்லது எவரின் தூண்டுதலின் பேரில் நிகழ்த்தப்பட்டாலும் அத்தகையோர் மீது குற்றவியல் வழக்குப் பதிவு செய்து, மேலும் சட்டத்திலுள்ள வழிவகைப்படி கடும் நடவடிக்கை எடுக்க வேண்டுமென்று உத்திரவிடுகிறோம்.

''தாங்களாகவே விரும்பி சாதிக்கலப்பு மற்றும் மதக்கலப்புத் திருமணம் செய்து கொள்வோரை கொல்லும் கௌரவக்கொலைகள் பற்றி கேள்விப்படுகிறோம். இத்தகைய கொலைகளில் கௌரவம் என்று ஏதுமில்லை. உண்மையைச் சொல்ல வேண்டுமாயின் அச்செயல்கள் கடும் தண்டனைக்குரிய கொடிய, பிரபுத்துவ மனங்கொண்டவர்களால்

நிகழ்த்தப்படும் காட்டுமிராண்டித்தனமான, வெட்கக்கேடான கொலைகள்தானே தவிர வேறொன்றுமில்லை. இந்த முறையில் மட்டுமே இத்தகைய காட்டுமிராண்டித்தனமான செயல்களைக் களைந்தெறிய முடியும்.''

(பார்க்க: Lata Singh vs State of U.P & Another, 2006 (5) SCC 475)

கிழவிப்பட்டியும், நரசம்பட்டியும், தருமபுரியும், திருச்செங்கோடுமாய் தமிழகம் மாறிவிட்ட சூழலில் - சாதி ஒழிப்புக்கு ஒரு வாய்க்கால் வெட்ட வக்கில்லாத ஒரு இனத்துக்கு - கல் தோன்றி, மண்தோன்றாக் காலத்தே வாளொடு முன்தோன்றி மூத்தகுடி என்றோ, அகம், புறம் வகுத்து உலகுக்கு அளித்த முதல் சமூகம் எனவோ பெருமை பீற்றிக் கொள்ள என்ன தகுதியிருக்கிறது? உப்புக்கல்லுக்கு ஆகுமா இந்தப் பழமை பீற்றல்?

ஒவ்வொரு தமிழனின் மனசுக்குள்ளும் உத்தப்புரக் கொடுஞ்சுவர் உண்டா, இல்லையா? ஈராயிரம் ஆண்டுக்கால இந்தச் சுவர் கற்களால் செங்கல்லால் காரையால் எழும்பியதல்ல. அதனினும் வலுவான இரும்பால் ஆனதல்ல; ஆனால் கல்லும் காரையும் இரும்பினும் காலத்தால் பொடியாகாத சாதி மனசால் எழும்பியது. வருணாசிரமக் கருத்தால் வகுக்கப்பட்ட இது கோட்டைச் சுவரினும் காலம் கூடியது.

உத்தப்புரம் சுவர் இடிக்கப்பட்டது 2008-ஆம் ஆண்டில்: அதன் பின்னும் தொடர்ந்தது சாதி இந்துக்களின் வன்முறை; அவர்களுக்கு வக்காலத்து வாங்கி போலீஸ், அதிகாரக் கூட்டம் நடத்திய ஆயுத அட்டகாசத்தால் பாதிக்கப்பட்ட மக்களுக்கு இழப்பீடு வழங்க மாவட்ட நிர்வாகத்துக்கு மதுரை உயர்நீதிமன்றக்கிளை ஆணையிடுகிறது. ஆணையிட்ட நாள் மார்ச் 2012. இதுவரை இழப்பீடு வழங்கவில்லை. தலித் மக்களுக்கு அனுசரணையும் இல்லை. உத்தப்புரம் பெண்கள் மறுபடி 18.8.2014ல் முறையீடு செய்கிறார்கள். ஆதிக்க சாதிகளுக்கும் அதிகார வர்க்கத்துக்குமான தொப்புள்கொடி உறவை வெட்டி எறியாமல் தமிழனுக்கு என்ன வேலை வேண்டிக்கிடக்கு? போராடுகிறவர்களுக்கே இந்தக் கதியென்றால், ஏப்பை சாப்பைகள் என்னாவார்கள்?

2014, ஜீலை 10ஆம் நாள் விருதுநகர் மாவட்டத்தில் சூலக்கரை என்ற கிராமம், சாதி வேற்றுமை பாராட்டாத கிராமம் என சமூக நலத்துறை தேர்வு செய்து, அரசின் ரூ 10 லட்சம் விருது பெறுகிறது. ஜூலை 17-ஆம் நாள் செய்தி வருகிறது.

சூலக்கரை தேநீர்க் கடைகளில் சாதி இந்துக்களுக்கு மட்டுமே பெஞ்சுகள்; தலித்துகள் தரையில்.

உயர்சாதிக்கு தனிக்குவளை; தரைவாசிகளுக்கு தனிக்குவளை.

வீதிகளில் நடக்கத் தடை; ஊரைச்சுற்றியே வரவேண்டும்.

தலித்துகளுக்கு தனிச்சுடுகாடு. கோயில்களில் சாமிகும்பிட அனுமதி மறுப்பு. பொதுக்குழாயில் தண்ணீர் பிடிக்கக் கூடாது.

மேல் சாதி இந்துக்களிடம் பேசும்போது குனிந்து அல்லது குத்துக்காலிட்டு உட்கார்ந்து பேசவேண்டும். எல்லா சவரட்சணையும் (வசதிகள்) சாதி இந்துக்களுக்கே.

சூலக்கரை ஊராட்சித் தலைவர் சொல்கிறார். ''நாங்கள் சாதி பார்க்காமல் நல்லிணக்கத் தோடு வாழ்கிறோம்''

அப்படியானால் கிராமத்திலிருந்து ஒரு கி.மீ. தொலைவில் அருந்ததியர் குடியிருப்பு தனியாக ஏன்?

கிழவிப்பட்டிகள் இல்லாத தமிழ்நாட்டைக் காண்பதற்கு, பெரியார் என்ற கிழவன் ஏங்கினான். கிழவிப்பட்டி இல்லாத இந்தியாவைக் காண, அம்பேத்கர் என்ற இளைஞர் விரும்பினார்.

கிழவிப்பட்டிகள் நம்வாழ்வில் இருக்கிறது. இதயமே அதுவாக இருக்கிறது.கிழவிப்பட்டி இல்லாத தமிழகத்தை இனிமேல்தான் கண்டெடுக்க வேண்டும்.

யுத்தம் தின்ற பெண்கள்

குழந்தைகள் சுறுசுறுப்பானவர்கள்: குறும்புத்தனம் கொண்டவர்கள். ஓரிடத்தில் நில்லாது பறக்கும் தட்டாம் பூச்சிகள் றெக்கைகள் தந்தன; சர்ரென்று கீழிறங்கி, ''வுய்யென'' மேலேறிப் பாய்கிற வித்தையை தைலான் பறவைகள் அளித்தன.

''குறும்புத் தனம் செய்; அது
மிகச் சரியானது
செங்குத்துச் சுவர்களின்
மேல் ஏறு!
மரங்களின் மேல் தாவு!
ஒரு கப்பலோட்டியைப் போல்
சைக்கிளை ஓட்டிச் செல்!
நீ அறிய வேண்டியது
இந்தக் கறுப்பு மண்ணிலே
உனக்கென ஒரு சொர்க்கத்தை
எப்படி உருவாக்கிக் கொள்ளவேண்டும்
என்பதைத்தான்''

- துருக்கிக் கவிஞன் நசீம் இக்கத்தின் குழந்தைகள் இவர்கள். நம்முடைய குழந்தைகளும் காலில் கட்டிவிட்ட சக்கரங்களால் தமக்கென இப்படிப்பட்ட ஒரு சொர்க்கத்தை சமைத்துக் கொண்டே திரிவார்கள். அடக்க ஒடுக்கமாய் பணிவாய் இருப்பதில்லை. அப்படி இருந்தால் குழந்தையில்லை.

பதுங்கு குழி - என்றால் என்ன? தரையில் கால்பாவாத சமூகவியல் மேதைகள், புத்தகப் புழுவாய் சுவாசிப்போர் புத்தகங்களுக்குள் தேடிக் கண்டுபிடிக்க முயலுவார்கள். தாள்களுக்குள் தேடினால் கிடைக்காது பதுங்குகுழி. அது பிறந்த இடம் ஈழம் என தமிழினத்தைச் சார்ந்த சிறு குழந்தைக்கும் தெரியும். பதுங்குகுழி எனும் கேடயத்தை ஈழத்தமிழரின் வாழ்வு கண்டுபிடித்தது.

பதுங்கு குழிகளுக்குள் அடக்கி வைக்க முயலுகையில், குழந்தைகள் மண்டை வெடிப்பதுபோல் துடிப்பார்கள். விளையாட வெளியேறுவார்கள். குண்டு வீசிய விமானம் கண்பார்வையிலிருந்து மறைந்ததும் வாராய் வாராய் எனக் கூப்பிடும் கட்டற்ற வெளியின் அழைப்புக்கு செவிமடுப்பார்கள். அந்தச் சுதந்திரத்தையாவது தருவோம் என எண்ணும் தாய்மார்கள் பிள்ளைகள் பாதுகாப்புக்காக அவர்களுடன் வெளியே வருவார்கள்.

சம்பவம் நடந்த இடம் புதுக்குடியிருப்பு போகும் பாதையில் இரண்டு கல் தொலைவிலுள்ள சுதந்திராபுரம். 2009-ன் மே மாதம்; மூன்று குழந்தைகளுடன் தாய் பதுங்கு குழியிலிருந்து வெளியே வருகிறாள். பிள்ளைகளுக்காக வெளியேறியபோது 'ஸெல்' விழுகிறது. பத்து வயதுப்பையன் ''ஸெல்''லடிபட்டு ரத்தவிளாறாகக் கிடக்க, மீதியிருந்த இரண்டு பிள்ளைகளையும் இழுத்துக் கொண்டு தப்பிக்க ஓடுகிறாள். அவர்களைப் பாதுகாப்பாய் விட்டுவிட்டு திரும்பி வருகிறபோது, பத்து வயதுக்குழந்தை துடிதுடித்துச் சாகிறது. ஒரு பிள்ளை அடிபட்டு விட்டதென்றால் அதைக் காப்பாற்ற ஓடுவாள் தாய்! இருக்கும் பிள்ளைகளும் இழந்துவிடக்கூடாதே என எண்ணி தப்பிக்க வைக்க ஓடும் தாயைக் காணுகிறோம். இறந்து போன குழந்தையின் முன் மண்ணில்

மண்டியிட்டு கதறிய தாயைக் கண்டபடி பலரும் கடந்து போனார்கள். கடந்து போகிற சனம் எவரும் உயிருடனில்லை. நடைப் பிணங்கள் தாம் போகின்றன.

ஒரு தாய் தலையில் கடைசியாய் எஞ்சியிருந்த சிறு மூட்டையை வலது கையில் பிடித்துக்கொண்டு இடதுகையில் இரண்டு வயதுப்பையனை நடத்தியபடி ராணுவக் கட்டுப்பாட்டுப் பகுதிக்குள் நடக்கிறாள். முன்னால் போகிறான் ஐந்து வயதுப் பையன். இராணுவக் கட்டுப்பாட்டுப் பகுதிக்குள் போகையில் இரு கைகளையும் உயர்த்தியபடி செல்ல வேண்டும். சிங்களச் சிப்பாய் ''ஹேண்ட்ஸ் அப்'' என கத்துகிறான். அவனுடைய கத்தலின் அர்த்தம் புரிகிறது ஐந்து வயதுப் பாலகனுக்கு. இரு கைகளை உயர்த்தினான். இரண்டு வயதுப் பிள்ளைக்குத் தெரியவில்லை. தாய் பதறியபடி, அச்சிறுபிள்ளையின் இரு கைகளையும் பிடித்து உயர்த்தி நிற்கிறாள். பிடிமானம் அற்ற மூட்டை கீழே விழுந்து விட்டது. பகையனைத்தும் ஒன்று திரண்டு மூட்டையாய் வந்ததுபோல், வன்மத்துடன் சிப்பாய் அதை நோக்கிச் சுட்டுத் தள்ளுகிறான். மூட்டைக்குள்ளிருந்த ஓட்டை உடைசல் பாத்திரங்கள் ''சலா''ரென்ற சத்தத்துடன் சிதறிப் பறந்தன.

இரண்டு வயது - ஏதொன்றையும் புரிந்து கொள்ளும் வயதில்லை. எனக்கு என்ன நடக்கிறது? நீ என்னை எங்கே கொண்டுபோகிறாய் என்ற கேள்விகள் அம்மாவைக் காணும் அவன் பார்வையில் வெளிப்படுகின்றன. இராணுவத்தானைக் காணும் சிறுவிழிகளில் அச்சமில்லை. வியப்புமட்டும் தொக்கிக்கிடக்க, அச்சமெல்லாம் இராணுவத்தானுக்குத்தான். பாலகன் என்றபோதும் அவர்களுக்கு விடுதலைப் புலிகளாகவே தென்படுகிறார்கள். கருப்பையில் கிடக்கும் சிசுவைச் சுமக்கும் தாயும் அவர்களுக்கு விடுதலைப் புலியே.

யுத்த காலத்தின்போது, கணவன், பிள்ளை, முதியவர்கள் ஆகியோரைக் காக்கும் பொறுப்பு ஈழத்தமிழ்ச் சமூகப் பெண்களின் தலையில் விழுகிறது. அதற்கான அர்ப்பணிப்பு நீட்சியாக அவர்களின் விதிச்சக்கரம் முடிகிறது. 30 ஆண்டுகள் தமிழ்ச் சமூகத்தைப் புரட்டிப்

போட்ட யுத்தம் வகைதொகையற்ற எல்லையில்லாத் தியாகத்துள் பெண்டிரை நிப்பாட்டிச் சென்றது. யுத்தத்தையும் குடும்பப் பாதுகாப்பையும் ஒரு சேர எதிர்கொள்ள தமிழ்ப்பெண்கள் பழகிவிட்டார்கள்.

2

குரங்கு, புலி, சிங்கம் போன்ற மிருகங்கள் தன்னுடன் போட்டியிடும் விலங்கை சண்டையில் வெல்லும். வெற்றிக்குப் பின் பெட்டையைப் புணர்ச்சி கொள்ளும். மிருகங்களின் இந்த உயரியல் குணாம்சம் மனித விலங்குகளிடம் நிலவுகிறது. ஒரு மக்கள் குழு அல்லது ஒரு இனக்குழு வெற்றி கொண்டதும், வெற்றியடைந்த ராணுவத்தின் யதார்த்த குணம் இதுவாகி விடுகிறது. தோல்வியடைந்த மக்களை அடிமைச் சமூகமாக கருதி, அவர்கள் மீது எல்லா வன்முறைகளையும் நிகழ்த்தும் உரிமை பெற்றுவிட்டதாகக் கருதுகிறார்கள். முதற்பலியாக இவர்கள் கையாள்வது பெண்களை. தனித்தனியாகவும், கூட்டாகவும், பெண்களை வன்புணர்ச்சி கொள்கிறார்கள். வெற்றிகொண்ட விலங்கினம் இங்கு செயல்படுகிறது.

இரண்டாம் உலகயுத்தத்தில் கொரியாவை சப்பான் கைப்பற்றியது. (அப்போது கொரியா பிரிவு பட்டிருக்கவில்லை. 1951-ல்தான் தென் கொரியா, வடகொரியா எனப் பிரிந்தது) வெற்றிபெற்ற சப்பானிய ராணுவத்தினரின் களைப்பைப் போக்க ராணுவத்தினரைச் சுகப்படுத்தும் பெண்கள் அணியை (Comfort Women) உருவாக்கினர். கைது செய்யப்பட்ட கொரியப் பெண்கள் காயமுற்ற சிப்பாய்களுக்கு முன் நிர்வாணமாக நடமாடப் பணிக்கப்பட்டார்கள். சிப்பாய்களின் காயங்களுக்கு மருந்திடுவது, கட்டுக்கட்டுவது, சிப்பாய்களின் உறுப்புக்களைத் தடவுவது, பிடித்து விடுவது என சேவை செய்தார்கள். சுருக்கமாகக் கூறின், இராணுவத்துக்கு 'பெண்கள் சப்ளை' செய்யப்பட்டார்கள். வாலிபப் பெண்கள் போதாமல் ஆனபோது, இன்னும் பூப்படையாத 11, 12, வயதுச் சிறுமியர் கொண்டுவரப்பட்டு துப்பாக்கியின் பின்புறமுள்ள 'பயனட்' முனையால், பிறப்புறுப்பைக் கிழித்து தயார் பண்ணினார்கள்.

செர்பானியர்கள், போஸ்னியா மீது நடத்திய இன ஒடுக்க முறையின் போது, போஸ்னியாவின் இஸ்லாமியப் பெண்களை சிறைப்படுத்தி, இராணுவக் கொட்டடிகளில் கூட்டம் கூட்டமாய் கருத்தரிக்க வைத்தனர். ஒவ்வொரு தமிழ்ப் பெண்ணும் சிங்களக் கருவை தன் கருப்பையில் ஏந்தியிருக்க வேண்டுமென்ற சிங்களக் காடையர்களது செயல்கள் செர்பானியர்களிடமிருந்து பெற்றதா?. அவ்வாறு சொல்ல இயலாது. வெற்றி பெற்ற விலங்கினம் கைக்கொள்ளும் களியாட்டம் அது.

மார்ச் 1, 2009-ல், புலிகளின் தலைநகரமான கிளிநொச்சியை, இலங்கை ராணுவம் கைப்பற்றியது. யாழ்ப்பாணம் மாவட்டமும் இராணுவத்தினரின் கைவசமிருந்தது. அங்கிருந்தும் கிளிநொச்சியிலும் கைப்பற்றப்பட்ட பெண்கள், கிளிநொச்சி இராணுவ முகாம்களுக்கு அனுப்பப்பட்டார்கள். சிப்பாய்களை திருப்திப்படுத்த சுகப்படுத்தும் (comfort) பெண்கள் நிர்வாணமாக நடமாடப் பணிக்கப்பட்டனர்.

மார்ச் 5, 2009 - கிளிநொச்சி நகரில் 500 முதல் 600 வரையான தமிழ்ப் பெண்கள், சிங்களப் படைப்பிரிவினரை களிப்படையச் செய்ய பயன்படுத்தப்படுகின்றனர் என்ற சேதி விடுதலைப் புலிகளை எட்டியது. அன்றையப் பொழுதிலேயே தாக்குதலைத் திட்டமிட்டனர். உளவுப்பிரிவுத் தலைவர் பொட்டு அம்மானுக்கு அடுத்து மூன்றாம் நிலையில் உள்ளகப் புலனாய்வுப்பிரிவுத் தலைவராயிருந்த பிரதீப் தாக்குதலுக்குத் தலைமையேற்றார். பல குழுக்களாய் முன்னேறிய போது, ஒரே இடத்தில் குவிக்கப்பட்டிருந்த 500 முதல் 600 வரையான தமிழ்ப் பெண்கள் கிளிநொச்சி மருத்துவமனைகளிலிருந்து பல்வேறு ராணுவ முகாம்களுக்கு பிரித்து அனுப்பப்பட்டுவிட்டனர். ஒரு முகாமில் 20 பெண்கள் சுகப்படுத்தும் பணியில் ஈடுபடுத்தப்பட்டனர். ஒன்பது பேர் கொண்ட தாக்குதல் படை முன்னேறியது. முகாமின் மின் தொடர்பை முதலில் துண்டித்து சுடத் தொடங்கினர்; இருளில் மூழ்கடிக்கப்பட்ட முகாமில் துப்பாக்கியிலிருந்து வெளிப்பட்ட வெளிச்சத்தைக் கண்டு சிங்களப் படைகள் உஷாராகின. துப்பாக்கி வெளிச்சத்தை நோக்கி எறிகணை வீசின. ஒன்பது பேர் கொண்ட புலிப்படை சுடுவதை நிறுத்தி, கத்திகளைப் பயன்படுத்தியது. உள்ளிருந்த இராணுவ அதிகாரிகளைச்

சாய்த்து முடித்த வேளையில், வெளியே இராணுவம் தீவிரமாகத் தாக்கிற்று. பெண்களை மீட்டுச் செல்ல வழியில்லை; அப்போது அந்த இருபது பெண்களும் கூறியது. ''எங்களை இப்படியே விட்டுச் செல்லாதீர்கள். எங்களைக் குத்திச் சரித்துவிட்டுத் தப்பித்து விடுங்கள். இப்படியே விட்டுப் போனால், தொடர்ந்து எம்மை இத்தொழிலையே செய்ய வைப்பார்கள்''

மன ஒப்புதலின்றி போராளிகள் தம்மினப் பெண்டிரைக் கொன்றார்கள். வெளியேறுகையில் இராணுவப் பிடிக்குள் சிக்கி எட்டுப்பேர் கொல்லப்பட்டார்கள். ஒருவர் தப்பித் திரும்பினார். இத்தாக்குதலுக்கு பொறுப்பெடுத்த உள்ளகப் புலனாய்வுப் பிரிவின் தலைவர் பிரதீப் மே-17-ல் கொல்லப்பட்டார்.

பெண் போராளிகளை வன்புணர்ச்சி செய்கையில் சிங்களச் சிப்பாய்கள் கூடிக் களிப்பார்கள் புணர்ச்சி செய்வதை படம் எடுத்துக் கொண்டாடுவார்கள். பெண் போராளிகளிடமிருந்து கைப்பற்றிய ''வாக்கி டாக்கிகளில்'' போராளித் தளபதிகளின் எண்களை ''செட் செய்து, பிறகு அந்தப் பெண்போராளிகளை வன்புணர்ச்சி செய்கையில், அவர்களின் கத்தலையும் கதறலையும் அவைகளில் கேட்குமாறு செய்வார்கள். கேட்கும் தளபதிகள் துடித்துப் போவார்கள். பெண்கள் சுகிப்பும், பெண்களின் வேதனைக்குரல் கேட்டு புலிப்போராளிகளின் பித்துற்ற நிலையும் வெற்றியாய்க் கொள்ளப்பட்டது.

3

''ஈழமண்ணில் எரியும் நெருப்பாய் தமிழீழப் பெண்கள்''

- மனித உரிமைப் பேராளி வழக்கறிஞர் பாண்டிமா தேவி இயக்கிய ஆவணப்படம் யுத்தம் தின்ற பெண்களைப் பற்றிப் பேசுகிறது. யுத்தம் நடந்த கணங்களிலும், யுத்தம் உச்சத்துக்குப் போன நாட்களிலும் களத்தில் பெண்கள் சந்தித்தவை மட்டுமே அல்ல; யுத்த ஓய்வுக்குப் பின்னான காலத்திலும் தமிழ்ப் பெண்கள் மீது நிகழ்த்தப்படும் வன்கொடுமைகளையும் ஆவணப்படம் விவரிக்கிறது.

ஈழத் தமிழ்ப்பெண்கள் வித்தியாசமானவர்கள். அறுபது ஆண்டுகளின் இன ஒடுக்கு முறையில் கருவாகி, எதிர்கொண்டு தங்களைத் தாங்களே வார்த்துக் கொண்டவர்கள். அவர்களின் இந்தத் தகைமையை ''எரியும்

நெருப்பாய் தமிழீழப் பெண்கள்'' உயர்த்திப் பிடிக்கிறது. தலைப்பு கோபத்தை மூட்டிய போதும், சடபடவென்று வெடிக்கும் சினமூட்டுதலினும் உட்கொண்டு உணர்தல் முதன்மையாய் நிறுத்தப்படுதலால், மெல்லிசாய் இழையோடும் சோக விவரணையும் பின்னணியில் ஒலிக்கும் குரலுமாய் தொடங்குகிறது.

''மடிந்து போன கணவர்கள்,

தொலைந்து போன மழலைகள்,

பிரிந்து போன உறவுகள்,

ஏங்கித் தவிக்கும் இளங்கைம்பெண்கள்

லட்சம் தொட்டது''

என சோகக்கவிதை கிளப்பும் வரிகள்.

வீதிக்கு வீதி ராணுவக் காவல், பெண்கள் மீது வன் கொடுமை, வெள்ளை வேன் கடத்தல்கள், தாயும் மகளும் இராணுவத்தால் கர்ப்பம், அனைத்தையும் மறுக்கும் அரசு என காட்சி காட்சியாய் கட்டி அடுக்கப்படுகிறது. அடுக்குகள் ஆவணக் கட்டுமானமாய் நிமிர நிமிர்ந்து உட்காருகிறோம். இத்தனை கொடூரங்கள் ஆவணப்படுத்தப்பட்ட போதும் ''தனித்தமிழீழம் தீர்வாகாது; ஒன்றுபட்ட இலங்கைக்குள்தான் அரசியல் தீர்வு காணவேண்டும்'' என்றபடி, காங்கிரஸ், பா.ஜ.க. பேசினால் பரவாயில்லை. எல்லாம் அறிந்த மார்க்சிஸ்டு கம்யுனிஸ்டு கட்சியினரும் இந்த உபதேசிப்பு செய்கிறார்கள். இந்திய இடதுசாரிகளின் ''மேல்மன சோசலிசவாதமும், அடிமன சிங்கள இனவாதமும்'' கண்டு நமக்குப் புல்லரித்துப் போகிறது.

புகைப்படம் என்ற காட்சி ஊடகம் மட்டுமே அப்போது நடமாடிய காலம். அமெரிக்க விமானங்களிலிருந்து நழுவிய 'நாப்பாம்' குண்டுகளில் உடை எரிந்து உடல் எரிந்த தீக்காயங்களுடன் அம்மணமாய் ஓடிவரும் சிறுமியினதும் அவளை அருகணைந்து கதறி ஓடிவரும் பிள்ளைகளினதும் ஒற்றைப் புகைப்படம் அமெரிக்காவை குற்றங்களின் நிலமாய் ஆட்டிப் படைத்தது. இலங்கை இனப்படுகொலையின் போது தொலைக்காட்சி ஊடகங்கள் உலக அரங்கில் வீச்சோடு அசைந்து

கொண்டிருந்தன. அதைக் கணக்கில் எடுக்காமல், சாட்சியமற்ற போரை நடத்தியதாய் இலங்கை கனவில் லயித்தது.

"தமிழன் ரத்தம் தரையில் ஓடியது;
ஓடிய ரத்தம் உரிமைப் போருக்கு உரமானது.
சிங்கள ராணுவம் வேட்டைக்கு வந்தது;
புலிகள் கூட்டம் திருப்பியடித்தது
ஈழமண்ணில் இடியொலி கேட்டது
இந்திய மண்ணில் எதிரொலி கேட்டது"

எதிரொலி என்ன? காலடியில் கதறும் குழந்தையை தோள் மேல் தூக்கிப் போட்டுத் தட்டிக் கொடுத்ததா? இடுப்பில் இடுக்கி விழி நீர் துடைத்து ஆசுவாசம் கொள்ள வைத்ததா? இவ்வாறெல்லாம் எதிரொலி வருமென எண்ணுவது பேதமை. ஏதிலிகளாய் ஆயிரம், இரண்டாயிரம், ஐயாயிரம் என ஒன்றரை லட்சம் பேரை உள்ளே வாங்கி வைத்துக்கொண்டே, இன்னொரு இனிய முகத்தை இலங்கைக்குக் காட்டிற்று இந்தியா. அது செய்த இக்கொடூரத்தைக் காட்சிகளும் உரையும் விளக்குப் பிடித்துக் காட்டுகின்றன.

"சிங்கள ராணுவம் சிறியவர், பெரியவர் பெண்கள் உயிரைக் குடித்தது. புலிகள் கூட்டம் புயலாய்க் கிளம்பியது. சிங்கள ராணுவம் வல்லுறவால் தமிழச்சிகள் மானம் அழித்தது. (உரை வடிவமும் காட்சி வடிவம் இணைந்து நடக்கின்றன). பெண் புலிகள் புதிதாய்ப் பிறந்தனர். நாச சிங்களர் நர்த்தனமாடினர். கொத்துக் குண்டுகளால் தமிழர் செத்து மடிந்தனர். அயலிடம் தேடிய மக்களை, புகலிடம் தருவதாய் அழைத்தது ராணுவம். போரற்ற பகுதி என்று புகுந்த மக்களை பொசுக்கித் தள்ளிற்று. மடிந்து போன கணவர்கள், தொலைந்துபோன மழலைகள், பிரிந்து போன உறவுகள், ஏங்கித் தவிக்கும் இளங் கைம்பெண்கள் இலட்சம் தொட்டது. கைம்பெண்கள் கடைச் சரக்காகினர். பிள்ளைகள் முன்னே பெற்றவர் அம்மணம். சிங்கள ராணுவம் ஏவிய கொடுமை. பார்த்திடப் பார்த்திட இதயம் இற்றது.

பாரோர் பார்த்து - எழுதுங்கள் தீர்ப்பு"

இந்தப் புள்ளியில் காட்சி மாறுகிறது. உலகமய மகாமுனி மன்மோகனும் - சூழ்ச்சிக்கார சோனியாவும் கொலையாளன் இராசபக்சஷேயை கும்பிட்டு கைகுலுக்கும் காட்சிகள் வருகின்றன.

"சிங்கள அரசு செப்பிய பொய்யை இந்திய அரசு ஏற்று மொழிந்தது. உலகெங்கும் சாற்றிட முனைந்தது. யுத்தத்தின் போது, மக்கள் யாரும் மாண்டிடவில்லை. சிங்கள அரசு செப்பிச் சிரித்தது. உண்மை அதிலே மெல்லப் புதைந்தது. ஊமைத் தமிழர் உயிர்கள் முடிந்த உண்மை மெல்ல வெளியே வந்தது" (இங்கே, சேனல் -4ன் இயக்குநர் கெலம் மெக்ரேயும், ஐ.நா. மனித உரிமைகள் ஆணையர் நவநீதம் பிள்ளையும் தரிசனமாகின்றனர் காட்சிகளில்) எவர் உலகுக்கு உண்மைகளைக் கொண்டு வந்து சேர்த்தார்களோ, அவர்கள் இதனால் கௌரவிக்கப்படுகின்றனர். போராளிகள் பற்றித் தெளிந்தவர்கள், "பொடியர்கள்" வென்று வருவார்கள் என உறுதியாக நம்பினார்கள். ஆனால் சர்வதேச சதிவளையத்தை அவர்கள் அறியவில்லை. சனல்-4 வந்ததின் பின்தான் உலகம் அசைந்தது. அதன் முன்னர் கூவிக்கூவிப் பார்த்தும் தமிழர் கூவல் எட்டியதில்லை உலகின் காதுகளில்.

1948-லிருந்து தொடங்கிற்று இலங்கையின் ஓரவஞ்சனைக் காரியங்கள். "நேருவந்தார்; சாஸ்திரி வந்தார்; இந்திரா வந்தார்; எதுவும் அசையவில்லை" சின்ன சின்னத் துண்டுகளாய் உதிரும் வார்த்தைகளில் நெருப்பு கோர்க்கப்படுகிறது. அரசூர் தில்லை நாயகத்தின் உரைவடிவம் கேட்கையில், நவீன தமிழ் இலக்கியத்தின் முன்னோடிகளான புதுமைப் பித்தனும் கி. ராஜநாராயணனும் நினைவில் தோன்றுகிறார்கள். சபாஷ், பேஷ் - போன்ற மக்கள் மொழியை அதிகமாய்க் கையாண்ட படைப்பாளிகள் இவர்கள் தாம். அரசூர் தில்லை நாயகத்தின் உரைத்திறனுக்கு சபாஷும் பேஷும் அணிசேர்ந்து மரியாதை செய்கின்றன.

படத்தின் தொடக்கத்தில் பேராசிரியர் சரசுவதி குறிப்பிடுவது போல், ஈழச் சகோதரிகள் மீது ஏவிவிட்ட வன்கொடுமை வரலாற்றில் சிறுதுளியே

இந்த ஆவணப்படம். கையிழந்து, காலிழந்து, கணவனிழந்து, மகனிழந்து, உற்றார், உறவிழந்து, யுத்தத்தின் பின்னரும் நீடிக்கும் அப்பெண்களின் வாதனைகளை நேரில் போய் கண்டுவந்த மனித உரிமை ஆர்வலர்கள்' வழக்கறிஞர்கள், தொண்டு நிறுவனப் பணியாளர்கள், கிறித்துவப் பாதிரிகள், களத்திலே நின்ற சகோதரிகள் - ஒவ்வொருவரின் வார்த்தைகளினாலும் மே - 19-க்குப் பின்னான கொடும் நிலைமைகள் முன்வருகின்றன. ஓராண்டு, ஈராண்டு அல்ல, நான்கு ஆண்டுகள் கடந்தே வெளிப்படுத்தல் சாத்தியமாகியுள்ளது.

களத்தில் இப்போதும் நிற்கிற சகோதரிகளின் வார்த்தைகள் உயிர்ப்புள்ளவை; ஒரு சகோதரியின் வாக்கு மூலம்; ''முள்ளிவளை, மாஞ்சோலையில் சிங்களக்குடியேற்றங்கள் முழுசாய் நடக்குது. தமிழர்களது காணிகளை எடுத்து, அங்கே சிங்கள ஆட்களை குடியேத்துறாங்க. வன்னி, மாத்தளம், புதுக்குடியிருப்பு - பகுதிகளில் இந்திய அரசின் வீட்டுத் திட்டம் முக்கால்வாசி சிங்கள ஆட்களுக்குத்தான் போகுது. மன்னாரில் இந்திய வீட்டுத் திட்டத்தில் வீடுகள் கொடுத்து, சிங்கள ஆட்களைக் குடியேற்றி அங்க ''மக்கள் வங்கி'' என்றும் ''ஓப்பன் பண்ணி'' லோன் கொடுத்து எல்லா வசதியும் செய்து கொடுக்கிறாங்க. வட மாகாணத்தில் சிங்களக் குடியேற்றம் ஆன இரண்டு பக்கங்களிலும் சாலையெல்லாம் போட்டுக் கொடுத்திருக்காங்க. புதுக்குடியிருப்பு, மாத்தளம், முள்ளியவளை பகுதிகள்ல நாங்க எங்கட இடங்களைக் காணப் போகனும்னா போகமுடியாது. ஆமியோட அனுமதி வேணும், சிங்கள ஆட்களோட 'சப்போர்ட்' இல்லாம நாங்க அங்க போகமுடியாது; நிம்போடி என்ற அனுமதி பாஸ் இல்லாம எங்க சொந்த காணிகளைப் பாக்க முடியாது. இப்படிப்பட்ட கொடுமைகளையெல்லாம் நாங்க அனுபவிக்கிறோம். இப்பவும் நடந்துக்கிட்டிருக்கு''

''இலங்கைக்கான இந்திய வீட்டுத் திட்டம்'' என அறிவிப்புப் பலகை காட்டுகிறது. ''இலங்கையில் இலங்கையர் மட்டுமே உண்டு; இலங்கையில் சிங்களரோ, தமிழரோ, இஸ்லாமியரோ இல்லை'' என்று இராசபக்ஷேக்கள் சொல்கிறார்கள். சொன்னதன் முழுப்பொருளை இலங்கைக்கான இந்திய வீட்டுத் திட்டம் நிரூபிக்கிறது. இலங்கைக்கான இந்திய வீட்டுத்திட்டம்

என்பது சென்று சேர வேண்டிய சிங்களருக்குப் போய்ச் சேருகிறது என்பது தெளிவாகிவிடுகிறது.

சிங்கள அரசின் கொடுங்கோல் முகாமலிருந்து தப்பிவந்த ஈழச்சகோதரிகள் மூவர் வாக்குமூலம் தருகிறார்கள். மூவரும் பெண் போராளிகள்.

''பிள்ளைகளுக்கு (போராளிகள்) புனர்வாழ்வு என்று சொல்லி, தையல், கம்ப்யூட்டர் கற்றுக் கொடுப்பதாக அழைத்துச் செல்கிறார்கள். புனர்வாழ்வு மையத்தில் ஒரு வருசம் கழித்து வெளியே விடுகிறார்கள். நாங்கள் ஐ.நா. சபைக்கு அறிவிக்க வேண்டும் (அவன் கொடுக்கும் உதவித் தொகைக்காக) என்று அடுத்த கட்டமாய் பெண்களை கூட்டிச் செல்கிறார்கள். ஆனால் அந்தப் பிள்ளைகளுக்கு அடுத்த கட்டவாழ்வு கிடைப்பதில்லை. புனர்வாழ்வு முகாமிலிருந்து திரும்பி வந்தோர் வீடுகளில், உறவுகளில் ஒதுக்கப்படுவதுதான் அடுத்த கட்ட வாழ்வு. ''நீங்க ஜெயிலில் இருந்திட்டு வந்தீங்க. உங்களை எப்படி வச்சிருந்தாங்கன்னு தெரியாது'' என்று ஒதுக்குகிறார்கள். பெண் போராளிகளுக்கு இரண்டு லட்சம்; ஆண் போராளிகளுக்கு ஒன்றரை லட்சம் கடன் கொடுக்கிறார்கள். யாருக்கு? இராணுவத்துக்கும் உளவுத்துறைக்கும் சார்பாய் யார் செயல்படுகிறார்களோ அவர்களுக்கு.

''நான் கூட மாறி நிக்கிறேன். இயக்கத்தவங்களை நாங்க காட்டிக் கொடுத்தோம். பிறகு அவர்களைப் பிடித்து சித்திரவதை செய்தாங்க'' என்று ஒரு சகோதரி பேசுகிறார்.

''இராணுவ முகாமுக்குப் பின்னால் நடத்துகிற விபச்சாரவிடுதிக்கு வரணும். அவன் கூப்பிடுகிற நேரமெல்லாம் வரணும். நீ லோன் கட்டாட்டாலும் பரவாயில்லை. நீ எங்களோட இருக்கணும் என்கிறான். நீ கொடுக்கிற 2 லட்சம் காசுக்காக மானத்தை இழக்கணுமா, சாவதே மேல் என்று தூக்கியெறிஞ்சிட்டு வந்திட்டேன்'' என்பது இன்னொரு சகோதரியின் ஒப்புதல்.

கைம்பெண் நிலையை நிறுவ இயலாமலும், கையறு நிலையிலும் அரசு தரும் சலுகையை அடைய முடியாமலும் வாழ்வுக்கும் சாவுக்குமிடையே சுழன்று சுழன்று தவிக்கும் பெண்களின் வதைகளைப் பேசுகிறது படம்.

இவர்கள் சரிநிகர் சமானமாய் சமர்புரிந்த பெண்புலிகள். அங்கம் இழந்து, ஆதரவற்று, அரசு உதவிக்காய் தம்மை விற்றும், விசாரணை என்ற பெயரில் உறிஞ்சியபின் விடுவிக்கப்பட்டும் வெம்புகிறவர்கள்.

ஆவணப்படம், குறும்படம், திரைப்படம் ஆகியன - காட்சி ஊடகம் என்னும் ஒரு கொடியில் பூத்த மலர்கள் என்றாலும் வாசம் தனித்தனி. சுவை தனித்தனி. காட்சி ஊடகத்தின், குறிப்பாய் ஆவணப்பட கலைத் தொழில் நுட்பம் அறியாத கற்றுக்குட்டிகள் பண்ணிய காரியமாய்த் தோன்றவில்லை. புதிய குழுவினருக்கு இத்தனை வல்லமையா என அதிசயிக்கச் செய்திருக்கிறார்கள். உண்மைகளைச் சேர்க்க வேண்டிய இடத்திற்குக் கொண்டுபோய்ச் சேர்க்க வேண்டும் என்ற உணர்த்தி இருந்துவிட்டால், எல்லா வல்லமையையும் குவித்துக் கொள்ள இயலும் என்பது மெய்ப்படுத்தப்படுகிறது. உரைக்கப்படும் உண்மைகளாலும் ஒரு படைப்பில் உன்னதம் உருவாகும் என கூட்டுழைப்பால் நிரூபணமாக்கியுள்ளார் பாண்டிமாதேவி.

ஒரு கலைப்படைப்பு, படைத்தவருக்கும் பார்ப்பவருக்கும் மனநிறைவு அளிப்பது மட்டுமல்ல, மன உளைச்சலையும் தந்து நின்றால், அது வெற்றி. மனநிறைவும், மன உளைச்சலும் கொள்ளச் செய்ததற்காக பாண்டிமாதேவியும் குழுவினரும் பாராட்டுக்குரியவர்கள். பின்னிருந்து உற்சாகப்படுத்தி மேற்பார்வையாற்றிய நாடு கடந்த தமிழீழ அரசின் நாடாளுமன்ற உறுப்பினர் பேரா. சரசுவதி நினைக்கப்படுகிறார் இங்கு.

எதைப் படிப்பது என்பதற்கு ஒரு ஞானம் வேண்டும் என்பார்கள். அதுபோலவே, எதைப் பார்ப்பது என்கிற ஞானத்துக்கு இந்த மாதிரி ஆவணப்படம் ஒரு முன்சான்று.

ஆவணப்படம் - ஈழமண்ணில் எரியும் நெருப்பாய் தமிழீழப் பெண்கள்.

இயக்கம் - பாண்டிமாதேவி

தயாரிப்பு - நாடுகடந்த தமிழீழ அரசாங்கத் தோழமை மையம், தமிழ்நாடு.

தொடர்புக்கு - 9444145803, 9444065666

பா.செயப்பிரகாசம்

அன்னையர் வளாகம்

"எங்கள் பூமியைப் பற்றியும் எம் மக்களைப் பற்றியும் நீங்கள் என்ன கருதுகிறீர்கள்?"

தேவதாஸ் மைரெம்பாம் (Devadas Mairembam) என்ற மணிப்புரி கவிஞர் கேட்டார்.

ஏழு அரசிகளில் ஒரு அரசி அவள். சிறிய குன்றுகளும் பெரும் மலைகளும் அணிவகுத்து நிற்கின்ற மணிப்பூர் என்னும் அரசி. பால்ய வயது பிள்ளைகள் பருவம் தொட்டதும் நிறமும் கட்டும் மாறுவது போல், முதலில் பச்சை வண்ணம், போகப் போக நீலவண்ணம்... அழகு சேர்க்கப் பூட்டிய கழுத்துக்கு முத்து மாலை போல் மலைகளின் நெருக்குதலில் நீர்த்தடமாய் ஆறுகள் இறங்கின,

மணிப்புரி மாநிலத் தலைநகரான இம்பால் மேல் விமானம் தாழப் பறந்த போது, கடலளவு பெரிய ஏரிகளோடு கையளவு நீர்நிலைகளும் கீழேகிடந்தன. பார்வையைப் பற்றி இழுத்து முகத்தில் ஒத்திக் கொண்டன பசிய காய் கறிகளும், கீரைகளும், கனிவகைகளும்.

விமானம் இறங்க வட்டமிட்ட வேளையில் ஒவ்வொரு கட்டிட உச்சியும் கண்ணாடியில் ஒளியடிப்பது போல் பளிச்சிட்டது. கட்டிடங்களுக்கு மேலிருந்து யார் பட்டாசு கொளுத்தினார்கள் என்பது

போல் அருகில் அமர்ந்திருந்த பயணியைக் கேட்டேன், ''எல்லா வீடுகள் மேலும் தகரக் கூரை (Tin Sheets) வேய்வது இங்கத்திய பழக்கம்'' என்று பதில் தந்தார். அடுக்குமாடிகள் எவ்வளவு உயரத்தில் போய் முடிந்தாலும் கொண்டை உச்சியில் சாய்ப்பு இறக்கி ஓடு வேய்ந்து முடிப்பது கோவா கட்டிடடக் கலை. பாரம்பரியக் கட்டிடக்கலையைக் காப்பதில் கோவாவுக்கு கரிசனை அதிகம். இங்கும் பாரம்பரிய கலையைத் தக்கவைக்கும் முயற்சியாய் தகரம் (Tin Sheets) அடிக்கிறார்களோ எனக் கேட்டேன். என் கேள்வி அவருக்கு இதழின் கடைக்கோடியில் புன்னகையைக் கிழித்தது, ''கட்டிடக்கலையைக் காப்பாற்ற அல்ல, இயற்கையின் தாக்கத்திலிருநது காத்துக் கொள்ள '' என்றார்.

மேலை நாடுகளில் பனிப்பொழிவால் கூரை மேல் பனிக்கட்டி உட்கார்ந்து கொள்ளும். பனியை உருண்டோடச் செய்ய எல்லா வீடுகளிலும் உச்சியில் ஓடு போல வேய்ந்து சாய்ப்பு இறக்கி விட்டிருப்பார்கள். மலைமாநிலமாகத் திகழ்ந்தாலும் மணிப்பூரில் பனிப் பொழிவு இல்லை. மழைப்பொழிவு உண்டு. எக்கச் சக்க மழையை இறக்கி வழித்து விட ஒவ்வொரு வீட்டின் உச்சியிலும் கூம்பு வடிவ தகரக் கூரை.

தேவதாஸ் மெய்ரெம்பா கேட்ட கேள்வி அப்படியே இருந்தது. நான் தெரிவித்தேன், ''இங்கே கட்டிட உச்சிகள் மட்டுமே வித்தியாசமாக இல்லை. ஆண்களும் பெண்களும் அழகானவர்கள்'' என்றேன். மஞ்சள் பீர்க்கம் பூக்கள் போல் உலவும் பெண்கள் எனக்குள் இறங்கியிருந்தார்கள். இடுப்பில் ஒரு முண்டு. கைலி மூட்டுவது போல முக்கால் வாசி மூட்டி, மீதிக் கால்ப்பாகத்தை இறுக்கி முடித்து கச்சை கட்டியிருந்தார்கள். மேலில் ரவிக்கை, அதன் மேல் துப்பட்டா. மூன்று துண்டுத் துணிகளில் அவர்கள் உடை. புடவையும் சுடிதாரும் அவர்களை ஆக்கிரமிக்கவில்லை. ஜீன்ஸ் பேண்டில் ஓரிருவர் காணக்கிடைத்தனர். பாரம்பரியத்தை வேறு ஆடைகள் அப்புறப் படுத்தவில்லை. பள்ளிச் சீருடையும் பாரம்பரிய ஆடை வடிவத்தில் அமைந்திருந்தது.

மணிப்பூர் மாநில அரசின் கலை இலக்கிய அமைப்பு (Manipur State Kala Akadami) நான்காம் இலக்கியவிழா (4th Festivel Of Literature) 2015,

ஜூன் 6, 7 நாட்களில் தலைநகர் இம்பாலாவில் ஏற்பாடு செய்திருந்தது. முதல்நாள் சிறுகதை அரங்கம், இரண்டாம் நாள் கவிதை அரங்கம். சிறுகதை அரங்குக்கு தலைமை ஏற்குமாறு என்னை அழைத்திருந்தார்கள். அத்துடன் ''கிளியின் சுதந்திரம்'' (freedom of Parrots) என்று எனது சிறுகதையை ஆங்கிலத்தில் வாசித்தேன். ஒடிசாவிலிருந்து சாகித்ய அகாதமி விருது பெற்ற கவிஞர்பகவான் ஜெயசிங் தலைமையில் இரண்டாம் நாள் கவியரங்க நிகழ்வு. இரு கவிதைகள் ஆங்கிலத்தில் மொழியாக்கம் செய்து கொண்டு போனதை வாசித்தேன். எங்களிருவர் தவிர, பங்கேற்ற மற்றெல்லோரும் மணிப்புரிமொழி இலக்கிய வாதிகள். அவர்கள் தங்கள் தாய்மொழியில் வாசித்தார்கள்.அவர்கள் வாசித்த கவிதைகள் முன்கூட்டிப் பெறப்பட்டு ஆங்கிலத்தில் ஆக்கம் செய்து மலரில் இடம்பெற்றிருந்தன.

இமா (Ima) என்றால் - மணிப்புரியில் அம்மா என்று பொருள். கெய்த்தல் (Keithel) என்றால் சந்தை. நகரின் மையத்தில் அமைந்துள்ளது இமா சந்தை. பெண்கள் மட்டுமே அந்தச் சந்தையில் விற்பனையாளர்கள் (Sellers); நான்காயிரம் பெண்கள்! மதம், சாதி வித்தியாசமின்றி இந்தப் பெண்கள் இமா மார்க்கெட்டில் வணிகம் செய்யலாம், மாநகராட்சி உரிமம் வழங்குகிறது.

உலகில் பெண்களே நடத்தும் ஒரேயொரு சந்தை இது. சுற்றுலாப் பயணிகளின் தனிக் கவர்ச்சி இதுதான். மாநிலத்தின் வணிகப் பொருளாதாரத்தில் பெரும்பங்கு செலுத்துவதும் இப்பெண்கள்தாம்.

இந்த அங்காடி வளாகத்தில் காய்கறி, கீரை, அரிசி, பயறு, பருப்பு, இறைச்சி, மீன், கருவாடு- உணவுப் பொருட்கள்; துணி மணி, உல்லன் ஆடைகள், எண்ணெய், நாட்டு வாசனைத் திரவியங்கள் வரை வாழ்வுக்குத் தேவையான அத்தனையும் கிடைக்கின்றன. விற்பனையாளர்களான பெண்டிர் வளாகத்தில் நுழையுமுன் கைகூப்பி வணங்குவதைக் காண முடிந்தது. இமா மார்க்கெட் சம்பாதனை கீழ்த்தட்டு, நடுத்தட்டுப் பெண்கள், கிராமப்புறப் பெண்டிரின் குடும்பத்தைக் காக்கிறது .

நடுவாக ஓடி, நகரை இரண்டாகப் பிரிக்கிறது ஆறு. அதன் இணைக் கோட்டில் சந்தை. நூற்றாண்டாக வளாகம் பழைய ஓட்டுச் சாய்ப்புக் கட்டிடத்தில் இயங்கியது; 2011 லிருந்து மாநகராட்சி கட்டித்தந்த புதிய கட்டிடவளாகத்தில் இயங்குகிறது. வளாகத்தில் இரு பெரும் பிரிவுகள்- காய்கறி, கனிகள் உணவுப்பொருட்கள் ஒரு புறம்; ஆடை முதலானவை இன்னொரு புறம்; 88 விழுக்காட்டுப் பெண்டிர் மணிப்பூரின் பூர்விகக் குடியினரான 'மெய்தி' இனத்தவர்; மீதி இஸ்லாமிய, கிறித்துவப் பெண்டிர். இவர்களில் 96 விழுக்காட்டினர் தலைநகர் இம்பாலாவின் கிழக்கு, மேற்கு சமவெளிகளைச் சேர்ந்தோர். நான்கு விழுக்காட்டினர் மலைவாழ் மக்கள்; பெருமளவில் மலைப் பிரதேச மக்களின் வருகையும் விற்பனை முயற்சியும் புதிய சந்தை வளாகத்துக்கு (Nagampal Keithal) வித்திட்டது. சந்தையின் ஒவ்வொரு பகுதி ஒவ்வொரு வகைப் பொருட்களின் முனையம். புராணச் சந்தை என்றோரு பிரிவு பெயரைப் போலவே புராதனமானது. அதைத்தொட்டு லட்சுமி மார்க்கெட்; எல்லாச் சந்தை ஓரங்களிலும் நடை பாதைகளிலும் உரிமம் பெறாத பெண்கள் விற்பனை செய்கிறார்கள்.

விற்பனை உரிம அட்டை ஒவ்வொரு மகளுக்கும் வழங்கப்படுகிறது. உரிம அட்டை ரூ 15. இங்கு தமிழ்நாட்டில் வழங்கப்பட்டுள்ள நியாய விலைக்கடை அட்டைகள் போல மாத வாடகைக்கு விடுகிறவர்கள், பணத் தேவைக்கு அடகு வைப்பவர்கள் என உரிம அட்டை படாதபாடு படுகின்றது. யார் வசம் அட்டை உண்டுமோ, விற்பனைக்கு ஒதுக்கப்பட்ட இடம் (Space) அவருக்குச் சொந்தமாகி விடும். இம்பால் மாநகராட்சியின் கண்காணிப்பையும் மீறி இவ்வகை உள்காரியங்கள் நடைபெறுகின்றன. எங்கும் போலவே இங்கும் மாநகராட்சிப் பணியாளர், அலுவலர்களின் துணையுடன் இந்த உள்மோசடிகள் நடக்கின்றன.

மணிப்பூரில் பல குடும்பங்களில் பெண்கள் தீர்மானிக்கும் சக்தியாக உலவுகிறார்கள். அது அவர்களுக்கு ஒரு வாழ்வு முறை . அது 'இமா' சந்தையில் மட்டுமல்ல, மணிப்பூர் முழுக்கவும் சில்லறை வணிகம் பெண்டிரின் கையில் இருக்கிறது. சுயமான உழைப்பில் உண்டாகிற

சம்பாத்தியம் குடும்பத்துக்குப் போய்ச் சேருகிறது. அந்த வாய்க்காலை பெண்கள் ஆற்றுப் படுத்துகிறார்கள்.

வியாபாரம் செய்யும் மகளிரில் 60 விழுக்காட்டினருக்கு நடப்பு வயது 40 முதல் 60; பிள்ளைகளின் படிப்பு, அவர்களை மேலே உயர்த்துவதற்கான பொறுப்பு, திருமணம் -இவைகளுக்கு ஆகும் செலவென வரிசையாய் எதிர்கொள்கிற வயது இதுதான்.

''நாங்கள் தான் பள்ளிக்கூடம் ஒதுங்க முடியாமல் போனது. பிள்ளைகளாவது படித்து மேலே வரட்டும்''

மகளிர் சந்தையின் முந்திய தலைமுறை கல்வியறிவு இல்லாதது; அதற்காக அவர்கள் இப்போதும் வருந்துகிறார்கள். 'இமா சந்தையில்' ஒரு பெண் பள்ளிக்கூடம் செல்லும் தன் மகளிடம்'கால்குலேட்டரில்' கணக்குப் போடக் கற்றுக்கொண்டிருப்பதைக் கண்ணுற்றேன். விற்பனையாளர்களில் 1.5 விழுக்காட்டுப் பெண்கள் பட்டம் பெற்றவர்கள். ஆனால் பட்டம் பெறுவதற்கும் சந்தை வியாபாரத்துக்கும் ஒரு சம்பந்தமும் இல்லை. பிள்ளைகள் வளர்ப்பு முழுப் பொறுப்பினையும் அவர்கள் ஏற்றுக் கொண்டார்கள். பிள்ளைகள் வேலைக்குப் போய் வசதியாய் ஆன பிறகும், இந்தப் பெண்கள் 'மகளிர் சந்தையை' விடவில்லை. இதை விட்டுவிட்டு என்ன செய்யப் போகிறோம் என்று எண்ணுகிறார்கள். படித்து வேலைக்குப் போன ஒரு பெண் அந்நிறுவன வேலையை விட்டுவிட்டு மகளிர் சந்தையில் துணி விற்பனை செய்து கொண்டிருப்பதாகத் தெரிவித்தாள். நான்கைந்து மொழிகளில் பேசி விற்பனை செய்து கொண்டிருந்த ஒரு பெண் ''நான் அரசுத் தலைமைச் செயலகத்தில் பிரிவு அலுவலராக இருக்கிறேன் ''என்று சொல்லி அதிர்ச்சியளித்தார். .

அதிகாரியின் மனைவியாயிருக்கலாம்; அமைச்சர் வீட்டுப் பெண்ணாயிருக்கலாம். சொகுசு பங்களா வட்டாரத்தில் வசிப்பவராக இருக்கலாம். அன்னையர் வளாகத்துக்குப் போய் பொருட்கள் வேண்டிவர அனைவரும் விரும்புகிறார்கள். கருணையினால் அல்ல,

கடமையை நிறைவேற்றுவதாக எண்ணுகிறார்கள். தங்களுக்குத் தாங்களே உதவிக்கொள்ளும் மனநிறைவுடன் அவர்கள் திரும்புகிறார்கள்,

இம்பாலின் அன்னையர் வளாகப் பெண்-பெண்ணாற்றலின் (Women empowerment) முழுப்பரிமாணத்தையும் தன் சமுதாயத்துக்கு வழங்குபவள். கோர் என்னும் அமைப்பு (Centre for organization Research and Education, Manipur) ''இந்தச் சந்தை வெறுமனே ஒரு பொருளாதார மையம் அல்ல. அவர்கள் தமக்குள் செய்திகள் பரிமாறிக் கொள்கிற இணையமாக இருக்கிறது. சமூக அரசியல் நிகழ்வு நிரலை அலசுகிறார்கள். அன்றாடம் மதிய உணவு வேளையில் சமூக, அரசியல் பிரச்சனையில் தடையில்லா தகவல் ஓட்டம் அவர்களை விழிப்புடன் இருக்கச் செய்கிறது. 1904 -ல், 1939- ல் பிரித்தானியருக்கு எதிரான பெண்களின் எழுச்சி இந்தச் சந்தை வளாகத்திலிருந்து தான் மேலெழுந்தது. வணிக முனைவோர் மட்டுமல்ல , தலைமைத் தகைமைக்கும், புரட்சிகரக் குணாம்சத்துக்கும் அன்னையர் வளாகப் பெண்களே முன் மாதிரிகள்'' என்று கணித்துள்ளது.

உரிமம் பெற்றும்,உரிமம் பெறாமலும் சாலையோரத்திலும் நடைபாதைகளிலும் கடை நடத்தும் பெண்களில் 300 பேர் விதவைகள். காவல்துறையின், இராணுவ அதிகாரத்தின் போலி மோதல்களில் கொல்லப்பட்டவர்களின் துணைவியர்தாம் இந்த 300 விதவைகள். உரிமம் இல்லாமல் கடை நடத்துவது எந்த நேரத்திலும் தடை செய்யப்படலாம் எனத் தெரிந்தும், தன்னைச் சார்ந்த ஜீவன்களை வாழச் செய்வதற்காக கெடுபிடிகளையும் எதிர்கொள்ள வேண்டியுள்ளது இந்த விதவைகள்.

1592 - 1652 வாக்கில் பல இடங்களில் மணிப்பூர் சமஸ்தானமாக இருந்தபோது சந்தைகள் உருவாக்கப்பட்டன. இந்த திறந்த வெளிச் சந்தைகள் அனைத்தும் மகளிரால் நடத்தப்பட்டன என 1786- மணிப்பூர் அரசு ஆவணம் குறிப்பிடுகிறது. இவை வெளிச் சந்தைகளானமையால் பெரும்பாலும் முற்பகலில் காலைப் பொழுதுகளில் மட்டும் இயங்கின. பிறகு தற்காலிக கூரையுள்ள கூடங்களின் (Shed) கீழ் மகளிர் விற்பனை செய்தனர். கூடங்களினுள் வந்த பின் காலையிலிருந்து மாலைவரை என

விற்பனை நடந்தது. இந்த சந்தைக்குப் போட்டியாக சில வியாபாரிகளின் தூண்டுதலுடன் செல்வந்தர் சிலர் 1948 - 52 வாக்கில் தற்காலிக விற்பனைக் கூடங்களை இடித்துத் தள்ள முயன்றனர். மகளிர் பெரும் அளவில் திரண்டதால், இடித்துத் தள்ளும் முயற்சி கைவிடப்பட்டது. ''இமா மார்க்கெட்' என அழைக்கப்படும் அன்னையர் வளாகத்தில் இன்றளவும் இப்போர்க்குணம் முண்டிக் கொண்டு நிற்கிறது.

''விதியே விதியே, என் செய நினைத்தாய் எம்மை''

என காலத்தின் குடுமியை கைப்பிடித்து ஆட்டும் வல்லமை தொடர்வதற்கு 1950 -களில் ஊட்டப்பட்ட இந்தப் போர்க்குணம் உரம்.

சமூகத்தில் மாற்றத்தை நிகழ்த்த விழையும் எந்த ஒரு நாட்டின், பிரதேசத்தின் கொள்கை வகுப்பாளர்களும் பெண்ணாற்றலின் முக்கியத்துவத்திற்கு ஒரு காட்டாய்- பாலின நீதியின் அடையாளமாய் விளங்கும் 'இமா மார்க்கெட்டை' தம் நாட்டிலும் நட்டு வைக்கக் கடப்பாடுடையவர்கள். இது ஒரு ஆதர்சம் மட்டுமல்ல: பெண்ணினத்தை விடுதலை செய்யும் ஒரு செயல்முறை. பெண்ணினத்தை சமுதாய உந்துசக்தியாய் பலவேறு தொழில்களில் பங்கேற்கச் செய்த லெனினின் ''சோவியத் ருசியா'' நினைவுக்கு வருகிறது.

மணிப்பூர் மகளிர்

உலகத்துக்கு இனிது விடிந்த புத்தாயிரம் 2000-ஆம் ஆண்டு மணிப்பூர் மக்களுக்கு குத்துயிரும் குலையுயிருமாய் வந்து சேர்ந்தது. நவம்பர் 2-ஆம் நாள். மலோம் என்ற இடத்தில் பேருந்து நிறுத்தத்தில் நின்ற பெண்டிரும் மாணவர்களுமான பத்து உயிர்கள் சிறப்புஆயுதப் படையால் பறிக்கப்பட்டன. துப்பாக்கி வெடிச் சத்தத்துக்குப் பின், மலோம் பகுதியில் சிறப்பு ஆயுதப்படையின் தேடுதல் வேட்டை. தேடுதல் வேட்டை என்றால் காக்கி, சிமெண்ட் வண்ண சீருடைக்கு என்ன அர்த்தம் தரப்பட்டுள்ளதோ, அந்த சித்திரவதைகளும் வங்கொடுமைகளும்.

தனது மண்ணில் தனக்கு அருகிலே நிகழ்த்தப்பட்ட வன்கொலைகளுக்கு எதிராய் ஒரே ஒரு கோரிக்கையை முன்வைக்கிறார் ஒரு இளம்பெண்; "ஆயுதப் படைச் சிறப்புச் சட்டம்' திரும்பப் பெறப்படும் வரை பட்டினிப் போராட்டம் தொடர்வேன்' என்பதான அறிவிப்பு. அந்த இளம்பெண் மணிப்பூரின் 'இரும்பு மகள்' (Iron Lady) இரோம் ஷர்மிளா.

15.7.2004 அன்று மணிப்பூர் மகளிர் சிலர் சிறப்பு ஆயுதப்படை தலைமை இடம் முன்பு திரண்டனர். சிறப்பு ஆயுதப்படை என்றால் இராணுவம் தான். ராணுவமுற்றத்தில் ராணுவத்தினர் முன்னால் ஆடைகளைக் களைந்து நிர்வாணமாகினர்.

"இந்திய ராணுவமே எங்களைப்

பா.செயப்பிரகாசம்

பாலியல் வல்லுறவு செய்

எங்களைக் கொல்''

"Indian Army Rape us

Kill us"

நிர்வாண உடல்களுக்கு முன் பதாகைகள் ஏந்தி அணிவகுத்து முன்னேறிய போது, உலகம் முதன்முதலாய் இந்த விசித்திரத்தை மனச்சாட்சியின் விழிகள் விரித்துப் பார்த்தது. அரசுகளுக்கு ஆதரவாக துருத்தி ஊதிப் பழக்கப்பட்ட இந்திய ஊடகங்கள் இதுவரை கண்டிராத காட்சியால் அதிர்ச்சியாகி எழுதுகோலைக் கூர்படுத்தத் தொடங்கின.

வாழ்க்கையை ஆயுதமாக ஏந்தினார் ஒரு இளம்பெண்.

நிர்வாணத்தையே ஆயுதமாய் ஏந்தினர் இளம் பெண்கள்.

''யாராவது ஒருவரை போராட்டக்காரர் என ஆயுதப்படை சந்தேகித்தால், விசாரிப்பு எதுவுமின்றி சுட்டுக் கொல்லலாம்'' இது ஆயுதப்படைச் சிறப்புச் சட்டம். 1942 -ஆம் ஆண்டு ஆங்கிலேயே அரசு கொண்டு வந்த சட்டத்தை, இம்மியும் மாற்றாமல் 1958 -ஆம் ஆண்டு இந்திய அரசு மறுபடி அறிமுகப் படுத்தியது.

இம்பால் நகரில் வீதிக்கு வீதி, முக்குக்கு முக்கு இராணுவ 'பங்கர்' இருக்கிறது. எந்த ஒரு பங்கருக்குள்ளும் எப்போதும் ஒரு சிப்பாய் உட்கார்ந்து பங்கர் துளைவழி துப்பாக்கியைச் சுழலவிட்டுப் பார்த்துக் கொண்டிருக்கிறான். துப்பாக்கியின் துளைவழியாய் இந்திய சனநாயகம் செயல்படும் ஆச்சரியம் எனக்கு விந்தையாய்த் தோன்றிற்று. ஏ.கே. 47 அல்லது இன்னும் நவீனரகத் துப்பாக்கியின் சிறுதுளை வழியாய் இந்திய சனநாயகம் பரிபாலிக்கப்படுவது கண்டு ஆச்சரியம் கொண்டேன்.

மன்னர் ஆளுகைக்குட்பட்ட சமஸ்தானமாக மணிப்பூர் இருந்த போது, பிரிட்டிஷாருக்குக் கீழாய்க் கொண்டுவர பர்மாவில் (தற்போது மியான்மர்) பேச்சு வார்த்தை நடைபெற்றது. இந்திய விடுதலைக்குப் பின் புதசந்திரா என்ற மன்னர் மணிப்பூரை இந்தியாவுடன் இணைக்க கையெழுத்துப்

பதித்தார். மக்களின் கருத்தறியும் பொதுவாக்கெடுப்பு நடத்தாமல், சனநாயகத்தின் கீற்று துளியும் தென்படாமல், மணிப்பூர் தேசத்தை இன்னொரு தேசத்துக்கு அடிமையாக்கிய துரோகம் அரசர் கையெழுத்துப் பதித்த அன்று நடந்தேறிற்று; மக்களை மொத்தமாய்க் கப்பம்கட்டிய நாள் அன்று. ''இந்திய நாய்களே வெளியேறு'' என்ற முழக்கம் அன்றுதான் எழுந்தது.

இம்பாலிலிருந்து 30 கி.மீ தொலைவில் 'மொராங்' என்ற சிறுநகரில் நடந்தது இரண்டாம் நாள் கவிஅமர்வு. 'இந்திய தேசிய ராணுவ' மண்டபம் (INA Haal)தான் கவியரங்கம் நடைபெற்ற அரங்கு. இந்திய விடுதலையை அடைய நேதாஜி, பர்மாவைத் தலைமையிடமாகக் கொண்டு இந்திய தேசிய ராணுவத்தைத் கட்டியமைத்தார். இந்தியாவில் மணிப்பூரின் 'மொராங்'என்ற நகரில் முதன் முதலில் இந்திய தேசிய விடுதலைப் படையின் கொடியேற்றப்பட்டது. அவ்விடத்தில் இந்திய தேசிய ராணுவ மண்டபத்தை (INA Hall) நிறுவி, முற்றத்தில் நேதாஜி சிலையையும் நிறுவியுள்ளனர். முதல் விடுதலைக் கொடி ஏற்றப்பட்ட இடத்தில், அந்த வாசகம் பொறிக்கப்பட்ட கல்லின் அருகே, ஒரு புகைப்படம் எடுத்துக் கொண்டேன்.

'மொராங்' பகுதியில் லேக்டாக் என்னும் மிகப்பெரிய ஏரி. ஏரியின் முன்னுள்ள சிறுகுன்றின் மேல் ஏறிப் பார்த்தால், கழுத்தில் புரளும் வெள்ளைமுத்துச் சரமாக பிரமாண்ட நீர்நிலை தெரியும். ஏறுகிறபோது வலப் புறத்தில் ''அசாம் ரைபிள்ஸ்'' என்ற சிறப்பு ஆயுதப் படை முகாம் இருந்ததைக் கண்டேன்; ''அசாம் ரைபிள்ஸ்'' போன்ற சிறப்பு இராணுவ முகாம்கள் நிரத்தரமாக மணிப்பூர் மண்ணில் இருக்கின்றன.

'மாலோம்' பிரதேசத்தின் தாக்குதலில் முன்னணியில் பயன்படுத்தப் பட்டது ''அஸாம் ரைபிள் படை'' மணிப்பூர்மக்கள் மீதான தாக்குதலில் மணிப்பூர் ஆயுதப் படையினரை ஏன் பயன்படுத்தவில்லை என்பது நியாயமான கேள்வி. இந்திராகாந்தி ஆட்சியில் பஞ்சாபில் அமிர்தசரஸ் பொற்கோயிலின் மீது 'நீல விண்மீன்' (Blue Star Operation) தாக்குதலில் ஏன் கூர்க்கா படை பயன்படுத்தப்பட்டது? பிரிட்டிஷார் ஆட்சியில் இந்திய

பா.செயப்பிரகாசம்   75

விடுதலைப் போராட்டக்காரர்களை ஏன் கூர்க்கா படை கொண்டு வேட்டையாடினர்?. இந்திய அமைதிப் படை 1987-ல் ஈழப்பிரதேசத்தில் இறங்கிய போது, பஞ்சாப்பின் சீக்கியப் படைப்பிரிவுகளும் வடமாநிலப் படையினரும் பெருவாரியாக இறக்கப்பட்டது ஏன்? கேள்விகளுக்குள்ளே பதில்கள் தங்கியுள்ளன.

சொந்தஇன உறுத்து வந்துவிட்டால் '' கொல்வதற்கே துப்பாக்கி'' என்ற தாரக மந்திரம் மறந்து போய் விடும்.

அன்றிலிருந்து இன்றுவரை உரத்து எழுந்து வந்து கொண்டிருக்கிறது விடுதலைக் குரல். 'ஆயுதப் படைகள் சிறப்புச் சட்டத்தை' நீக்கவேண்டுமென்று கோரி இரோம் ஷர்மிளா 15 ஆண்டுகளாய் உண்ணா நோன்பு இருந்து வருகிறார். மருத்துவமனையில் சேர்த்து மூக்குவழியே திரவ உணவு செலுத்தி வருகிறது அரசு. பட்டினிப் போர் நடத்தும் இரோம் ஷர்மிளாவும், நிர்வாணப் போர் நடத்திய பெண்களும் மணிப்பூர் தேசத்தின் குரல்கள்.

தேசத்தின் குரலை உரத்து எழுப்புகிற அக்கினிக் குஞ்சுகள் முன்னர் வரலாற்றின் பொந்துகளில் பத்திரமாகப் வைக்கப்பட்டிருந்தன. 1904-ல் ஆங்கிலேய அரசுக்கு எதிராகக் கொடி ஏந்தியவர்கள் மணிப்பூர் மகளிர்.

மணிப்பூர் மீதான அடக்குமுறையின் வெஞ்சினக் குரல்கள் கலை இலக்கிய அரங்கில், குறிப்பாய் கவிதை வாசிப்பில் அதிகமாய்க் கேட்டன. கவிதாயினிகள் பொர்கன்யா, அகோம் யாண்டிபாலா தேவி, கவிஞர் தேவதாஸ் மரின்பாம் ஆகியோர் இரண்டாம்நாள் அரங்கில் கவிதைகளால் விளாசினர். கவியரங்கில் பங்கேற்ற பொர்கன்யாவிடம் (Borkanya) என் ஆசையைத் தெரிவித்தேன்.

''இரோம் ஷார்மிளாவை நான் சந்திக்க முடியுமா''

பொர்கன்யா விநோதமான பிராணியைப் போல் என்னைப் பார்த்தார்; ''முதலில் உங்களை அழைத்த ஏற்பாட்டாளர்களிடம் அனுமதி பெறுங்கள்'' என்றார்.

"என்ன விளையாடுகிறீர்களா" ஏற்பாட்டாளர்கள் மறுத்து விட்டார்கள்.

"அவர் மருத்துவமனையில் சிறைக்காவலில் வைக்கப்பட்டிருக்கிறார். அவரைக் காண எவருக்கும் அனுமதியில்லை. கட்டிலைச் சுற்றிலும், அறையின் வாசலிலும், மருத்துவமனை முகப்பிலும் 'ரைபிள்' ஏந்திய சிப்பாய்கள் நிற்கிறார்கள். இராணுவ அதிகார வட்டத்துக்குள் இலக்கியவாதிகள் நுழைய இயலாது"

ஒரே அடியாய் அடித்துவிட்டு நகர்ந்தார்.

எந்த அதிகாரத்தையும் ஊடுருவி நுழையும் வலிமை எழுதுகோலுக்கு உண்டு என்று சொல்வது எவ்வளவு பெரிய புனைவு என அப்போது உணரக் கூடியதாயிருந்தது. யதார்த்த உலகில் எழுதுகோலினும் காண துப்பாக்கியே வலுவாக இருக்கிறது.

சாகித்ய அகாதமியின் 'இளம்புரஸ்கார் விருது' பெற்றிருக்கிறார் அகோம் யாண்டிபாலா. அடக்குமுறையால், அடாவடித்தனங்களால் அங்குள்ள மக்கள் போல் கலை இலக்கியவாதிகளும் நொந்து நொம்பலப்பட்டுப் போகிறார்கள். போராடிப் போராடி அலுத்துப் போயுள்ளார்கள். இந்த அலுப்பு அவர் கவிதைகளில் வேர்கொண்டு மேலே வருகிறது.

காரணம் சொல்

ஒன்றோ, பலவோ,

இதுவோ அதுவோ

எதுவாயினும்

என் சாவுக்கு ஒரு

காரணம் சொல்.

இல்லையெனில்

இவ்வுலகிலோ,

சொர்க்கத்திலோ
எனக்கு இடம் கிடையாது.

எத்தனை காலம்
நானிவ்வாறு ஓடிக்கொண்டிருப்பது
எனது குற்றம் எதுவென அறியாது;
மரணத்தை முத்தமிடும் நாளில்
என் அறிவிலாப் பயணத்துக்காய்
உறுதியாய் வெட்கப்படுவேன்

கொலையாளியே,
குற்றப் பத்திரிகையேனும் கொடு
அதற்காய் நன்றி சொல்வேன்.
அது எனது அடையாள அட்டை
அதனைக் கையளித்து
என்னை சொர்க்கத்துக்கு அனுப்புவாயாக
எனது சாவுக்கு,
ஒரு காரணமேனும் காட்டு.''

எந்த 'மாலோம்' கொலைகளை எதிர்த்து நீதி விசாரண நடத்தப்படவேண்டுமென இராம் ஷர்மிளா பட்டினிப்போரைத் தொடங்கினாரோ, அந்த விசாரணை 15 ஆண்டுகளாகியும் இன்னும் முற்றுப்பெறவில்லை. நவம்பர் 2000 முதல் தற்கொலைக்கு முயன்றதாக

பிரிவு 309 -ன் கீழ் ஷர்மிளா மேல் வழக்கு. விரைந்து முடிப்பார்கள். முடிப்பது மறுபடி ஓராண்டு தண்டனையை புதுப்பிப்பதற்காக. விடுவிக்கப்படுதல், மீண்டும் கைது செய்யப்படுவதின் பொருட்டாய் அமையும்.

இரும்புப் பெண் ஷர்மிளாவுக்கு 2007- ல் தென்கொரியாவின் தகைமைத்துவமுள்ள மனித உரிமைகளுக்கான 'குவாங்ஜூ' விருது. 2010 -ல் அமைதிக்கான ரவீந்திரநாத் தாகூர் விருது எனப் பல விருதுகள்.

"10 வயதுவரை, ஷர்மிளா மற்ற குழந்தைகளிலிருந்து தனித்து நிற்பாள். அவள் முழுக்க முழுக்க சைவம். பத்து வகுப்பு முடித்ததும் யோகா பயிற்சியில் சேர்ந்தாள். இயற்கை மருத்துவம், கீதை விரும்பி. ஷர்மிளாவுக்கு நான்கு நண்பர்கள் தாம். தனிமையில் அமர்ந்து வானொலி கேட்பாள். கவிதை எழுதுவாள். சுருக்கெழுத்து கற்றுக் கொண்டாள். மாலோமில் துப்பாக்கிகள் வெடித்த சத்தம் கேட்ட அந்த வியாழக்கிழமையிலிருந்து உண்ணா நோன்பு என்ற எதிர்ப்புப் போரைத் தொடங்கினாள். மாலோம் பகுதியில் கொலைகள் நடந்த இடத்திலேயே உட்கார்ந்து தொடங்கினாள். 6- ந் தேதி காவல்துறை கைது செய்து கொட்டடியில் வைத்தது. நவம்பர் 11 -ல் சிறையிலடைத்தது." என்கிறார் ஷர்மிளாவின் சகோதரர் சிங்ஜித் தன் சகோதரி பற்றிப் பதிவுசெய்யும் நினைவுகள் கதகதப்பூட்டுவன.

தனது தங்கையை சிறையில் சந்தித்துப் பேசியபோது, "நாம் இணைந்து போராடுவோம். முதலில் உண்ணா நோன்பை நீ முடிக்க வேண்டும்" என்றேன்.

ஷர்மிளா சொல்வாள் "என்னை ஊக்கப்படுத்துவதற்காக எனில் வா; அதைரியப்படுத்துவதென்றால் வராதே".

"அந்த மணித்துளியில் நானொரு முடிவு மேற்கொண்டேன். மதிப்பு வாய்ந்த ஒரு தொண்டு நிறுவனத்தின் வேளாண் அலுவலர் வேலையை விட்டு விலகினேன். என்றென்றும் நான் எனது சகோதரியுடனிருக்க வேண்டும் என முடிவெடுத்தேன். இன்றுவரை, சகோதரியின் போராட்டத்துக்காக வாழுகிறேன்"

உண்ணா நோன்பு தொடங்கிய நாள்முதல் தாயும் மகளும் பார்த்துக் கொண்டதில்லை. அப்படியான சந்திப்பு தன்மகளின் போர்க்குணத்துக்கு இடையூறு செய்வதாக- மகளின் மனதில் சஞ்சலதை ஏற்படுத்துவதாகச் செய்து விடும் என்று தாய் எண்ணினார். ''மகளின் வீரம் செறிந்த போராட்டமும் அதன்விளைவும் என்னை மகிழ்ச்சியில் திளைக்கச் செய்கிறது. ஆனால் அவளைப் பற்றி நினைக்கிற போதெல்லாம் துக்கிக்கிறேன்'' கண்ணீரின் வெதுவெதுப்புக் கொண்டது அன்னையின் வார்த்தை.

அன்னையின் பல இரவுகள் கண்ணீரில் கழிகின்றன. தாயின் ஒரேயொரு ஆசை, ''ஷர்மிளாவின் சாவுக்குப் பின்னரே நான் சாக விரும்புகிறேன்''

ஊடகங்கள் குழுமியிருக்க அந்தத் தாய் மத்திய, மாநில அரசுகளிடம் வைத்தது ஒரேயொரு வேண்டுகோள்;

''ஆயுதப் படைகள் சிறப்பதிகாரச் சட்டத்தை பத்து நாட்களுக்குத் திரும்பப் பெறுங்கள். ஷர்மிளா வெளியே வரட்டும். என் மகளைப் பார்த்து விட்டுச் சாகிறேன்''

சாகவாவது இந்திய அரசு வழிகாட்டுமா?

கொல்வது மட்டுமே எனது இலக்கணம் என்கிறது இந்திய அரசு.

''நான் அங்கே எப்பவுமே சவப்பெட்டி கேக்கிற ஆளாத்தான் போனேன்''

ஈழப் போராளி சுகுமார் வாசகங்களால் நிறைந்தவன். அவன் உச்சரிக்கும் வார்த்தைகளும் அவன் பற்றிய பிறர் உச்சரிப்புகளும் உயரமானவை. வாழ்வினைச் சாதனையால் நிறைவு செய்வது என ஒரே மதியாய் இருந்தான். இனவிடியலுக்கான யுத்தகளம் காணபோராளி இயக்கத்தில் இணைதல் முதல் காலடி வைப்பாக ஆகியது. களப்பயிற்சி தொடங்குகிறது. அந்த இடத்திலும் அவரவர் குணவாகுகளிலிருந்து, குடும்ப நினைப்புகளிலிருந்து, பிரியத்துக்குரியவர்களிடமிருந்து விடை பெறாமலிருந்தனர். போராளியாய்ப் பயிற்சி எடுக்கையில், மெய்யாய்ச் சொன்னால் அது'' மலையைப் பெயர்க்கிற'' வேலை. அந்தச்சூழலில், அவன் தன்னை ஒரே வீச்சில் தகுதிப்படுத்திக் கொண்டான்.

மற்றவர்கள் காட்டிக் கொடுத்தபோது மௌனமாய் பொறுமையாய் ஏற்றான். மற்றவர்கள் தண்டனை அடைந்தபோது தோள்களால் தாங்கினான். அப்போது பயிற்சியில் காயம்பட்டோருக்கு உதவினான். ''வேப்பிலைக் கொத்தில் குருத்துப் பக்கங்களை முறிச்சு எடுத்தான் சுகுமார். பொலிதின் பை எடுத்து வந்து அதில் சுற்றி வைத்தான். நுனிக் குருத்தைக் கிள்ளி ஒவ்வொரு நாளும் மற்றவருக்கு சப்பித்தின்னக் கொடுத்தான். அதுக்குக் கீழ் உள்ளதைக் கிள்ளி வைச்சு குத்திக் கசக்கி, மருந்து கட்டுற நாளில் மத்தியானமே நாகேந்திரன் புண்ணைக் கழுவி புண்ணில் அந்தச் சாற்றை விட்டு புண்ணைக் காய விட்டான். அடுத்த கிழமை முடிவில் புண் பெரும்பாலும் காஞ்சு போட்டது.''

அதனாலேயே மேலிருக்கும் பயிற்சியாளனிடம் ஏச்சும்பேச்சும் பெற்றான்.

"ஒருவன் போராட வருவதற்கென்று முடிவெடுக்கையில், மனிசனுக்குள்ள இருக்கிற மிருகத்தனமான மனம் அவனிட்ட இருந்து பின் தள்ளப்பட்டு, மனிசத்தனமான, இரக்கத்தனமான, தவறுகளை எதிர்த்துக் கேள்வி கேக்கிற மனம் அவனைத் தூண்டியிருக்க அவன் வந்திருக்கலாம். ஆனால் அது மீண்டும் சக்தியிழந்து போகலாம். மிருக மனசிட்டயிருந்து மனசைப் பேண முடியாமற் போகலாம். அதுக்காக அவன் முடிவெடுத்த தருணத்தில் அவன் மனிசனாக இருந்தான் என்ற உணர்வு பொய்யாயிராது" என்பது சுகுமாரின் கணிப்பு.

உடல்வயதை விட சுகுமாருக்கு மனவயது அதிகம்:

இனி சுகுமாருடைய வாசகங்கள்;

✦ ✦

முத்தெடுக்கிறதென்றால் மூச்சடக்கித்தான் ஆகவேணும்.

✦ ✦

"நானிருக்கேக்க கொண்டுவாற காசில்தான் வீட்டில் கஞ்சியாவது காய்ச்சிக் குடிச்சதுகள். எனக்கே அது கால்வயித்துக்குக் காணாது. நான் களவா பாண் வாங்கியும் சில நேரம் சாப்பிடுவேன். பிறகு இயக்கத்துக்கு வந்திட்டன். இப்ப நான் வயிறார சாப்பிடுறன். அதுகளுக்கு என்னால கிடைச்ச கஞ்சியும் இப்ப கிடைக்காது. நான் மட்டும் தின்றால் சரியா."

✦ ✦ ✦

"வானத்தல நிலவு ஏணை மாதிரித் தூங்குது. இதில் ஏறிப்படுக்க எத்தனை பேருக்குத் தெரியும்? வானம் மனசுக்கு இதனமான ஒரு விசயம் இல்லையா? இளகின மனசுகளுக்குத்தான் அப்பிடி. அதிகப் பணமுள்ளவர்களுக்கு அப்படியில்லை. மற்றவனை எட்ட இன்னும் பணம் போதாது என்ற கவலை அவர்களுக்கு. அந்த முயற்சியில் மனமிறங்கி விசயங்களைப் பாக்கவோ கேக்கவோ, அவையளுக்கு அவகாசம் இருக்கிறதில்லே... பொதுவா ஏழைகளுக்கு வானம் ஒரு கொடைதான்.

ஆனாலும் முதல்ல வயிறு நிறைய வேணும். வயிறு நிறையாட்டி உன்னுடைய ஏணை அதுகளுக்கு வெறும் சட்டியாகவோ, பிச்சைப் பாத்திரமாகவோ தான் தெரியும்.

✦ ✦

நாலு பெடியளுக்கு ஒரேயொரு பொம்பிளைச் சோதரம் அக்கா. அதால எனக்கு அக்காவில் தான் பாசம் : அவளுக்கும் என்னில பாசம்...அந்தச் சட்டைகளெல்லாம் அக்கா அக்கம் பக்கத்துல வாங்கினது தான் ... செருப்புக் கூட அப்படித்தான். அக்காட்ட நல்லதென்று இருந்தது நாலஞ்சு வருசத்துக்கு முன்னம் வாங்கின ஒரு ரோஸ்கலர் சட்டை தான்.

✦ ✦

ஒருத்தன் கஷ்டப்பட்டா அவனுக்கு உதவி செய். இருக்கிறவன் இல்லாதவனுக்கு கொடு. எழும்பி நிற்கிறவன் விழுந்தவனைத் தூக்கு. ஏன் இதுக்குள்ளே புண்ணியத்தைச் சேர்த்து அதை வியாபாரம் ஆக்கிறாங்கள்? மனிதத்தனத்தை வியாபாரம் ஆக்கிப் போட்டாங்களே! தாய் புள்ளைக்குப் பால் கொடுத்தா தாய்க்குப் புண்ணியம் என்டா சொல்லிக் குடுக்கிறியள். இல்லையே, தாய்மை என்றுதானே சொல்லுறியள். அதுமாதிரி இருக்கிறவன் இல்லாதவனுக்குக் குடுக்கிறது மனிசத்தனமென்டாவது சொல்லுங்களேன். தாய்மை என்பது மகத்துவமானது போல் மனிசத்தனமென்பதும் மகத்துவமானது.

✦ ✦

வீட்டுக்குப் பிள்ளையா நான் எடுத்த முடிவு முதல்ல பிழையா இருக்கலாம். ஆனால் ஒரு மனிசனா நா எடுத்த முடிவு பிழையா?

✦ ✦

சண்டை நடக்குது, பொடியளெல்லாம் செத்துச் செத்து வாறாங்கள். அவர்களுக்கும் இப்படி எத்தனை, பொறுப்புகள், விருப்பங்கள் என்றிருந்திருக்கும். வாழ்ந்து முடிச்சவையா போராட ஏலும்: ஒரு பக்கம் தியாகங்கள் நடக்க, நாங்கள் அதுக்குள்ள சுழிச்சோடி எங்கட குடும்பங்களை உயர்த்திடலாம் என்று நினைக்கிறது ஒரு துரோகம்.

பா.செயப்பிரகாசம்

✸✸

நீ யோசிச்சுப்பார், ஆனையிறவுத் தோல்விக்கு அடிபட்டவனா காரணம்? அடிபடப் போகாதவன்தான் காரணம். சண்டைக்குப் போனதாலேயே அறுநூறு பேர் செத்தவங்கள். நாம் சண்டைக்குப் போகாததாலே செத்தவங்கள். வாழ்க்கை அவலங்களுக்குச் சிங்களவனேயா காரணம்? நாமும் தான் காரணம்.

✸✸

எல்லோரும் பாதுகாப்புக்கு தங்க வீட்டச் சுத்திதான் அணை கட்டப் பார்க்கிறோம். அது முட்டாள்தனம். அணையை வெள்ளம் உடைக்கிற இடத்தில் கட்டவேணும். உடைக்கிற இடத்திலே கட்டினாத்தான் நிப்பாட்டலாம்''

2

'' நஞ்சுண்ட காடு'' கதையா? வரலாறா? வலித்து வலித்து வாழ்ந்த சுகுமார் என்ற போராளி கதையைத் தொடங்குகிறார். மனிதனாய்ப், படைப்பாளியாய் வாழ்ந்த குணா.கவியழகனின் கதை இது. அவரில், அவராக வாழ்ந்த சுகுமாரின் கதையும் இதுதான்.

''வாழ்வின் மிகவும் புதிரான அனுபவங்களைப் பெற்ற முதற்களம். என் தலைமுறை முழுக்க எப்பொழுதுமே ஒருவேளை ஆயிரம் ஆண்டுகளாகவும் இருக்கக் கூடும் - கதை சொல்லக் கூடிய வலிமை தந்த வாழ்வின் தொடக்கம் இன்றுதான். பொழுதைப் போக்கும் ஆர்வமுள்ள வாசகர்களே நீங்கள் போய்விடுங்கள். இந்தக் கதையில் பொழுதா போகும், கிடையவே கிடையாது. வார்த்தை ஜாலங்களை அள்ளி விசிறும் வித்தையா கற்றேன் கனவுலகக் கதை சொல்ல? இல்லையந்த வாழ்வைத் தான் கண்டேனா, கேட்டேனா? பாம்பின் விசமே கால நீட்சியில் திரட்சியுற்று, திரட்சியுற்று இரத்தினம் ஆகிறதாம். விசமென்றா அழைத்தீர் அதை? இல்லையே! இதுவும் வலித்து வலித்து வாழ்ந்த மனிதனின் கதை. வலியென்றா காண்பீர், இல்லை விசமென்றா சொல்வீர்? நானறியேன். நீரே அறிவீர் அதை''

''பொழுதைப் போக்கும் ஆர்வமுள்ள வாசகர்களே போய்விடுங்கள்; வார்த்தை ஜாலங்களை அள்ளி வீசும் வித்தை கற்றதில்லை; கனவுலகக் கதைசொல்ல வரவில்லை'' என முதல் கட்டமாக வாசகர்களைப் பிரித்து நிறுத்துகிறார். அவர் சொல்லப் போவது போர்க்கள வரலாறு. வீரத்தை, வீரம் விளைவித்த மகிழ்ச்சியை, வீரமும் ஈகமும் கூடவே கொண்டு வந்து நிறுத்திய வலியை, குடும்ப இடிபாடுகளைக் காண்பதற்கும் கிரகிப்பதற்கும் மனுசத்தனம் வேண்டும். அதில்லாதவரை விலகி நிற்கச் சொல்வது ஒரு சரியான ஆணை.

ரணம், நிணம், வலி, வேதனை, கொலை, சாவு என அன்றாட மானுட வாழ்வின் நிரலினால் பாதிப்புக்குள்ளாகிய பூமி. போரியலை வாழ்வியலாகக் கொண்ட நாடு : அந்நாட்டின் மக்களுக்குள் உடன் செல்ல, உணர்ந்து கொள்ள பாரம்பரிய இலக்கிய வாசிப்பு போதாது. மதியநேர உணவுக்குப் பின்னான தூக்கத்துடன், மாலை நேர தேநீர் மயக்கத்துடன் வாசிப்பு செய்யும் மந்தகாசம் செல்லுபடியாகாது. வாசகர்களை வேற்று மனநிலைக்கு தயார்செய்து அழைத்துப் போவது அவசியமாகிறது. பகை உமிழ்ந்த நஞ்சினை, போராடிப் போராடி தமது மக்களுக்கும் தமக்கும் பாதுகாப்பான ஒளிரும் இரத்தினக் கல்லாய் மாற்றித் தரும் போராளிகளின் கதை இது.

ருசிய எழுத்தாளர் ஷோலகாவின் ''அவன் விதி'' புதினம் இவ்வாறு தான் தொடங்குகிறது. யுத்த வரலாற்றின் ஊடாக வருகிற வாழ்வுக் கதை. யுத்தத்தின் சுழிப்பு அந்திரேயை மட்டுமல்ல, குடும்பத்தை, ருசிய சமுதாயத்தை உள்ளிழுத்துச் சுருட்டியது பற்றி வாசகர்களுடன் ஷோலகாவ் நேர்உரையாடுதல் போலவே, தமிழீழக் கதை சொல்லி குணா. கவியழகன் பேசுகிறார். சுகுமாரின் சகபோராளியான இனியவன் வழியாய் சொல்லப்படுகிறது.

யுத்தகளத்தில் மனித உயிருக்கு எந்தப் பெறுமதியும் இல்லை. கொல்லுவதும், கொல்லப்படுவதும் மட்டுமே அவ்விடத்தில் முனைப்பான காரியங்கள்; நியாயமான காரியங்கள். இரண்டாம் உலகயுத்தத்தில் குடும்பம் முழுதும் பலி கொள்ளப்பட்டு மீந்திருந்த ''அவன் விதி'' நாயகன்

அந்திரேய். ஜெர்மானியர்கள், ருசிய மக்களை எதற்காக கொன்றார்கள்? பேசுகிறான்.

''அவர்கள் எதற்காக கொன்றார்கள் என்றா கேட்கிறீர்களா? நான் ருசியன் என்பதற்காக: நான் இன்னும் உயிரோடு உலகில் இருக்கிறேன் என்பதற்காக: அவர்கள் பொருட்டு உழைத்தேன் அல்லவா அதற்காக: எடுத்தற்கெல்லாம் உதையும் குத்தும்: எதிர்த்துப் பார்த்தால் அடி, தவறுதலாகக் காலடி வைத்தால் அடி, அவர்கள் விரும்பின மாதிரித் திரும்பா விட்டால் அடி. அடிக்கிற அடியில் உயிரைப் பறித்து விட வேண்டுமென்பதற்காகவே அடித்தார்கள். ரத்தக் குழாய் வெடித்து அடிபட்டுச் சாக வேண்டுமென்பதற்காகவே அடித்தார்கள்.''

இந்தக் கொலைச் செயல்களை அப்படியே கொண்டு போய் சிங்கள வெறியர்களுக்குக் கொழுவிக் கொள்ளலாம். இரண்டாம் உலகப் போரினை விட, இப்போது கொலைத் தொழில் நுட்பங்கள் வெள்ளமாய்ப் பெருகியுள்ள சமகாலத்தில், சிங்கள வெறியர்கள் என்ன விரல் சூப்பும் குழந்தைகளா?

இரண்டாம் உலக யுத்தத்தில் ஒரு போர்க்கள வீரனாக அந்திரேய் நின்று கொண்டிருக்கையில், குடும்பம் கண்காணாத் திசையில் தூக்கி எறியப்பட்டு சிதைகிறது. 'நஞ்சுண்ட காடு' கதையில் வரும் சுகுமார்களுக்கு நடக்கிறதும் அதுதான்.

''இரவு கன்ரரின் பின்புறத்தில் ஏற்றப்பட்டு ''கைத்தடி'' வெளியில், காற்று முகத்தில் அறைந்து தலைமயிர் பறக்க, சேர்ட் படபடக்க இருந்த உணர்வுக்கும், பின் மழையில் நனைந்து நித்திரையில் வழிந்தபோது இருந்த உணர்வுக்கும் இப்போது இருக்கும் உணர்வுக்கும் எத்தனை வித்தியாசம்?''

இயக்கப் பயிற்சி எடுக்கும் வித்தியாசமான உணர்வில் சுகுமார் பயணிக்கிறான். அவரவர் விருப்பத்தின் பேரில்தான் போராளி வாழ்க்கைக்கு பேர் தந்தார்கள். ஆனால் 13 பேரில் ஒருவன் வரும்போது இடையிலேயே பூநகரி ஜெற்றியிலோ அல்லது வாகனம் வேகம் குறைந்த ஏதாவது ஒரு முடக்கிலோ குதித்துப் பின்வாங்கி ஓடிவிடுகிறான்.

அதுபோலவே பயிற்சியணியில் குழுத்தலைவராக இருப்பவன் வன்மம் கொள்வது, ஒருவர் துன்பத்தில் மற்றவர் இன்பம் அடைவது, காட்டிக் கொடுப்பது, துணை நிற்பது என இயல்பான மனிதர்கள் வருகிறார்கள். அவர்கள் செதுக்கி வைக்கப்பட்ட சிலைகள் அல்லர்; அளவாய் தைக்கப்பட்ட போராளிப் பொம்மைகளும் அல்லர். அவர்கள் மனிதர்கள். தலைமையேற்க முந்துகிறவர்கள், காட்டிக்கொடுப்பதால் தண்டனை பெறுகிறவர்கள், தண்டனை பெற்றவருக்கு உதவியோர் எனப் பல மனிதர்களாக வெளிப்படுகிறார்கள்.

வேற வேற வாழ்க்கைப் பின்னணியில் இருந்து களத்துக்கு வருபவர்கள். வேதச் சமயத்திலே பிறந்து வேதப் பாதிரியாய் ஆக பெற்றோர் விரும்பிய சுசீலன், அந்தத் துறவை விட இந்தத் துறவு அர்த்தமுள்ளதென நினைக்கத் தொடங்கினான். அது மக்களுக்காக என்றால் இதுவும் மக்களுக்காகத்தானே. அதில் ஆண்டவனைப் பற்றிப் போதிக்கலாம். இதில் ஆண்டவன் போல அவர்களைக் காப்பாற்றலாம்.

''இப்படியெல்லாம் யோசிச்சன். சூசையப்பர் வாள் வச்சிருக்கேல்லையா, சாத்தான்களை விரட்ட, நான் துவக்கு வச்சிருப்பேன், சாத்தான்களை விரட்ட என்று நினைச்சன்: வந்திட்டன்''

ஒவ்வொரு போராளி வாழ்வின் பின்னணியும் ஒப்புதல் வாக்குமூல மாய் வருகிறது. தங்களைப் போன்ற சக போராளிகளோடு இயல்பான அளவளாவுதலில் தெரியப் பண்ணுகிறார்கள்.

''பயிற்சி முகாமில் கழிப்பறை போவது பெரிய நரக இம்சை. கக்கூசிருக்கும் காரியம் இனி கைகூடி வராது. பள்ளிக் கூடத்திலிருந்தபோது பகிடியென்று சொல்லித் திரியும் ராஜ்ஜின் வசனம் 'தம்பி நீ எழுவாய், இங்கிருப்பதால் பயனில்லை' நினைவுக்கு வந்தது. தூக்கிப் பிடித்த சாரத்தால் மூக்கைப் பொத்தி அம்மளாச்சியே, நான் என்னாண்டுதான் இனி கக்கூசிருக்கப் போறேனோ என்றென் கண்முட்டியது''

சுகுமார் வந்த சேர்ந்த முதலாவது நாளின் சம்பவம் விரிகிறது.

முதல்நாள் இரவில் படுக்கும்போது மணி 2.46. தலைமாடு பதிவாகவும், கால்மாடு உயர்த்தலாகவும் இருந்தது. போதாக்குறைக்கு கழட்டிய அரை

ஈர உடுப்பைச் சுற்றி தலையணையாக்கிப் படுத்தான். கால்மாடு போர்த்துவிட அம்மா இல்லை. இனிமேல் அம்மா போர்த்திவிடும் போர்வையும் இல்லை.

"இனி சனம் உங்களை இயக்கப் பொடியள் போறாங்கள் என்று சொல்லுங்கள்"

பயிற்சி மாஸ்டர் சொன்னபோது மனம் அவர்களுக்கு ஒருதரம் அந்தர இடத்தில் நின்றது. உண்மையிலேயே அந்த வசனம் நினைக்க நினைக்க கிளர்ச்சியூட்டிக் கொண்டிருந்தது.

இயற்பெயர்கள் மறந்துபோக இயக்கப் பெயர்கள் சூட்டினார்கள். நேற்று வரை தனது வட்டத்தில் வழங்கிய தாய், தந்தை சூட்டிய பெயர் இல்லாமல் போகும். எதிரி அறியாமல் செயல்கள் செய்ய, மக்கள் அறியும்படி காரியங்களை முன்னெடுக்க புனைபெயர்கள் தேவையாகின்றன. பயிற்சி பெறும் எல்லோருக்கும் துவக்கு (துப்பாக்கி) தருகிறார்கள். துவக்கு தந்த நாள் மனதுக்குப் பிடிபடாத சந்தோசம் எல்லோரது முகங்களும் பூத்திருந்தன. துவக்கெண்டால் சும்மாவா? துவக்கைப் பிடித்தால் அதுக்கொரு தனி வீரம் பிறக்கும்.

"துவக்கு ஏந்தி,

புலிவீரர் புதுவீரர் உருவாகின்றார்

புயலோடும் போராடும் புலியாகின்றார்"

பாடல் ஒலிக்க பயிற்சி பெறுகிறார்கள். பயிற்சி நிறைவுபெறும் கட்டத்தில் அந்தப் பகுதியின் படையணித் தளபதி இளம்போராளிகள் மத்தியில் உரையாடுகிறார்.

"இப்ப நீங்களும் போராளி. நானும் போராளி, நாம் எல்லோரும் ஒரே எண்ணத்தோடும், குறிக்கோளோடும் வந்திருக்கிறோம். நம்முடைய வீரமும், தியாகமும் நிச்சயம் நம்முடைய நாட்டை விடுதலை செய்யும்."

தளபதி ஒன்றை மறக்காமல் வைத்திருக்கிறார்; தான் சஞ்சரிக்கும் இடமெல்லாம் அதைக் கொண்டு செல்கிறார்.

"உங்களுடைய தனிமனிதத் திறமை எப்படியொரு இயக்கத்தின் பலமாகவோ, இனத்தின் பலமாகவோ மாறுமோ, அப்படியே உங்களுடைய தனிமனித ஒழுக்கயீனங்கள் நமது இயக்கத்தின் பலவீனமாகவும் மாறும். புலிகளுக்கென்று ஒரு பழக்க வழக்கம், பண்பாடு, ஒழுக்கம் அடையாளமாக இருக்கிறது. அத்தகைய இயல்புள்ள ஒரே குடும்பத்தவராக இந்தப் பயிற்சி முடிந்ததும் இருக்க வேணும்."

அவர் உரை புதிய உற்சாகத்தைக் கொடுப்பதாக மாறியது.

" ஒழுக்கம் இல்லாத ஓர்மம் வீரமாடா? அதுக்குப் பேர்வேற, சண்டித்தனம், காடைத்தனம், ரவுடித்தனம்."

இவர்களுக்குப் பயிற்சி தந்த மாஸ்டரின் கோபமான முகபாவத்தில் வெளியான வாசகம் புலிகளின் பொது ஒழுக்கத்தை உறுதிப்படுத்துகிறது.

பயிற்சியின்போது காகம் கரைகிறது. காகம் கரைவதைக் கொண்டு பயிற்சிமுகாம் எங்கிருக்கும் எனக் கண்டுகொள்கிறார்கள். 'காகம் வந்திருக்கிறதென்றால் நாங்கள் இருக்கிறது நடுக்காட்டில் இல்லை. எங்கேயோ காடு கரையில்தான் இந்தப் பயிற்சி முகாமிருக்கு. அப்ப ஊர் மனை கிட்ட இருக்க வேணும் 'என்று யூகித்து உணருகிறான் சுகுமார். பயிற்சியின்போது பலதையும் உள்வாங்கி உணரும் திறன் வாய்க்கிறது. அனுபவப் பாடம் போல் உசத்தியானதாக போதனைப்பாடம் ஒருபோதும் இருப்பதில்லை; நேரடி அனுபவம் வாய்க்காத ஒருவர் நிச்சயமாக காக்கைக் காட்சியைச் சொல்ல முடியாது. கதை சொல்லக் கூடாது.

பயிற்சி நிறைவு பெற்று படையணித் தாக்குதல் நடத்தி வெற்றியின் வெள்ளோட்டத்தின் பின் அணி பிரிகிறது. வேறுவேறு முனைகளுக்கு வேறு வேறு பணிகளுக்குப் பிரிக்கப் படுகிறார்கள்.

நான் சுகுமாரைப் பிரிய வேண்டியதாயிற்று என்கிறான் இனியவன்.

" ஈழப் போராளிகள், யுத்தமற்ற, யுத்தம் விரட்டப்பட்ட ஒரு பூமியைத் தரிசனம் செய்யவே விரும்பினார்கள். எத்தனை போர்க்களங்கள், எத்தனை இழப்புக்கள், எத்தனை துயரங்களை இந்தப் போர் வாழ்வில் பார்த்தாகி விட்டது. வாழ்ந்தாகிவிட்டது. பொது நியாயம் ஒன்றில் எல்லா

இழப்புகளும் அர்த்தம் பெற்றிருந்தன. தவறுகள் கூட நியாயப்படுத்தப் பட்டிருந்தன. அதனில் அதுவே தர்மமும்.'' - இவ்வாறு போராளி இனியவன் எண்ண ஓட்டம் போகிறது.

அவ்வாறு தான் ஆயிற்று. சிலர் எதிர்பாராத இடத்தில் சந்தித்தார்கள்; சிலர் வீரச் சாவு எய்தினார்கள். சிலர் ஊனமடைந்து அவலம் கொண்டார்கள்.

தாய், தந்தை, தம்பி, அக்கா, தங்கை என்ற ஒரு குடும்பத்தில் பாத்திரங்கள் எல்லோரும் பின்னணிப் படைகள். இந்த சொந்த ரத்த ஓட்டம் சீராக இருக்கிற போது-போராளிகள் நோயெதிர்ப்புக் குணம் கொண்டோராய் களத்தில் நிற்பார்கள்.

ஒரு போராளி இருக்கும் வரை எந்தக் குடும்பமும் அநாதையில்லையென சுகுமார் உதிர்த்த சொல் உண்மையாயிற்று. இடப்பெயர்வினால் தென்மராச்சியில் இருந்தபோது அவர்களுக்கு ஒரு தங்குமிடம் கிடைக்க வழி செய்ய இனியவனுக்கு சாத்தியமாயிற்று. அதன் பின் எட்டு வருசங்கள்; தென்மராச்சி, கிளிநொச்சி, எனப் பெயர்ந்து பெயர்ந்து அலைந்தபின் அமைதிக்காலத்தில் கூடு திரும்பியது குடும்பம்.

உலை ஏற்ற முடியாத அந்தக் குடில் மாதந்தோறும் ஒவ்வொருத்தராய்ப் பாடை ஏற்றியது. ஷோலகோவின் அவன் விதியை விட கொடூரமானதாய் அக்காவின் விதி நடந்தது.

அவள் வாழ்ந்த கொட்டில் இனியவன் நினைவுகளில் விரிந்து அச்சமூட்டியது. இருண்டு வெறுமை தோய்ந்து கிடந்த குடில். அதன் நிசப்தம் சிறு ஒலியையும் பேரொலியாகக் காட்டியது. ஆறுதல் அளிக்க வார்த்தையில்லை. வழியுமில்லை, ஒரு மனிசன் கேட்க முடியாத கதையை இனியவன் , அந்த அக்காவிடமிருந்து கேட்க நேர்ந்தது அடிவயிற்றைப் பிசைந்தது.

முதலில் தாயின் இறப்பு - சவப்பெட்டி கேட்க திருகோணமலைத் தொடர்பகப் பொறுப்பாளைரைத் தேடிப் போனாள் அக்கா.

தாய் இறந்து, இறுதிச்சடங்கு முடிந்த அடுத்த சில நாளில் தந்தையின் சாவு: உலையேற்றவே வக்கற்று இருந்த அந்தக் குடும்பம் தந்தையைப்

பாடையேற்ற எங்கே வழி தேடுவது? கருணையுள்ளம் கொண்ட அதே திருகோணமலைப் பொறுப்பாளர் உதவ சவப்பெட்டி கிடைத்தது.

மூன்றாவது சீனன் குடாவில் சுகுமார் வீரச்சாவு. அந்தத் திருகோணமலைப் பொறுப்பாளரும் போராளிகளும் வீட்டுக்காரர்களாய் நின்று காரியம் செய்தார்கள்.

மூத்த அண்ணன் மகன் சுரேஷ் படித்து வளர்ந்து தலையெடுத்தால்தான் குடும்பத்துக்கு எதிர்காலம் என்றிருந்த நிலையில் மலேரியாக் காய்ச்சல் வந்தது. போதிய மருத்துவ உதவியும் சத்தான சாப்பாடும் இல்லாத பன்னிரண்டு வயது சுரேஷ் மரணித்தான். திருகோணமலைப் பொறுப்பாளரிடம்தான் மீண்டும் போனாள். நான்காவது தடவையும் சவப்பெட்டி கேட்கவே அவர் கலங்கிப் போனார்.

"நான் அங்கே எப்பவுமே சவப்பெட்டி கேக்கிற ஆளாத்தான் போனேன்" அக்கா அழுதாள்.

3

ஒரு விடுதலை இயக்கத்துக்கு மண், புவியியல், அரசியல் சூழல், மக்கள்-போன்றவை அடிக்களனாக அமைகின்றன. அத்தனையையும் சரியாகக் கணித்து, தனித்துவமான வழிமுறைகள், நடைமுறைகளைக் கைக்கொண்ட இயக்கத் தலைமையினால் விடுதலை சாத்தியமாகும். சாத்தியமாவதும், ஆகாமல் போவதும் மக்களின் அர்ப்பணிப்பு சார்ந்த விசயம் மட்டுமேயல்ல. அவர்களை வழிநடத்தும் தலைமையில் அனைத்தும் தங்கியுள்ளது.

"நல்லது, நானும் போர்முனைக்குப் போய்ப் படாத பாடெல்லாம் பட்டுத் தீர்ந்தேன் அண்ணே. அளவுக்கு மேலேயே, ஆம்"

அச்சு அசலாய் இது ஒரு போராளியினுடையது தான். உயிர், குடும்பம், துணை, தன் உயிரின் புதிய தளிர் எனப் பரித்தியாகம் செய்த அந்திரே என்ற போராளியின் வார்த்தைகள் தாம். ஷோலகாவின் 'அவன் விதி' நாயகன் அந்திரேய் தான் இவ்வாறு உதிர்த்தான். போராளிகள் சுகுமார், இனியவன், அவர் போலும் ஆயிரம் ஆயிரமானோரின் வாசகமும் அதுவாகவே இருக்கிறது.

பா.செயப்பிரகாசம்

அந்திராய் சொன்னான் ''சில நேரம் இரவில் என்னால் உறங்க முடியாது. இருட்டைப் பார்த்த வண்ணம் வாழ்வே ஏன் இப்படிச் செய்தாய்? என்னை ஏன் இப்படி வாட்டி வதைத்தாய் என்று எண்ணமிடுவேன். என் கேள்விகளுக்கு விடையொன்றும் கிடைப்பதில்லை. இருட்டானாலும் சரி, இல்லை சூரியன் பளிச்சென்று ஒளிசெய்யும் போதானாலும் சரி...எனக்கு விடை எதுவும் கிடைப்பதில்லை. இனி ஒருபோதும் விடை கிடைக்காது.''

வலது பக்க முழங்காலின் கீழ்ப்பகுதியில் காயப்பட்டு, எலும்பு முறிந்து கால் முழுக்கப் பத்துப் போட்டு - வயிற்றிலும் பிளாஸ்டர் ஒட்டி வைத்தியசாலையில் சேர்க்கப்பட்டிருந்த சுகுமார், இனியவன் , இன்னும் மருத்துவமனை முழுதும் நிறைந்திருந்த போராளிகளின் மனநிலை இந்த 'அவன்விதி' அந்திரேயின் அலைவரிசையில் இருந்தது. நோயாளிகள் நிலையில் கிடக்கிற போராளிகள் பேசமுடியாது. பேசமுடியாப் போராளிகளும் பேசமுடிந்த ஒன்பதாம் கட்டில்காரன் தேர்ந்தெடுத்துப் பாடும் பாடல்களும் 'அவன் விதி' நினைப்பைக் கொண்டிருக்கின்றன.

''அழுக்கான சுவரில் கரிக்கோடுகளின் கிறுக்கல்கள் தெரிகின்றன. வாழ்க்கை எங்கெல்லாம் பயணிக்கிறது. தன்விதியை யார்தான் அறியமுடிகிறது. யாரிந்த மனிதர்களுக்கு விதி செய்கிறான், கடவுளா? யுத்தமல்லவா எங்கள் மனிதர்களுக்கு விதி எழுதிப்போகிறது'' இனியவன் என்ற பாத்திரத்தின் குரலாக வெளிப்படும் இவ்விசனம், 60-ஆண்டுக்காலப் போரிடும் இனத்தின் வாழ்வு குறித்த சரியான வசனம்.

மருத்துவமனையில் போய்ப்படுத்த நாளன்று, ஏனைப் பிறை சரிந்து வானத்தில் விழுந்து கிடந்தது. அன்றுதான் இனியவன் கேட்டான்.

''அக்கா சுகமாமோ?''

''ஓம்'' என்றான் ஒற்றைவரியில்.

''வீட்டை யார் பாக்கினம்?''

''ஒருத்தரும் இல்லை. அம்மான்ர (மாமா) சம்பாத்தியத்திலதான் ஓடுது''

''அண்ணா?''

''கலியாணம் செஞ்சிட்டானாம்'' சொல்லிவிட்டு முகத்தைத் திருப்பினான் அவன். அவன் இப்போது தன் குடும்பத்தைக் கவனிக்க மெனக்கிட்டுவிட்டானாம்.

''அப்பாக்கு இப்ப எப்பிடி?''

''அப்பாக்கு கொஞ்சம் சுகமாம், எழும்பி நடக்கிறாராம்''

''தம்பிகள் படிக்கிறாங்களோ?''

''எனக்கடுத்தவனும் இயக்கத்துக்குப் போயிட்டானாம்''

மற்ற பக்கம் திரும்பிப் படுத்தான் சுகுமார். இனியவனுக்கு தொடர்ந்து கதைப்பது நல்லதா, விடுவது நல்லதா என்று தெரியவில்லை. அக்கா மருத்துவமனைக்கு வந்து பார்த்துச் செல்கிறாள்.

காயம்பட்டு மருத்துவமனையில் கிடக்கிற சுகுமாரைப் பார்க்க வந்தாள் பிரியக்காரி கீதா. அவன் முகம் கொடுத்துப் பேசவில்லை.

''ஏன் நீ கதைக்கேல்ல. தெளிவா கதைச்சு விட்டிருக்கலாமே?'' இனியவன் கேட்டான்.

''கதைச்சா இதை விட வேதனையா முடியும். இயக்கத்துக்கு வந்த அன்றே காதலுக்கு முற்றுப்புள்ளி வைச்சாச்சு. பிறகும் பக்கத்தில் முற்றுப் புள்ளி வைச்சா, அது தொடராய்ப் போயிடும். வசனம் முடிஞ்சதா ஆகாது''

வாழ்க்கையின் விதியை யுத்தம் எழுதிப்போகிறது. எதிரி தொடுத்த யுத்தமும் அதை நாம் எதிர்கொண்ட விதமும் என்பது இதன் பொருள். யுத்தத்தின் வசம் வாழ்க்கையை ஒப்படைத்து விடுகிறது ஒரு இனம் .

பிறகு மருத்துவமனையிலிருந்து அவரவர் படையணிக்குத் திரும்புகிறார்கள்.

ஒரு கடிதம் வந்து சேருகிறது.

'' அன்புள்ள நண்பனுக்கு, நான் நலம்.

முக்கியமான கடமையில் நான் ஈடுபடத் தொடங்கியிருக்கிறேன். சஞ்சலப்பட்டுக் கொண்டிருந்த என் மனம் உன்னால்

அமைதியடைந்திருக்கிறது. என் கடமையில் வலிமையோடு மனதைச் செலுத்த உதவி செய்யும். . . ஒரு போராளி இருக்கும் வரை எங்கள் குடும்பங்களும் அநாதைகள் அல்ல என்று நம்புகிறேன். . . விடுதலைக்குத் தக்க விலைதான் கொடுக்கலாம். அதற்கு மேலும் கொடுக்க முடியாது. கொடுக்கக் கூடாது. கொடுக்க நேர்ந்தால் நாம் தோற்றுவிடக் கூடும் என எண்ணுகிறேன்....மறுபடியும் உன்னைச் சந்திக்க முடியும் என்று நான் நம்பவில்லை.

நன்றிகளுடன் நண்பன் , சுகுமார். ''

அதுவே சுகுமாரின் இறுதிக் கடிதம். கரும்புலி அணியினர் களச்சாவு அடைவதற்கென்று வியூகத்தில் நுழைகிறார்கள். மீண்டு வரமுடியாத ஒரு முனைக்கு சுகுமார் போய்விட்டான்.

'' கடிதம் , சுகுமார் ஈடுபட்டிருக்கும் முக்கியப் பணி தொடர்பாக நான் எண்ணியது சரியாக இருக்கலாம் என்பதை மேலும் ஊர்சிதப்படுத்தியது. நெஞ்சுக் கூட்டுக்குள் ஏதோ இனம் புரியாத இறுக்கம். அதிகம் மூச்சை உள்ளிழுத்து நான் விடுபட முயன்றேன். எனக்கு அவனைத் தெரியும். அவனின் மனம் அசையும் கோணம் தெரியும். அதை வைத்துத்தான் இப்படி எண்ணத் தோன்றியது. சுகுமாரின் மனக்கோலத்தை நான் அறிந்திருந்தேன். உணர்ந்திருந்தேன். ஒருவேளை நான் கடவுள் ஆகினால் அவனின் மனதையே எல்லா மனிதர்களுக்குமாக படைத்திருப்பேன். இந்த தற்கொலை யுத்ததாரியின் மனதை பூமியின் மனிதர்களுக்குப் படைத்திருந்தால் யுத்தம் இல்லாத பூமி ஒரு வேளை சாத்தியமாகியிருக்கக் கூடும். ''

இனியவன் அறிந்திருந்தான். சுகுமார் மீண்டு வரப் போவதில்லை என்ற சேதியை, இழப்பு பற்றிய உறுதியோடும் உறுதியின்மையோடும் காத்திருக்கிற அக்காவுக்கும் குடும்பத்துக்கும் வெளிப்படுத்தும் கடமை சுமந்து இனியவன் செல்கிறான். உரையாடும் திராணியற்ற அக்காவின், குடும்பத்தின் நிலைகுறிக்கும் கடைசிப் பகுதிகள் கொடுமையினும் கொடுமையானவை.

"தம்பி இருந்திருந்தா இப்படியெல்லாம் நடந்திருக்காது. குடும்பத்தில் பொறுப்பான ஆளில்லாட்டி அந்தக் குடும்பம் வழிப்படாது. ஆனால் தம்பியை நான் வரச்சொல்லிக் கேட்டதில்லை. அவன் என்னசெய்தாலும் சரியாகத்தான் செய்வான். நியாயம் அறிஞ்சுதான் எதையும் செய்வன். . ம். . எல்லாத்துக்கும் விலையிருக்கு. விடுதலை கிடைச்சா இந்த நாட்டின் பெறுமதியா இழந்து போன உயிர்களிருக்கும். ஆனால் அந்த உயிர்களின் பெறுமதியை யார் விளங்குவினம், அதுதான் எங்கட குடும்பத்தின்ற வாழ்க்கை."

விட்டு விட்டு வந்த வார்த்தைகளின் முடிவில் திரும்பவும் அழுதாள்.

கட்டுண்டு போயிருந்த உணர்வின் வீச்செல்லைக்குள்ளிருந்து விடுபட இனியவனுக்கு ஒரே வழிதான் தெரிந்தது.

"நான்வெளிக்கிட வேணுமக்கா. இன்னொரு நாளைக்கு வாறேன்"

சொன்னானே தவிர இன்னொருநாள் சந்திக்கும் துணிவு அவனுக்கில்லை.

அக்கா என்னும் அமுதசுரபிகளை இன்னும் எவ்வளவு காலத்துக்குத் தொலைத்து நிற்கப் போகிறோம். அமுதசுரபி ஜீவனுள்ளது. அது பேசும்: அசையும்: சிரிக்கும். அமுதசுரபிகளை நடைப்பிணமாக்கி, எலும்புக்கூடுகளை ஏந்திய கைகள் எற்றுக்கு?

சுகுமார் - களப்போராளி. அக்கா பின்புலப்போராளி.

அக்கா ஒரு குறியீடு. ஈழத்து மொத்த மக்களுக்குமான அடையாளமாகி நிற்கும் இரு சித்திரங்களில் ஒரு சித்திரம் சுகுமார்: இன்னொரு சித்திரம் அக்கா. இன விடுதலைக்காக விழுந்த விதைகளில் சத்தான விதை எது? களத்தில் விழுந்த விதைகளா? களத்தைத் தாங்குதற்கு வீட்டில் சரிந்த விதைகளா?

இழப்புகளுக்கான அறுவடை - இழப்புகளை ஈடு செய்யும் விடுதலையின் உதயம் மட்டுமே. சுகுமார் சொல்வது போல், விலைகொடுக்காது விடுதலை சாத்தியமாகாது என்பதை நாம் விளங்கிக்

கொண்டிருந்தாலும், ஈழவிடுதலை ஒன்றே அந்த இழப்பை ஈடு செய்
நீதியாக இருக்க முடியும்.

நம்மிடையே ஒரு குறள் உண்டு

"வினைவலியும் தன்வலியும் மாற்றான் வலியும்
துணைவலியும் தூக்கிச் செயல்"

- இராசதந்திர நகர்வுகளின் அடிப்படை இந்தக் குறள்.

வினைவலி என்னும் விடுதலைப் போராட்ட வலிமையை அறிந்திருந்தோம்:

தன்வலிமையின் அளவை, இருப்பதினும் அதிகமாய் கணக்கிட்டிருந்தோம்.

மாற்றான் வலிமையை முழுமையாய்க் கணித்திடவில்லை. பாரம்பாரியத் தாக்குதலும் ஆயுதங்களும் வஞ்சகமும் கொண்டிருந்த ஜெயவர்த்தனே, சந்திரிகா, ரணில் விக்கிரம சிங்கே என்ற இந்த வரிசை முடிந்து போயிற்று. இவர்கள் எல்லோரினும் கூடுதல் தந்திரோபாயமுடன், சர்வதேச அரவணைப்பும் நவீன கொலைத்தொழில் நுட்பமும், இராணுவப் பெருக்கமும், அனைத்துக்கும் மேலாய் ஒன்றுதிரட்டிய சிங்கள இன வெறியும் கொண்டு இராசபக்சேக்கள் ஆட்டமேடைக்கு வந்திருந்தார்கள்.

துணைவலியின் சாரமான ஐக்கிய முன்னணித் தந்திரத்தினை, துணைச் சக்திகளின் ஒன்றுதிரட்டலை நிராகரித்தோம். பூபாகத்தில் எந்த ஒரு எழுச்சியும், விடுதலைப் புரட்சியும், இனவிடுதலையும் ஐக்கிய முன்னணி இன்றி சாத்தியப்பட்டதில்லை.

எதிரிக்கு ஒரு நாடு இருக்கிறது. ஒரு நாட்டில் நின்று, அவன் உலகத்து நாடுகளை வளைக்கிறான். சற்றுமுன்பிருந்தது நமக்கு ஒரு நாடு. அதற்கு ஒரு அரசும் இருந்தது. அரசிருந்த வேளையில் பேசும் வலிமை வேறு. அப்போது நமக்குக் காதுகொடுக்க, கைலாகு கொடுக்க சிலராவது வந்தார்கள். அதனால் அப்போது நார்வே இடையில் வந்தது.

ஆறு, ஆணைக்கட்டு, நீர்த்தேக்கம், மதகு - என நீர்நிலைகள் வளம் அவனுக்கு: கண்பார்வைக்கும் படாது, கைக்கும் எட்டாது, மேகங்கள் எட்டி எட்டி ஓடுகின்றன நமக்கு.

''அதோ மேகங்கள்

மழையைக் கொண்டு போகிறது

நம்முடைய குளங்கள் வறண்டுவிட்டன

நம்முடைய பயிர்கள் வாடிவிட்டன

விடாதே, மேகங்களை மடக்கு,

பணிய வை''

- கவிஞர் மு.சுயம்புலிங்கம் கவிதையில் காட்டிய காரியத்தை, இன்று நாம் அரசியலில் செய்யவேண்டிருக்கிறது. அரசியல்பருவங்கள் நமக்குச் சாதகமாக இல்லாதபோது, பருவங்களைப் பணியவைக்க, நம் காட்டில் மழை பெய்ய வைக்க, என்னென்ன இராசதந்திர முன்னெடுப்புக்களை மேற்கொள்ள வேண்டுமோ அவையெல்லாமும் செய்யப்படவேண்டும்; சிந்திக்க வேண்டிய காலத்தில் அவைபற்றிச் சிந்தியாது நின்றோம். அதனால் இழந்துவிட்ட எண்ணிக்கையில்லாப் போராளிகள், மக்களின் சாவுகளின் பின், குடும்பங்களின் சிதிலங்களுக்குப் பின், தலையாய விடுதலைப்போரின் பின்னடைவுக்குப் பின், சில கேள்விகளையும், விமர்சனங்களையும் எழுப்பத் தூண்டுகிறது இந்நெடுங்கதை. அவைகளைத் தனக்குள் கொண்டிருக்கிறது களப்போராளியும் படைப்பாளியுமாய் வாழ்ந்த குணா கவியழகனின் எழுத்து.

இலட்சியம், தியாகம், அர்ப்பணிப்பு, இழப்புகள், ஒழுக்கவிதிகள் மட்டும் விடுதலைப் போரின் வெற்றியைத் தீர்மானிப்பதில்லை. தீர்மானிக்க இவை போதா. விடுதலைப் போரை முன்னகர்த்தும் இராசதந்திரக் கோட்பாடுகளை சமகாலம் கோருகிறது. வெறும் இராசதந்திரங்களினால் இனவெறியன் வெற்றி பெற்றுக் கொண்டிருக்கும் போது, இராசதந்திரம் என்னும் கருதுகோள் இல்லாததினாலே பின்னடைவுக்குச் சென்றோம் என்ற சுயவிமர்சனம் இந்நெடுங்கதைக்குள்ளிருந்து கிளம்புகிறது.

உலகத்திடம், ஐ.நா. அவையின் முன், அதன் உறுப்பு நாடுகளிடம் ஈழத் தமிழர்களுக்கான, ''ஈடுசெய் நீதியைக்'' கோருகிற வேளையில்,

இயக்கங்களின் போக்கில் புதியநடைமுறையைக் கோருவதே - அகநிலை 'ஈடுசெய் நீதியாக' இருக்க முடியும்.

''எது தோல்வியெனக் காணப்படுகின்றதோ அதனையே தனது வெற்றிக்கான தளமாக்கிக் கொள்ள வல்லவன் எவனோ அவனே நிகரற்ற சாதனையாளன் ஆவான்'' என்கிறார் ஒரு அரசியல் ஆய்வாளர். அவ்வாறு நிகழாது போயின்,குணா. கவியழகன் பதிந்திருப்பது போல் நிகழும்:

'' நண்ப,

உனது மரணம் விடுவிக்கப்படாது விடின்

மனுக்குலத்தில் தமிழ்ச்சாதி மண்ணாகிப் போகும் காண் ''

(யுத்தம் உச்சத்திலிருந்த 2008- ஆம் ஆண்டில், '' ஏணைப் பிறை '' என்னும் தலைப்பில் இக்கதைப் பிரதியை வெளியிட கவிஞர் கி.பி. அரவிந்தன் பிரான்சிலிருந்து இணையத்தில் அனுப்பியிருந்தார். ''போர்க் கள இலக்கியம்' எனத் தலைப்பிட்டு அதற்கொரு அணிந்துரையும் எழுதி அச்சிட ஏற்பாடு செய்திருந்தேன். இந்நிலையில் கி.பி. அரவிந்தன் தனது பதிவில் குறிப்பிடுமாறு போல ''வன்னியிலிருந்து இரு தடவைகள் தடை உத்தரவை'' இந்நூல் எதிர் கொள்ள வேண்டியதாயிற்று. 2009-இல் போர் முடிவுற்றபின், அரச பயங்கரவாதத்தின் பிடிக்குள் மாட்டுப்பட்டிருந்த சூழலில் படைப்பாளி ஒப்புதல் தர இயலவில்லை. முள்வேலி முகாமிலிருந்து விடுபட்டு புலம்பெயர்ந்த பின், அவரது ஒப்புதலுடன், அகல் பதிப்பக வெளியீடாக வந்திருப்பது கி.பி அரவிந்தனின் இடைவிடா முயற்சிக்குக் கிடைத்த வெற்றி எனக் கருதுகிறேன்)

மொழி புரளும் பூமி

உடம்புக்கு சௌகரியமில்லாமல் போனது பற்றி அவர் பேசிக்கொண்டிருந்தார். பெயர் சின்னப்பழனி.

"ரொம்பப் பாடுபட்டுட்டேன் (நலிவடைஞ்சிட்டேன்), கொஞ்சம் உடம்பு வாசியானது; மனசு வாசியாகலை. ஊரில முன்னோர் சமாதி உண்டும்... விடிஞ்சதும் கொட்டார அடியில் (தோட்டம்) இருக்கிற சமாதிக்குப் போவேன். உக்காந்து தியானிப்பேன். திரும்புகாலில் சாந்தமான மனசு கூடவே வரும். சாந்தமான மனசு இருக்கே, அது அபூர்வமான பொருள்"

சாந்தமான மனசை நீங்களும் நானும் தொலைத்துக் கொண்டிருந்தது போல, 50 வருடங்களாக அவர் தொலைத்துக் கொண்டிருந்தார். கிராமத்தில் அய்யாவுக்கு அய்யா (தாத்தா) சமாதி. தாத்தாவின் காலடியில் கிழக்குப் பார்த்து உட்கார்ந்து கொள்வார் சின்னப்பழனி.

"சூரிய ஒளி கண்ணுக்கு நல்லது. காலை, மாலை ரெண்டு பொழுதும் கண்ணை விரித்து சூரியனை உள்ளுக்குள் இழுக்க வேண்டும்"

இழுத்தார். ஒளி உள்ளிறங்கி, கண்ணின் ஒளி கூடியது.

"அப்ப சம்சாரம் கூட வந்திச்சில்லே" விசாரித்தேன்.

வரவில்லை. வந்திருந்தால் மேல்மூச்சு கீழ்மூச்சு வாங்கியிருக்காது.

''அவ வந்தா நமக்கு என்ன தேவை ஊர்ப்பக்கம் போக'' என்றார் கண்களை மூடி.

''பெங்களூர்ல பேத்தி கைக்குழுந்தை. அங்க பிள்ளை தூக்க ஆளில்ல. பேத்திமேல் கொண்டுவுக்கு (கொண்டம்மா) அவ்வளவு வாஞ்சனை. பிள்ளை வளக்கிறேன்னு, எல்லாத்தயும் போட்டது போட்ட மேனிக்கி ஆறு மாசம் போய் இருந்துட்டா. கொண்டு இருந்தா, நான் ஏன் போறேன்; அப்பத்தான் உடம்புக்கு சீக்காகிப் போச்சு. ''இத்த உடம்புக்கு இரும்பத் தின்னுங்கிற'' மாதிரி, நம்ம எங்க இரும்பத் திங்கிறது; நமக்கு முன்னோர் சமாதிதான் இரும்பு''

வீட்டுக்காரியை கொண்டு என்றுதான் கூப்பிடுவார். சின்னப்பழனிக்கு உடல் நலிவடைந்ததற்கான மூலம் எனக்குப் பிடிப்பட்டது.

ஓட்டல் சாப்பாடு.

எல்லோருக்கும் போல அவருக்கும் கடைச் சாப்பாடு ஒத்துக் கொள்ளவில்லை. அவர் வாழ்ந்தது நகரத்தில்; வேலை செய்வதும் நகரத்தில். கொண்டம்மா இல்லாமல் வேலைக்குப் போவதும், ஓட்டலில் சாப்பிடுவதும் தெருக்கார் எல்லோரும் அறிவார்கள். பார்த்துக் கொண்டுமிருந்தார்கள். யாருக்கும் வேர்த்தா வடியுது கண்டு கொள்ள? உப்பு, புளிப்பு, உரைப்பு அள்ளி அள்ளிப் போடுவதின் இன்னொரு பெயர் உணவுக் கடை. வயிறு மல்லுக்கட்டியது. வயித்துச் சண்டை ஆறுமாசமாய் நடந்து தோற்றுப்போன அவர் முன்னோரிடம் சரணடைந்தார்.

''வீட்ல அப்பளம் பொரிக்கிறது; பெறகு கொழம்புக்கு, தாளிக்க, தோசைக் கல்லுல தேய்க்கன்னு உபயோகமாக்குறோம்; ஓட்டல்ல முதல் எண்ணெயில வடை. அதுக்குப் பெறகு அதே எண்ணெயில போண்டா, பக்கடா, பஜ்ஜி, காரச் சேவு - வெளங்குமா? முதல் எண்ணெயில கிடைச்ச ருசி, அடுத்தடுத்து கெடைக்காது. எண்ணெய் கருப்பாகி 'கிறீஸ்' மாதிரி சுண்டிப் போகிறவரையிலும் விட மாட்டான். அப்பத்தான் வயிறு கெட்டது. என்ன வைத்தியம் பார்த்தும், அதை பொல்லம்பொத்த (சீர்படுத்திட) முடியாமல் போனது''

அவர் விரித்துப்போட்ட இரண்டாவது காட்சி இது.

''நிஜம்தான். யாரு இல்லேன்னு சொல்லுவாங்க''

பதிலளித்தேன்.

பாலிய காலத்தில், கிராமத்தில் வரகு, கம்பு தான் உணவு. சில புஞ்சைகளில் வரகுப் பயிர் குத்துக் குத்தாய் முளைச்சிருக்கும். ஒன்னுபோல முளைப்பிருக்காது. விதைப்பு லட்சணம் அப்படி. வரகு விதைக்கையில், கைக்குத்து அள்ளி, விரசி வீச வேண்டும. ஒரே சீராகப் போய் விழுகிறவாக்கில் வீசியிருந்தால், வரிசை பிடித்தது மாதிரி பயிர் ஒன்னாத் தெரியும். வரகுக்குத் தோதான காடு. மேப்பாகம் கரிசல்; மூணு முழம் கீழே சரள். தாண்டினால் செம்மறியாடு போல் செம்பாறை. சரள் தண்ணீரைப் பிடித்து வைத்துக்கொண்டு, பயிர் உறிஞ்ச, உறிஞ்ச மேலெடுத்துத் தரும். வரகு, கம்பு-போன்ற புஞ்சைத் தானியங்களுக்கு சரியான காலமழை இரண்டு, மூன்று பெய்தால் போதும் இப்பேர்ப்பட்ட மண்ணில்.

கம்பு, பருத்தி போடுகிற போது, பாத்தி பிரித்தது போல், ஊடு பெயிராக செஞ்சோளம்; அதற்குக் கீழே தட்டாம் பயறு, தட்டாம் பயறு கொடி செஞ்சோளத்தைச் சுற்றிப் பின்னிப் பின்னி மேலேறி கொத்துக் கொத்தாய் காய்த்துக் கொட்டும் செஞ்சோளத்தைப் பொறுக்கி அடித்து மணியாக்கி சோறு சமைத்தால், அதுக்கும் தட்டாம் பயத்துக் குழம்புக்கும் ஏகப் பொருத்தமா அமையும்.

தை மாதக் குளிர் பகல் 11 மணி வரை விடாது. வரகுத்தாள் ஈரமாக, அறுபதத்தில் இருந்தால், ஒடியாது; தானியமணி உதிராது. பண்ணரிவாள் போட்டு, அறுத்துக் குவித்து விடுவார்கள். வரகும் கம்பும் சாப்பிட்டு எண்பது, தொண்ணூறு வாழ்வது முன்னைய காலத்தில் பெரிசில்லை;

''அந்த வயசில களத்து மேட்டில், கிணற்றங்கரையில் கிடக்கும் இளவட்டக்கல்லை அத்தாசமாய் தூக்கிப் போட்டிருக்காங்க. யாரு? எங்க தாத்தா. அவரோட சமாதிதான் ஊர்ல இருக்கு''

சின்னப்பழனி பேசியபோது, இடையில் ஒரு வெட்டுப் போட்டேன்.

''இன்னைக்கு எல்லாத்தையும் மிஷின் செய்யுது. குனிய வேண்டாம், தூக்கிப்போட வேண்டாம். பொக்ளின் மிஷின் செஞ்சிரும்''

''ஆமாய், மனுசன் பெலகீனமாப் போய்ட்டான்.''

வீடு என்றால், ஆட்டுரல், அம்மிக்கல், திருகை - எந்த வீட்டிலும் இரண்டுக்குக் குறைவில்லை. பெரிய வீடுகளில் மொத்தமாய் வரகு திரித்து வைத்துக் கொள்வார்கள் ''ஒரெ மானக்கி அஞ்சாறு திருகைகள் அரைக்கும்'' என்றார். சின்னஞ்சிறு பிள்ளைக் காலத்துக்குப் பறந்து போனார்.

ராத்திரி வரகுச் சோறு, பகலில் கம்பஞ்சோறு . காட்டுச் சோலிக்குப் போய்த் திரும்பி வந்து வரகரிசியை உலையிட்டு அவித்து இறக்க கணநேரம் ஆகாது. அது உலையில் இருக்கிற போதே, உரலில் கம்பரிசி போட்டு இடிக்கிற சத்தம் ஆரம்பிக்கும். வரகஞ்சோற்றை இறக்கிவிட்டு, கம்புக்கு உலை ஏற்றி விடுவாள் பொம்பளை. கம்பஞ்சோறு கிண்டி, மூடிவைத்து விடவேண்டும். சூடாய் எடுத்துப் பரிமாறினால், அளவு குறையும். அப்போதப்போது சாப்பிடாமல், இரவு ஆக்கி காலையில் சாப்பிடுவது கம்பஞ்சோறுக்கு இலக்கணம். சோறு நிறையக் காணும்.

''கம்பஞ் சோறுக்கு தோதான கொழம்பு எது, சொல்லுங்க''

கேட்டார் சின்னப் பழனி

''கருவாட்டுக்குழம்பு''

சபாஷ் போட்டார்

''கம்பஞ்சோறு, கருவாட்டுக்குழம்பு:

குதிரைவாலிச் சோறு, கோழிக்கறி'' என்பது கரிசல் சொலவடைகள்.

''குதுப்பு மீனு கேள்விப்பட்டிருக்கீகளா? குதுப்பு (மீனுக்) கருவாடு அவ்வளவு ருசியாயிருக்கும். குதுப்பைக் கருவாடு குழம்பு வச்சா, வாசனை ஊர்முகணையில நமமள வான்னு கூப்பிடும்''

''அப்படிக் கூப்பிட்டு நானும் போயிருக்கேன்'' என்றேன்.

ஊருக்கு மேற்கில் இருப்பது கருத்தேபட்டி (கருத்தையாபட்டி). அந்த ஊர் மன்னாரும், என் சின்னையாவும் (சித்தப்பாவும்) வெள்ளன எழுந்து ஓலைப் பெட்டியுடன் வேம்பார் நடந்தார்கள். எங்கள் கிராமத்திலிருந்து வேம்பார்க் கடற்கரை 20 கி.மீ. அந்தக் காலத்தில் சைக்கிள் இல்லை. ஓட்டிப்போக சாலை இல்லை. ஒத்தையடிப் பாதையில் ஊடுகாட்டு வழியே ஓட்டமும் நடையும். வேம்பாரிலிருந்து ஓலைக்கடகம் நிறைய முங்க முங்க மீனோடு திரும்புகையில் அதே ஓட்டமும் நடையும். களையெடுப்பு, கதிரறுப்பு, களத்து வேலை என்று போன சனம் பின்னேரம் 3-மணிக்குத் திரும்பியிருக்கும். மகசூல் காலம்; கையில் துட்டுப்பழக்கம் தாராளமாயிருந்தது. 'உசந்த கைக்குப் பணியாரம்' என்பது போல், முன்னக் கூட்டி வந்தவர்களுக்கு மீன்''

''இப்ப அதெல்லாம் நெனைக்க முடியுமா?'' முன்னால் இருக்கிற எந்தப் பொருளும் எரிந்துவிடும், அவர் மூச்சுக்காற்றில் வெக்கை பரவியது.

'அத்தர் பான்ஸ் கொழுக்கட்டை' யென்று கை ஊன்றிக் கரணம் அடித்தாலும் பால்யம் திரும்பாது. இளம்பருவமும் திரும்பவராது. சிலம்பம் சுழற்றிய இளவட்ட வயதும் இனி திரும்பாது. பழைய ருசி மட்டும் திரும்பத் திரும்ப நாக்கில் வந்து 'ரட்ணக்கால்' போட்டு உட்கார்ந்து கொள்கிறது.

''வயசாளிக எல்லாம், ஊரைவிட்டு எழும்பிப் போய்ட்டாங்க. யாரும் தட்டுப்படல. பொருள் தட்டுப்பாட்டை விட, மனுசத் தட்டுப்பாடுதான் இப்பக் கிராமத்தில் ஜாஸ்தி. மகன், மகள் எங்க தொழில் பாக்கிறாங்களோ, அங்க இடப்பெயர்வு ஆகிட்டாங்க. - என்னையப் போல! வெளியில விரிவடைய விரிவடைய, உள்ளே காலியாகிருச்சு. பேச்சுத் துணைக்கு ஆள் தேடிப்போனா 'மொச்சிக் கம்பில வில்லேத்துற மாதிரி' இருக்கு''

கி.ராஜநாராயணன் சொன்னார் ''இன்று 03-11-2013-ல் ஒரு செய்தி கேட்டென். ஊரிலிருந்து பிரபி வந்திருந்தான்; நாச்சியார்புரம், கோவிலாபுரம் ஊர்களிலில் இப்போ யாருமே இல்லை என்றான்.''

என்னடா சொல்றே, பதட்டமாய்க் கேட்டேன்.

''நகர முடியாத கிழடுகெட்டெக மட்டுந்தான் கெடக்காக''

இனி ஓரிருதினத்தில் சின்னப்பழனியும் புறப்பட்டுப் போய்விடுவார். முன்னோர் சமாதியோடு ஊரும் ஒரு சமாதியாகிவிடுமோ?

எல்லாம் சொன்னார்; முக்கியமான ஒரு விசயத்தை செல்லாமல் விட்டதாகப்பட்டது.

''முக்கியமா ஒன்னை விட்டுட்டீங்க''

ஏறிட்டுப் பார்த்தார். நரைத்த புருவங்கள் இரண்டு குதிரைவாலிக் கதிர் போல் வளைந்தன.

தார்க்கம்பு, காயடிகம்பு, சாட்டைக்கம்பு,

செதுக்கி, புல் செதுக்கி, பண்ணருவா, கொத்துப் பண்ணருவா,

பிடிகயிறு, மூக்கணாங்கயிறு,

பூணாம் பூணாம்னு, கொக்கு முக்காடு, கருங்குடலைக் கையில ஏந்திக்கிட்டு,

ஆலாப்பறக்கான், நல்ல சீருக்கு சாம்பீட்டான்,

பெரிய ஆரியவித்தை, அல்லாவித்தை,

அவரு சண்டாக்கிருவாரு, சீமையை வித்தவ, சாவரஞ் செத்தபய,

தட்டாசாரி வீட்டுக்குப்பை, கொந்தாங் கொள்ளையா,

கூசாக்களித்தனம் பண்றான் , சட்டடியா கெடக்காரு,

ஆடு மொடையடிக்கி,

இன்னும் இன்னும் ஏகப்பட்ட சொற்கள் காணாமல் போய்விட்டன. பழைய சொற்களைக் கேக்கக் கூடியதா இருக்கா?

''மக்களே காணாமப் போய்ட்டபோது, பழைய பேச்சுக்கு இடமுண்டா? பழைய வார்த்தைகள் இல்லே; எல்லாம் புரண்டுபோய்க் கெடக்கு'' என்றார்.

வேளாண்மையை நம்பிய வாழ்க்கை இருந்தது. வேளாண் வாழ்க்கை காணாமல் போனதுபோல், அந்தமானைக்கி வார்த்தைகளும்

உடன்கட்டையேறிவிட்டன.

இனி அவைகளை மீட்டெடுக்கக் கூடுமா? வாழ்வியல் மாறிப் போனது. வாழ்க்கை புரண்டு போகிறபோது, எல்லாமும் புரண்டு கொடுக்கும்.

மொழியும் புரண்டு போகும்.

'' தமிழ்மக்கள் பேச ஆரம்பித்துவிட்ட காலத்திலிருந்தே, இதே இந்தத் தமிழ்மொழிதான் பேசிக்கொண்டு வருகிறார்கள். அதில் சில சொற்கள் வந்து சேருவதும், பிறகு அவை காணாமல் போய் விடுவதும் எந்த மொழியிலும் வழக்கம் தான் ; புதிதாக வந்து சேர்ந்த நாணயங்கள் பிறகு காணாமல் பொய்விடுவது போல ''

இப்படி கி.ராஜநாராயணன் .

''நமக்கு உள்ளங்கை நெல்லிக்கனி போல் விசயம் தெளிவாகப் பிடிபடுகிறது.ஒரு காரியம் செய்துகொள்ள வேண்டும்- வட்டார வழக்காறுகளை ஆவணங்களாக்கி, வழக்குச் சொல்லகராதிகளாக்கி பிடித்து வைத்துக் கொள்ளவேண்டும். அந்தக் காரியம் மொழியைப் பிடித்து வைத்துக் கொள்ள அல்ல; காலஓட்டத்தில் சமுதாயம் எப்படிப் புரண்டு வந்தது என்பதை அறிந்து கொள்ள. முன்னோர் நடந்த, வந்த வரலாறு நமக்கு வேண்டுமா, வேண்டாமா? ஒரு வழக்காற்றின் வரலாற்றையும் - காலம், காரணம், பிறப்பு, வளர்சிதை மாற்றம் என பூர்விகத்துடன் பதியப் படுத்த வேண்டும். செய்தால் கூடுவிட்டுக் கூடு பாயும் பறவைகளை போல் எந்தக் கூட்டில் எந்தப் பறவை அடந்தது என்று தேட வேண்டிய தேவை இருக்காது. கூடுகளே அற்ற பறவைகளைத் தேடிக் களைப்பதும் இருக்காது.''

விலக்கப்பட்ட கலை

''மண்ணின் கலைகள் மீட்டுருவாக்கமா, கொண்டாட்டமா?'' என்னும் எனது கட்டுரை தீராநதி இதழ்களில் முன்னர் (ஜூலை,ஆகஸ்டு- 2010) வெளியாகியது.''சங்கமம்'' என்னும் பெயரில் நாட்டாரியல் நிகழ்த்து கலைகள் சென்னை நகரவாசிகளுக்கு வீதி வீதியாகத் தூக்கிவீசப்பட்டு, கொண்டாட்டமாக்கிய வேளை உண்மையான நாட்டுப்புறக் கலைஞனின் மனக்கோபத்திலிருந்து தெரித்தவை அப்பிழம்புகள். நான் நாட்டுப்புறக் கலைகளில் பழந்தின்று கொட்டைபோட்டவன் அல்ல; ஆயினும் அதன்பொருட்டான தேடுதலுடன், தாகத்துடன் அதனுள் உயிர்ப்போடு இயங்கிக் கொண்டிருக்கும் மனநிலை கொண்டவன். முந்திய பதிவின் தொடர்ச்சியாகவே எம் மண்ணின் கலைகளைப் பேசத் தொடங்குகிறேன்.

உடல், பார்வை, குரல் என சகலபாகங்களையும் அசைத்துக் காட்டும் செயல்பாட்டில் ஒட்டுமொத்த உடலும் கலைஞனுள் ஒன்றுபடுகிறது. இதுவே உடல்மொழி. மண்ணிலிருந்து எழும்பும் கலைவெளிப்பாட்டு உடல்மொழி மொக்கையாய், மொன்னையாய் வெளிப்படுவது போல் தோன்றலாம். நிகழ்த்துகலைகளின் தொடர் செயல்பாட்டில் இயங்கிக் கொண்டிருக்கும் கலைஞன் தனக்குள்ளாகவே அனுபவத்தால் தேய்த்துத் தேய்த்து கூழாங்கல் மொழியாக்குகிறான். ஒவ்வொருவருக்குள்ளும் ஒரு தனி உடல்மொழி இயங்குகிறது.

அன்றைய நெல்லை பூமி -இன்றைய தூத்துக்குடி மாவட்டம் கொளத்தூர் சிறு நகரம். கொளத்தூரில் இருசமூகத்தினர் கோயில்கொடை நடத்துகின்றனர். ஊர்ப்பொங்கல் அல்லது அம்மனுக்குப் பொங்கல் வைப்பது எனச் சொல்வார்கள். இவர்களின் கோயில் ஒரு கடைசி; அந்தச் சமூகத்தினரின் கோயில் இன்னொரு கடைசி. வேற வேற பகுதிகளில் நடந்தாலும் இரண்டு இடங்களிலும் அரிச்சந்திர நாடகம். ஒருகோயிலில் தென்மாவட்டங்களில் அரிச்சந்திரனாக நடிப்பில் கொடிநாட்டிய உடையப்பா. தெரிந்த சாயலிலிருந்துதான் மக்கள்அறியாத உருவத்தை உருவாக்கிக் கொள்வார்கள். உடையப்பா என்ற தாங்கள் கண்ட உருவத்திலிருந்து புராதான காலத்தின் அறியாத அரிச்சந்திரனைக் கண்டடைந்தார்கள். இன்னொரு கோயிலின் முற்றத்தில் அரிச்சந்திர நாடகத்தில் அந்த வட்டாரத்தில் பேர்பெற்ற சூரங்குடி சேதுராசன். ஒலிபெருக்கி கட்டி எதிர்எதிர் திசைகளில் இசைநாடகம் பாட்டும் வசனமுமாய் பீச்சி அடிக்கிறது.

''துய்ய மா முனிவருக்கு தொல்பொருள் புவியும் தந்தேன்;

சுடலைக்கு ஏகி வெம்பிணத்தைச் சுட்டெரிக்கவோ

நான் பிறந்தேன்''

அரிச்சந்திரன் தன் கையறுநிலையை உணர்த்துவதாக சூரங்குடி சேது பாட்டு எடுப்பு எடுத்தபோது, எதிர்த்திசையில் மேடையில் நடித்துக் கொண்டிருந்த உடையப்பா, பின்பாட்டு, ஆர்மோனியம், தாளம், மிருதங்கம் அத்தனையையும் சைகை காட்டி அமர்த்தினார். சொக்குப் பொடி போட்டது போல் மயக்கமடித்துக் கிடக்கும் ரசிக மகாசனங்களிடம் சொன்னார்'' என் மகன் பாடுகிறான்.கொஞ்சநேரம் கேட்கிறேன்''

ஆயிரம் அர்த்தங்களுள்ள அச்சொல்லுக்கும் அச்செயலுக்கும் ஈடாய் ஒரு கலைமதிப்பை நான் கண்டதில்லை. தன்னிடம் கற்று, தன்னிடமிருந்து பெற்று, தனக்கென ஒரு உடல்மொழியைக் கட்டியமைத்த மாணாக்கனின் தனித்துவத்தை மதிக்கக் கற்ற பெரிய நிகழ்த்து கலைஞன் உடையப்பா. அதனினும் மேலாய் தன் குருவையே வளைக்கும் உடல்மொழியைத் தன்வசமாக்கி வளர்த்திருந்தார் சூரங்குடி சேது.

முன்னடியாக கலைஞனது இதயத்துக்குள் வேறொன்றும் தொழிற்படுகிறது. உடலை இயக்கும் மனசுக்குள் தன்னைச் சூழ நடந்தவைகளை, உணர்ந்தவைகளை வெளிப்படுத்த வேண்டுமென்னும் ஆவேசம். இந்த ஆவேசம்தான் கலைக்கான உந்துதல். மேலிருந்து கிட்டும் நீர் உரம் அனைத்தையும் தனக்குள் சேகரிப்பாக்கிக் கொள்கிறது மண். முளையாய், தளிராய், இலையாய், பூவாய், கனியாய் அந்த விதையை மேல் நோக்கித் தள்ளுகிறது மண். இவ்வகையாய் அனுபவச்சேகரிப்பும் செழிப்பும் ஆவேசமும் சரிவிகிதத்தில் கலையாய் வெளிப்படுகிறது.

2

கிராமியக் கலைஞன் - சாதாரண மனிதன். அவனைச் சூழவும் இயங்கும் கருத்தியல் அவனையும் இயக்குகிறது. கர்ணபரம்பரைச் சொல்கதைகள், சொல்லாடல், சொலவடை, வழக்காறுகள், புராண, இதிகாச தொன்மங்கள், புதிய தொன்மங்கள் யாவும் பழஞ் சமுதாயவிருட்சத்தின் கிளைக்கூறுகளாய் உள்ளன. இந்தத் தீவுக்குள்தான் கிராமியக் கலைஞனும் வாழ்ந்து கொண்டிருக்கிறான். இவ்விருட்சம் இன்னும் உயிரோடு நிற்கிறது. அப்பெருமரம் நலியும்தசையில் இருப்பினும், கைவீச்சும் கால் நடையும் முன்னைப் போல் இல்லையாயினும், ஆட்டம் ஓயவில்லை. சாதி, சமயம், நம்பிக்கை, பழக்கவழக்கம் என்று பல கருத்துக்களில் இன்றும் இயங்குகிறது.

வாழ்வுக்கான காரியங்களை நிறைவேற்றுகையில் செயல்படும் சாதாரணனின் உள்மனஒழுங்கமைவு - கருத்துக்கள தளத்தில் மட்டும் ஒழுக்கமாய் செயல்படுவதில்லை. பகுத்தறிவும் சிந்திப்பும் அதன் மூலமான கல்வியும் செலுத்தப்படாத ஒரு மனிதன் சமகாலத்தில் வாழ்ந்த போதும், சமகாலத்தை வாசிக்கும் சக்தியிழந்தவனாக ஆகிறான். சாதி, சமயம், பண்பாடு போன்றவை சாதாரணனாகிய இவனை முந்திய காலத்துக்குள் இழுத்துப் போகிறது. கூத்து, இசை, நாடகம், வில்லுப்பாட்டு, ஒயிலாட்டம், தேவராட்டம் என அனைத்து நிகழ்த்து கலைகளிலும் வெளிப்படுகிறது.

ஆயினும் இம்மனிதனோட அனுபவ அறிவு விசாலமானது. இந்த மனிதன் ஏற்றம் இறைக்கிறான். இறைக்கையில் பாட்டிசைத்தான். ''மூங்கில இலைமேலே தூங்கும் பனிநீரே'' என்றான். அவன் சொல், அவன் அனுபவத்தைச் சாட்சியப்படுத்திற்று. கவிப்புனைவில் வல்லவனான கம்பனை நீர்ப்பாட்டின் இசை லாவி இழுத்து தன்னுள் போட்டுவிடுகிறது. இசை மயக்கமாகிய புலவன் அதன் கருத்து முற்றுப் பெறாமையால் அதிசயித்து, என்னவாக அத்தொடர் முடியும் எனக் காத்திருக்கிறான். ஏற்றமிறைப்போன் அன்றையப் பாடு முடிந்து வீடு சென்று விடுகிறான். என்னவாக முடிப்பானென அறிய, கவிச்சக்கரவர்த்தி மறுநாட்காலையும் சென்று காத்து நிற்கிறான்.

''மூங்கில் இலைமேலே தூங்கும் பனிநீரே,

தூங்கும் பனிநீரை வாங்கும் கதிரோனே''

என ஏற்றமிறைப்பவன் இயல்பாய் முடித்து விடுகிறான். கற்பனை லயவசமாய் ஓடி கம்பன் தொட முடியாததை, சாதாரணனது அனுபவ அறிவு சாத்தியப்படுத்தி விடுகிறது. கர்ணபரம்பரைக் கதையாடலாக இருந்தாலும் இது நம் இசை. இதுவும் இவை போன்றவையும் தான் நம் கலைகள்.

''ஏற்றத்து நீர்ப்பாட்டின் இசை,

நெல்லிடிக்கும் கோல்தொடியார் 'குக்கூ' எனக் கொஞ்சம் ஒலி,

சுண்ணம் இடிப்பார்தம் சுவைமிகுந்த பண்கள்,

பண்ணை மடவார்தம் பழகுதமிழ்ப் பாட்டு,

வட்டமிட்டுப் பெண்கள் வளைக்கரங்கள் தாமொலிக்க

கொட்டியிசைத்திடுமோர் கூட்டமுதப்பாட்டு,

வேயின் குழலோடு வீணைமுதலாம் மனிதர்

வாயினிலும் கையாளும் வாசிக்கும் பல கருவி,

நாட்டினிலும் காட்டினிலும் நாளெல்லாம் நின்றொலிக்கும் பாட்டு''

என எவையூடாகவெல்லாம் நெஞ்சைப்பறி கொடுத்தோமோ, அவையெல்லாம் நம் கலைகள்.

மனித இனவளர்ச்சிப் போக்கில் உருவானவை இக்கலைகள். கூத்துக் கலை அவ்வாறல்ல, அது மனிதகுல ஆதிக்கலை. இயற்கையை, விலங்குகளை எதிர்த்த போராட்டத்தில், வேட்டை, காய் கனி பறித்தல், பயிர் விளைவித்தல், அறுத்தல் போன்ற உழைப்புச் செயல்பாட்டில் ஈடுபட்டபோது அவற்றைப் பாவனையாக்கி உதித்த ஆட்டம் கூத்து. மொழிபிறப்புக்கு முன்பே பிறப்பெடுத்தது கூத்து. பின்னர் மொழியின் இசையால் உரம் கொண்டன இக்கலைகள்.

தமிழனின் ஆதிக்கலையும் தமிழர் தம் தேசிய மரபுக் கலையுமான கூத்துக்கலையை, சமகால புதிய பரிமாணங்களுக்கு கொண்டு செல்வதாக நிகழ்த்த வேண்டிய இன்று நாம் என்ன செய்துகொண்டிருக்கிறோம்?

மரபுசார் நம் முந்தியவடிவங்களில் காலூன்றாமல் (கால நிலைக்கு ஏற்ப வடிவமாற்றங்கள் நிகழ்த்தப்பட்ட போதும்) அவற்றைப் புறமொதுக்கிப் புறமொதுக்கி பரதம், கதகளி, குச்சிப்புடி என மேன்மக்கள் வகுத்த வாய்க்காலில் குளித்து நீராடிக் கரையேறுகிறோம். இன்றைய போலியான சமூக மதிப்பீடுகளின் அடிப்படையில் மேநிலையாக்கம் பெற்றுவிட்ட நுண்கலைகளால் நம் நிகழ்த்து கலைவெளி முற்றுகையிடப்பட்டுள்ளது.

பரதநாட்டியத்துக்கு அளிக்கப்படும் முக்கியத்துவம் கூத்துக்கலைக்கு அளிக்கப்படுவதில்லை. இதை முற்றிலுமாகத் தீர்மானம் செய்வது இன்றைய சமுதாய அமைப்பு முறை. இவ்வமைப்பு முறையின் மேலாண்மையில் உள்ள கருத்தியல் சக்திகள் ஒழுங்கமைவைத் தீர்மானிக்கின்றன. மற்ற சக்திகளை தனக்குப் பின்னான அணிவகுப்புச் சக்திகளாக தனது கருத்தியல் ஒழுங்கமைவுக்கு திரண்டு வரச் செய்கின்றன. அல்லது மாற்றுகின்றன. பொருளாதார நிலையில் கொஞ்சம் உயர்வு பெற்று விட்டால் - பரத நாட்டியம் கற்க, கர்நாடக இசை கற்க தம்பிள்ளைகளை

அனுப்பும் சிந்திப்பு உருவாகும் அளவுக்கு நடுத்தர வர்க்கத்தைச் சுருட்டி வளைத்துக் கொண்டுவிட்டது.

பரதம், கர்நாடக இசை, குச்சிப்புடி, கதகளி - என மேன்மக்கள் கலைகளுக்கு இங்குள்ளோர் தம்பிள்ளைகளை இட்டுச் செல்வது கவுரவச் செயலாக நடக்கிறது. இங்கிருப்போரை மட்டுமல்ல புலப்பெயர்ந்த தமிழர்களையும் நடைபோட வைத்துள்ளது. தமிழ்நாட்டுத் தமிழராகட்டும், புலம்பெயர் ஈழத் தமிழராகட்டும், இந்த 'மதிப்புறு சமுதாயத்தில்' இணைந்து கொள்ள முண்டுகிறார்கள். புலப்பெயர்வுக்கு எவ்வாறு தீவிரமாக முயன்றார்களோ, அதனினும் தீவிரமாக தயக்கமில்லாமல் மேட்டுக்குடிக் கலைகளுக்குள் தடம்பெயர்கிறார்கள். மேல்வர்க்கத்தினர் போல் நடந்து கொள்ளுதல், உரையாடுதல் அவர்தம் கலைகளின் பின்தொடர்பாளர்களாக ஆகுதல் என்று தமிழ்ச் சமூகத்தின் நடுத்தரப் பகுதியினர் தாயகத்திலும் புகல் நாடுகளிலும் வெறியுடன் நகருதல் காணக்கிடைக்கிறது.

"புலம்பெயர் சமூகத்தில் கலை மீதான நாட்டம் என்பது வெறுமனே நுண்கலைகள் சார் பயிலுதல்களோடும், அவற்றிற்கான விலையுயர்ந்த அரங்கேற்றங்களோடும் மட்டுமே திருப்திப்பட்டுக் கொள்கிற ஒரு போதாமையாகவே இருந்து கொண்டிருக்கின்றது. இக்கலைகளுள் பாதிக்கு மேற்பட்டவை இன்று எமது ஈழத்து தமிழ்க் கலைவடிவம் என்ற அந்தஸ்தினைப் பெற்று எமதுகளுக்குள் உள்வாங்கப்பட்டிருந்தாலும், காலத்தால் முந்திய வரலாறுகளில் அவை புறத்தே இருந்து எமக்குள் தருவிக்கப்பட்ட அல்லது வலிந்து திணிக்கப்பட்ட பலவற்றின் எச்ச சொச்சங்கள் என்பது இங்கு பேசப்பட வேண்டிய ஒன்று அவைக் காற்றுகை செய்யும் (அரங்கேற்றம்) கலைகளில் பரதக்கலை புலம் பெயர் சூழலில் மிகப் பிரபல்யமானதாக வளர்க்கப்பட்டிருக்கிறது. புறத்தே இருந்து இறக்குமதி செய்யப்பட்ட இந்த நடனக்கலை, எமது ஈழத் தமிழருக்கேயுரியதான சொந்த அவைக்காற்றுகைக் கலைவடிவம் ஒன்றைப் புறந்தள்ளும் அளவுக்கு, அல்லது மறக்கச் செய்யும் அளவுக்கு, இல்லையேல் அப்படியொன்று இருப்பதாக அறியமுடியாத நிலைக்குக்

பா.செயப்பிரகாசம்

கொண்டு வந்திருப்பதே இங்கு நெருடலான விடயமாகும்" என்கிறார் சாம்பிரதீபன். இவர் புலம்பெயர் தமிழ்ச் சமூக செயற்பாட்டாளர், மரபுக் கலைத்துறை ஆராய்ச்சியாளர்.

தமிழ்த்தேசிய ஆதிக் கலைவடிவமான கூத்தினை அப்புறப்படுத்தும் இது போன்ற பண்பாட்டு நெருக்குதல்களுக்கிடையே தமிழர்கள் வாழ்ந்து கொண்டிருக்கிறார்கள். பண்பாடு, கலாச்சாரமுறைகள், சமயம், சடங்குகள், விழாக்கள் என தமிழரின் வாழ்வியல் முறைகளினூடாக கூத்து அடையாளம் கொண்டிருந்தது. கூத்து, இசை நாடகம், ஒயிலாட்டம், தேவராட்டம் தென்மாவட்டங்களில் பிரபல்யமான குறவன் - குறத்தி ஆட்டம், வில்லுப்பாட்டு, கும்மி, கோலாட்டம், முளைப்பாரிப்பாட்டு என அனைத்துக் கலைகளிலும் மேற்காட்டியவை உள்ளடக்கப் பொருளாக இருந்தன. வாழ்நிலையில் மேல்மட்டத்திற்கு வந்து சேர்ந்துவிட்ட நடுத்தர வர்க்கத்தினரையும், கற்றறிந்த கூட்டத்தின் ஒரு பகுதியினரையும் வளைத்துக் கொண்டு, இதே கருத்துக்களின் வாகனமாக மேன்மக்கள் கலைகள் ஆகியுள்ளன. ஏற்கனவே இவ்வகைப் பழங்கருத்துக்களில் தான் இந்த நுண்கலைகள் பயணித்தன. இப்போது தம்மை நவீனப்படுத்திக் கொண்டு, தமிழரின் தலைக்குள் ஏறி அமர்ந்து வருகின்றன.

நாடக அரங்காற்றுகை, இசைநிகழ்வுகள், நிகழ்த்து கலைகளின் பொருட்டு நடுவணரசின் உதவியால் சென்னை மாநகரில் உண்டாக்கப் பெற்ற கலைவாணர் அரங்கம் அதற்கான செயலாற்றுகையை கொஞ்சம் கொஞ்சமாய்த் தளர்த்திக் கொண்டே வந்தது-

✹ அரசியல் கருத்தரங்குகள்

✹ அரசியல் தலைமை சார்ந்த இலக்கிய நிகழ்வுகள், முத்தமிழ் விழாக்கள், பட்டிமன்றங்கள்

✹ பொழுதுபோக்குச் சபாநாடகங்கள், இசை நிகழ்ச்சி

✹ பகல் வேளைத் திரைப்படங்கள்

எனப் பலரகச் செயல்பாடுகளின் மையமாய் கலைவாணர் அரங்கம் ஆகியது.

தமிழரின் கலைச் செயல்பாடுகளை முன்னெடுத்தலுக்கும் மேம்படுத்தலுக்குமான நோக்கில் தமிழகத் தலைநகரில் இயல், இசை, நாடகமன்றம் என்ற அமைப்பு அரசால் உருவாக்கப்பட்டது.

* ஆட்சியாளருக்கான இயல்
* ஆட்சியாளருக்கான இசை
* ஆட்சியாளருக்கான நாடகம்

என அது செயல்சுருக்கம் கொண்டுவிட்டது. ஆட்சியாளர்கள் எவரோ அவர்தம் பக்கவாத்தியங்களால் இயல், இசை, நாடகமன்றம் நிரப்பப்பட்டு முகமாற்றம் பெற்றது. மன்றத்தின் தலைவர், செயலாளர் உறுப்பினர்களாக கலைத்தொடர்புள்ளோர் நியமனம் செய்யப்பட்டாலும் (பெரும்பாலும் அவ்வாறு செய்யப்படுவதில்லை) மேலிடச் சார்பாளர்களாகக் காட்டி தம்நிலையை உயர்த்திக்கொள்ள முனைப்புக் கொண்டனர். கலைத்துறை விற்பன்னம் மட்டுமல்ல, பொறுப்பேற்ற பின்னர் அதே ஊழியமாகப் பயணித்தல் -சுயநல நிழல் படிந்துவிடாமல் முன்னோக்கிச் செல்லுதல் என்பது நாவாயை இயக்கும் 'மீகானின்' கடமை. அப்படியொரு கடமை உணர்வுள்ள ஒரு மீகானும் இம்மன்றத்துக்குக் கிட்டவில்லை போலும். ஒவ்வொரு மீகானும் திசைமாறியே நாவாயைச் செலுத்தினர்.

பல்கலைக்கழகங்கள், கலைநிறுவனங்கள், இசைக்கல்லூரிகள் போன்ற அரசமைப்புகள் எவையாயினும் அவற்றின் பெரும்பாலான 'மீகான்கள்' திசைநோக்கி செலுத்தியவர்களில்லை. தஞ்சைத் தமிழ்ப் பல்கலைத் கழகத்தின் முதல்துணை வேந்தராய் அமைந்த வ.அய். சுப்பிரமணியம் போல் உருவாக்கச் சிற்பிகள் அமையவில்லை. அவர் ஒவ்வொரு கல்லாய்த் தேர்வு செய்தார். மட்டுமல்ல ஒவ்வொரு உளியாய்த் தேர்வு செய்தார். ஒவ்வொரு துறையாய்ச் செதுக்கிச் செதுக்கிக் கட்டினார். அரசுசார் நிறுவன இலக்கணத்தை மாற்றியமைத்தவர் அவர்.

அரசு நிறுவனங்களின் இயங்குதிசை தடுமாறி நின்ற போது, கலை வளர்ச்சிக்கென இவை தாண்டிய எல்லையில் நின்று செழிப்பூட்டும் தனியார் அமைப்புக்களும் உருவாகாமல் போனது தமிழ்ச் சமூகத்தின் அவலம்.

மாணிக்கப் பரல்களுள்ளது கண்ணகியின் காற்சிலம்பு. முத்துப்பரல்கள் கொண்டது பாண்டிய மன்னன் கோப்பெருந்தேவியின் காற்சிலம்பு. தேவியின் காற்சிலம்பை ஒக்கிடப் பெற்றுச் சென்ற அரண்மனைப் பொற்கொல்லன், தான் திருடியதை மறைக்க, கோவலனைக் காட்டுகிறான். கொலைசெய்யப்படுகிறான் கோவலன். அரசவையில் நீதிகேட்டுப் பொங்கிய கண்ணகி ''இதோ என் சிலம்பு மாணிக்கப்பரல்களுடையது'' என்று வீசி உடைக்கிறாள்.

கண்ணகியின் காற்சிலம்பு போல் நம் கலைகள் - கூத்து, இசை, ஆடல், பாடல் அவ்வளவும் மாணிக்கம். மாணிக்கப் பரல்களின் சிலம்பு இருக்க வேண்டிய இடத்தில் முத்துப் பரல்களுள்ள சிலம்பை வைத்தது யார்? நமக்கு உரித்தானதை மறைத்து காலகாலமாய் நம் தலைமேல் சுமக்க வைத்தது எவர்? வஞ்சனை செய்தது ஒரு பொற்கொல்லன் தானா? ஓராயிரம் பொற்கொல்லர் அல்லவோ? புறத்தே இருந்து இறக்குமதியாக்கப்பட்ட இவர்தம் கலைகள் ஒரு இனத்தின் தேசியக் கலை வடிவங்களை, அரங்காற்றுகைக் கலைகளை, இசைப் பண்களை புறந்தள்ளும் அளவுக்கு இன்றும் ஏன் முன்னெடுக்கப்படுகின்றன?

இதுபோல் வழமையாய் தொடுக்கப்படும் நூற்றாண்டுத் தாக்குதலுக்கு மேலாக, இந்நூற்றாண்டுத் தாக்குதல் ஒன்றும் நாட்டுப்புறவியல் மீதும் அதன் கலைகள் மீதும் படையெடுப்பாய் வந்துள்ளது. திரைப்படம், தொலைக்காட்சி, இசைத்தட்டு நடனம் (Record Dance) இன்ன பிறவான காட்சியியல் தாக்கம் நாட்டார் நிகழ்த்து கலைகளை நிலைகுலைய வைத்துள்ளன. திரைக்காட்சிகளில், இசைத்தட்டு நடன வெளிப்பாடுகளில் காணுதல் போல், மக்களது நிகழத்துகலைகள் கொச்சைத் தன்மை கொண்டதாக இறக்கமாகியுள்ளன. குறவன் குறத்தி ஆட்டத்தில் இத்தகைய கொச்சையான பேச்சு, சைகை இடம் பெற்றுள்ளதே எனக் கேட்டபோது, கலைஞர் கடற்கரை சொன்னார். ''சனங்க, குறிப்பா இளசுக அதைத்தானே விரும்புறாங்க''

''என்ன சிங்காரமடி இந்தப் புருஷன்

என் வனமதிலே வந்த புருஷன்''

என்று இராமனைக் கண்டதும் மோகித்த நங்கை சூர்ப்பணகை பாடுவதான ஒயிலாட்ட நிகழ்வில் இவ்வகை கொச்சை விளவப்படுகிறதே என்னும் வேதனையைப் பகிர்ந்தவேளையில் ஒயிலாட்டக் கலைஞரும் இதையே தெரியப்படுத்தினார்.

1970, 80களில் பெருக்கெடுத்த இசைத்தட்டு நடனங்களால் ஆடல் பாடல் ரசனையே மாற்றிவைக்கப்பட்டது. சினிமாக் கலைஞர்களைப் போல் கையைக் காலை உதறி, இடுப்பை முன்னுக்குத் தள்ளி ஆடும் நடனக் குழுக்கள் ஊர்கள்தோறும் முளைத்தன. ஒரு தீமை சட்ட பூர்வமாக்கப்படுகையில் நாகரீகப் பூச்சாய் பெயர் பெறுதல் போல், ''ஆடல் பாடல்குழு'' என இவை பெயர் கொண்டன. கோவில் கொடை, ஊர்த் திருவிழா, தைப்பொங்கல், சடங்கு, திருமணம் என நாட்டுப்புறக்கலைகளது நிகழ்த்து தள அனைத்துக் களங்களையும் இசைத்தட்டு நடனம் எடுத்துக்கொண்டு கூத்து நிகழ்வுகளை அப்புறப்படுத்தியது.

இன்னொரு பக்கம் இதுபற்றிய எவ்வித ஓர்மையுமில்லாமல், யாருக்கு வந்த விதியோ என பல்கலைக்கழகங்களின் நாட்டுப்புறவியல் துறைகள் செயல்பட்டன. ஆய்வுப்பட்டம் செய்பவர்களுக்கான வேட்டைப் பொருளாக நாட்டார் வழக்காறுகளும் கலைகளும் ஆக்கப்பட்டன. நிகழ்த்து கலைகளை மக்களின் கலையாக மீட்டுருவாக்கம் செய்ய எண்ணிய பேராசிரியர் நிஜநாடக இயக்கம் மு.இராமசாமி, 'தன்னானே கலைக்குழு கே.ஏ. குணசேகரன், நாடக நெறியாளுகை செய்யும் பேரா.அ.மங்கை, மாற்று நாடக இயக்க பேரா. கி. பார்த்திபராஜா போன்றோர் கல்விப்புலத்தில் நின்றபோதும், அதற்கு வெளியேதானே சாதனை நிகழ்த்திக் காட்டினர். சொந்தமாய் நிகழ்த்தினார்களேயன்றி பல்கலைக்கூடங்கள் வழியாய் அல்ல. பல்கலை நிறுவனங்கள் செய்ய வேண்டிய பணியினை இவர்கள் தம் சமுதாய ஊழியமாகச் செய்து வருகின்றனர்.

பல்கலைக்கழக அமைப்புக்கள் மட்டுமல்ல, தனியார் அமைப்புகளும், முந்தைய பிந்திய தாக்குதல்களினின்றும் தமிழ் தேசியக் கலையை

மீட்டெடுத்தல் பற்றி சிந்திக்க வேண்டிய தருணமிது. கூத்து, நாடகம், ஒயிலாட்டம், தேவராட்டம், கணியான் கூத்து, குறவன் - குறத்தியாட்டம், தப்பாட்டம் இன்ன பிற நிகழ்த்து கலைகளும், வில்லுப்பாட்டு இசைப்பண்கள் அனைத்தும் கற்கைநெறியாக ஆக்கப்படல் வேண்டும். பரதம், குச்சிப்புடி, கர்நாடக இசை போன்றவை கற்கை நெறியாக பாடத்திட்டங்களாக ஆக்கப்பட்டு தம் இருப்பைத் திடப்படுத்திக் கொண்டுள்ளன. அதுபோல் நமது நிகழ்த்து கலைகளும் நாட்டார் இசையும் உறுதிப்படல் வேண்டும். அனுபவமிக்க நாட்டாரியல் கலைஞர்களைக் கலந்து ஆய்வறிவு கொண்டோரால் பாடத்திட்டங்கள் வகுக்கப்படல் வேண்டும். வரையறை செய்யப்பட்ட பாடத்திட்டங்களோ, புத்தாக்கத்துக்கு இடம் தரும் வரைவு செய்யப்பட்ட கற்கை நெறியோ இல்லாத வரை நாட்டார் கலைகள் விலக்கப்பட்ட கனிகள் தாம் .

சாகாப் பொருளும் அது சாகடிக்கும் பொருளும் அது!

எல்லை விலகாமல் விவசாயிகள் ஒருசீராய்ப் போய்க்கொண்டிருக்க வேண்டும். சம்சாரி ஒழுங்கு என்பார்கள் அதை. பெருவாரிமழை, பஞ்சம், பனிப்பொழிவு, நோய், பூச்சித் தாக்கம் போல இயற்கை அனர்த்தங்களால் சம்சாரி ஒழுங்கு சிதைவுபடுவதுண்டு. ரசாயன உரம், மரபணுமாற்ற விதை, பார்த்தினியம், சீமைக்கருவேலம் போன்று சம்சாரியைத் துவம்சம் பண்ண நவீனப் பேர்வழிகள் பலர் வந்திறங்கியிருக்கிறார்கள்.

பிளாஸ்டிக்கை 'நெகிழி' என்று சொல்கிறார்கள்; தமிழ்ப் பற்றாளர்கள் பயன்படுத்துகிற கலைச் சொல் 'நெகிழி'. மக்கள் கண்டுபிடித்துப் பயன்படுத்துவது சவ்வுத் தாள். சவ்வு மாதிரி மென்று, கறும்பி, கடித்து, துப்பி, அழிக்க முடியாத பொருளுக்கு சவ்வுத்தாள் என்று பெயரிட்டார்கள்.

வாழ்க்கைக்குள் புதிதாய் வந்துசேரும் பொருட்களுக்கு மக்கள் கண்டுபிடித்து பயன்படுத்தும் பல சொற்களுண்டு. தேர் நிற்கிற இடம் தேரடி, அதுபோல் கார், பேருந்துகள் நிற்கிற இடம் 'காரடி' தேயிலையிலிருந்து உண்டாக்கும் பானத்தை தேத்தண்ணி என்று நாக்குக்கு வாகாய்க் கொண்டு வந்து நிறுத்தினார்கள்.

பா.செயப்பிரகாசம்

தாவரம், பயிர், பச்சைகளுக்குண்டான தண்ணீரை ஒரு ஆளாய்ச் சாப்பிட்டு கொளுத்துப் போய் நிற்பது சீமைக் கருவேலம் என்கிற வேலிக் கருவை. கொடிய பஞ்சம் என்று வெலவெலத்துப் போகிற காலத்தில்கூட, வேலிக் கருவைச் செடி பட்டுப்போய் நான் கண்டதில்லை. மற்றவர் உணவைத்தட்டிப் பறிப்பது என்கிற வேலையை ஒழுங்குமுறையாய் செய்யும் யார் தான் குண்டி சூம்பிப் போயிருக்கிறார்கள்? விவசாயி அறியாமல் வாழ்வைச் சாகடிக்கும் கொம்பன்களில் பேரழிவுக் கொம்பன் பிளாஸ்டிக் என்று சொல்லப்படும் சவ்வுத் தாள். நிலத்தடி நீரை உறிஞ்சிக் கொளுப்பது சீமைமரங்கள் என்றால் நிலத்தடிக்குள் நீரை அண்டவிடாமல் செய்வது சவ்வுத்தாள்.

நிலமும் மழையும் தாயும் பிள்ளையும் போல! மழை என்ற பிள்ளையை மடியில் போட்டு அரவணைத்துக் கொண்டே இருப்பவள் நிலம். பிள்ளையுள்ள தாய் முகம் ஈரப்பதமாகவே இருக்கும். தாயோட பிள்ளை சேராமல் செய்த பாதகத்திகள் போல இந்த மண்ணில் மழைநீரை ஒட்டவிடாமல் செய்துவிடுகின்றன சவ்வுத்தாள்கள். செம்மண், கரிசல்மண், சரள்மண், சமவெளி, மலை, குன்று, அடிவாரம் எல்லா இடங்களிலும் நீரை ஒட்டவிடாமல் வழித்து கீழே ஓடச்செய்கின்றன.

பாலிதீன் கழிவுகள் மக்குவதில்லை; செம்மிப் போவதில்லை. அழுகுவதில்லை. ஒரு இடம் விட்டு இன்னொரு இடத்துக்குப் பறந்தாலும் மண்மேலே ஒட்டிக் கிடந்து மழைநீரை உள் இறங்கவிடாமல் தடுக்கின்றன. பேருந்துகளில், தொடர் வண்டிகளில் உண்ட பின்பும், அருந்திவிட்டும், வீசியெறியும் சவ்வுத் தாள்பைகள் மிதந்து மிதந்து நிலம் சேர்கின்றன. நீர் நிலைகளில் படிகின்றன. பைகளில் நீர் சேரச் சேர, தண்ணீரின் அடியில் பம்மிக் கொள்ளும்.

வெள்ளையாயும் பழுப்பாயும் நெல்லிக்காய்த் தண்டியில், தெல்லுக்காய் வடிவில் எங்கள் ஊர் வடகாட்டில் கற்கள். நிலத்தில் கல் விளையுமா என்றால் விளைகிறது. தட்டாம் பயறு பருமனுக்கு இருந்த கற்கள், நெல்லிக்காயளவு உருண்டு திரள, லட்ச வருடங்கள் கடந்திருக்கும். கலப்பை முனை வகிர்ந்து கொடுக்க, கீழே இருக்கும் கற்கள்

மேலே பரசலாய் வந்து நிற்கும். வடகாட்டை விளைச்சலுக்குத் தயாராக்க, விதைக்க நிறையப் பண்டுகம் பார்க்க வேண்டும்.

பாட்டியுடன் அண்ணனும் நானும் கல்பொறுக்கி கூடையில் போட்டு காலாங்கரையில் போய்க்கொட்டுவோம். எங்கள் காட்டை உள்ளடக்கி 25 கி.மீ. தொலைவுவரை உள்ள ஊர்களின் நிலம் அவ்வளவையும் பின்னர் 'ராம்கோ சிமிண்ட்'காரன் ஆலைக்கு எடுத்துக் கொண்டானென்றால் கல் பொன்னாக ஆகும் என்று தெரிந்துதான் எடுத்திருக்கிறான். கல்விளையும் பூமி - பொன்விளையும் பூமி என்று அவனுக்குப் பட்டிருக்கிறது.

ராம்கோ சிமிண்ட்ஸ் அபகரித்த வடகாடுகள் தவிர்த்து, மற்ற திசைக் காடுகள் நெய்க்கரிசல். இன்றைக்கு கலர்கலராய் சவ்வுத்தாள்கள் மூடிக்கிடக்கின்றன. டிராக்டர்கள் உழுது புரட்டிப் போட்டிருக்கிற உழவுகட்டிகளில் சவ்வுத்தாள்கள்; பரட்டைத் தலைக்கு ரிப்பன் வைத்துக் கட்டியமாதிரி ஒவ்வொரு செடியிலும் சவ்வுத்தாள் ஒட்டிக் கொண்டிருக்கிறது. கல்லும் முள்ளும் பொறுக்கி விவசாயத்துக்கு பக்குவப்படுத்திய நிலத்தில்'' சவ்வுத்தாள் பொறுக்க வாறீகளா'' என அலைகிற குரல்களோடு நாங்கள்.

சிறுவயதில் கம்பு தவசம் தானியம், பருத்திக் கடைக்குக் கொண்டு போனோம். பயறு, கிழங்கு. சேவு, பருப்பு வகைகள் வாங்கிவரும் பண்டமாற்று முறை இருந்தது. ஒரு பொருள் கொடுத்து மற்றொரு பொருள் மாற்றாக வாங்கி வருவோம். நாங்கள் வளர்ந்ததினும் வேகமாக பண்டமாற்று முறை இருந்த இடத்தில் பண மாற்றுமுறை வந்துவிட்டது. பண்டமாற்று முறையில் வாஞ்சனை இருந்தது. கிராமிய மக்களின் நெஞ்சில் இருந்த வாஞ்சனையையும் வேகமாய் வீசியெறிந்தது பணமாற்றுமுறை.

திருவண்ணாமலை மாவட்டம் ஜவ்வாது மலையில் 70 ஆயிரம் மக்கள் வெளிஉலக வாழ்க்கை அறியாதவர்களாக வாழுகிறார்கள். இந்த மலைவாழ் மக்களிடம், ஒரு பொருளைக் கொடுத்து இன்னொரு

பொருளைப் பெறும் பழைய பண்டமாற்று முறை இன்னும் உள்ளது. விலைக்குக் கேட்டாலும் கொடுக்க மாட்டார்கள் என்று கூறப்படுகிறது. மலைக்குக் கீழே போகிற போது பணம் தேவைப்படுகிறது. பணத்தால் கீழே கீழே போய்விட்டோம் என்பதை அவர்கள் உணர்ந்திருக்கிறார்கள். ஆனாலும் வெளியுலகத் தொடர்புகளைச் சுருக்கி, உள்ளடங்கி வாழும் அவர்களையும் சுதந்திரமாக விடவில்லை சவ்வுத் தாள்கள். மலையேறி வந்து கைவரிசை காட்டுகிறது.

பண்டமாற்று இருந்த காலம் தவசம், தானியம், நெல்மணி, பயறு, கிழங்கு அத்தனை பொருட்களையும் நூலால் நெய்த துணிப்பையில் வாங்கிப் போவார்கள். துணிப்பை இல்லையெனில் பனைநார்க் கொட்டான், ஓலைக் கொட்டான்கள். ''பயன்படுத்தியதும் வீசியெறி'' என்கிற நுகர்வுக் கலாச்சாரம் வந்த பிறகு, வண்டி வண்டியாய் நுகர்பொருட்கள் சந்தைக்கு வந்து அழகழகாய் வடிவமைத்த சவ்வுத்தாள்(பாலிதீன்) பைகளில் கொட்டி அனுப்புகிறார்கள். கடை வீதியில் காலடி வைக்கிற ஒவ்வொருவனும் கைவீசிக் கொண்டு போகிறான். திரும்புகிற போது கைகளில் பிளாஸ்டிக் பைகள்.

யாருக்கு மரணம் உண்டுமோ, இல்லையோ சவ்வுத்தாளுக்கு மரணமிலாப் பெருவாழ்வு உண்டு. முதுமையும் நோயும் தீண்டாததாய் அதற்கு மரணமிலாப் பெருவாழ்வு தந்தவன் மனுசன். மனுசன் கண்டு பிடித்த சாகாப் பொருள் இது.

''இயற்கை அளிக்கும் மழைத்தண்ணீர், பூமிக்குள் செல்வதை பிளாஸ்டிக் கழிவுப் பொருட்கள் தடுக்கின்றன. காகிதங்கள், காய்கறி மற்றும் பழங்கள் உள்ளிட்ட கழிவுகளைப் பூமியில் போட்டால், அவை பூமியைவிட்டு நீங்க ஒரு மாதம் முதல் 2 மாதங்கள் வரை ஆகும். 'தெர்மாக்கோல்', கப்புகள் போன்றவை 50 ஆண்டுகளும், பிளாஸ்டிக் கேன்கள் 80 முதல் 200 ஆண்டுகளும், பிளாஸ்டிக் பைகளைப் போட்டால் 50 முதல் 100- ஆண்டுகளும், பாட்டில்கள் மட்க ஒரு மில்லியன் ஆண்டுகளும் ஆகும்'' என்கிறார் பேராசிரியர் திருஞானம். அவர் திண்டுக்கல் மாவட்டம் காந்திக்கிராமத்திலுள்ள கிராமியப் பல்கலைக்கழக

புவி அறிவியல் பேராசிரியர். கடைசியாய் ஒரு அணுகுண்டைப் போட்டே விட்டார்

''அணுகுண்டை விட அபாயககரமானது பிளாஸ்டிக் கழிவுகள்''

இயற்கையின் நண்பர்கள் என்கிற சமூக ஆர்வலர்கள் நெகிழியின் (பிளாஸ்டிக்) தீமைகள் என ஒரு பட்டியல் தந்திருக்கிறார்கள்.

'' நெகிழிப் பொருட்களை தொழிற்சாலைகளில் உறபத்தி செய்யும் போதும் மறு சுழற்சி செய்யும்போதும், உருகும்போதும் வெளியேறும் வாயுக்கள் நச்சுத் தன்மை உடையன. சுவாசிக்கிற ஊழியர்கள், அருகில் வசிக்கும் மக்கள்தோல்நோய் முதல் புற்று நோய் வரை பாதிக்கப் படுகின்றனர். சிலருக்கு தொட்டால் கூட ஒவ்வாமை என்ற நோய் ஏற்படுகிறது. மூச்சுக் குழாய்ப் பாதிப்பு, குடல் புண், செரிமானமின்மை, நரம்புத்தளர்ச்சி, ரத்த, சிறுநீரகச் செயல் குறைபாடு, நோய் எதிர்ப்பு ஆற்றல் குறைவு போன்றவை உண்டாகின்றன. நெகிழிப் பொருட்களை எரிப்பதால் டையாக்சின் என்ற நச்சுப் புகை வெளிவருகிறது. இது கூடுதல் தீமையைத்தான் தருகின்றன.

நெகிழி உறைகள் சுற்றப்பட்டு வரும் உணவுப் பொருட்களான சாக்லேட்டு, பால்கோவா போன்றவற்றில் நெகிழி வேதிப் பொருளான 'பென்சீன் வினைல் குளோரைடு.'கலந்து விடுகிறது. இதனால் புற்று நோய் ஏற்படக் காரணமாகிறது.

எளிதில் மட்காத, சிதையாத நெகிழிப் பொருட்களால் கழிவுக் குழாய்கள், சாக்கடைகள், வாய்க்கால்களில் அடைப்பு ஏற்பட்டு, தேங்கி துர்நாற்றம், கொசுவளர்ப்பு, நோய்கள் ஏற்படுகின்றன. நீர்வரத்துக் கால்வாய்கள் அடைத்துக் கொள்வதால் நீர்வழிகள் அடைபட்டு மழைக் காலங்களில் வெள்ளப் பெருக்கு ஏற்படுகின்றது. மட்காத நெகிழிப் பொருள்கள் வேளாண் நிலங்களில் தங்கி அதன் வளத்தைக் குறைத்து நஞ்சாக்குகிறது. பயிர் வளர்ச்சியையும் பாதிக்கிறது. கடலில் எறியப்படும் நெகிழிப் பொருள்கள் கடல்வாழ் உயிரினங்களுக்கும், வனப்பகுதியில் எறியப்படுபவை வன விலங்கினங்களுக்கும் தீங்கு விளைவித்து அழித்துவிடக் கூடியவை.

'ரெக்சின்' துண்டுகள் மீன் முட்டைகள் போல் இருப்பதாலும், பாலித்தீன் பைகள் ஜெல்லி மீன்கள் போல இருப்பதாலும் அவற்றை இரையாக நினைத்து, கடல் பறவைகள், சீல்கள், கடல்சிங்கம், கடல் ஆட்டர், டால்பின் கடல் பன்றி, ஆமைகள் போன்றவை அவற்றை விழுங்கி, குடல்களில். மூச்சுக் குழாய்களில் சிக்கி இறந்து விடுகின்றன.''

பிளாஸ்டிக் பைகளைத் தவிர்ப்பதற்கு இதற்கு மேல் வலுவான காரணம் வேண்டுமா? கேட்கிறார்கள் இயற்கையின் நண்பர்கள். அனைத்து மாற்றங்களும் நம் வீட்டிலிருந்து - நம்மிடமிருந்தே தொடங்குகின்றன என வழிகாட்டுகிறார்கள் ஏலகிரி மலையடிவாரத்திலுள்ள கோடியூரிலிருந்து செயல்படும் ''இயற்கையைக் காப்போம்'' (curring the Nature) என்ற அமைப்பின் ஒருங்கிணைப்பாளர்கள் பகத், ராஜா ஆகியோர். ''இயற்கைய்யைத் தூய்மை செய்வீர், அழிக்காதீர்'' என்று இவர்கள் ஏலகிரி மலையடிவாரத்தின் கீழ் ஏறக்குறைய நூறு கரங்களை இணைத்து இருக்கிறார்கள். ஜோலார்ப்பேட்டை, கோடியூர், பொன்னேரி வழியாய் ஏலகிரி மலைக்குச் செல்லும் மலைச் சாலையின் இருபுறமும் வீசியெறிந்த சவ்வுத்தாள் பைகளைச் பொறுக்கிச் சேகரிக்கிறார்கள். சேகரித்த பிளாஸ்டிக் குப்பைகளை ஜோலார்ப்பேட்டை நகராட்சி குப்பைக் கிடங்குக்கு கொண்டு போகிறார்கள். ஒவ்வொரு வாரமும் சனி, ஞாயிறுகளை இந்தச் சமூகசேவைக்கு ஒதுக்குகிறார்கள்.

நவம்பர் மாதம் தமிழ்நாட்டுக்கு நாசகரமான மாதம்; நசநசவென்று மழைபெய்து வீடுகாடெல்லாம் வெள்ளமானது. போய் வருகிறேன் என்று சொல்லிக் கொண்டு போவது போல் தெரியும்; மறுபடி வீட்டு வாசலில் வந்து நிற்கும் மழை. 'இயற்கையைக் காப்போம் 'அமைப்பினர் ஏலகிரி மலையேற முடியவில்லை. ''இந்த வாரமும் கடுமையான மழை பெய்ததால் பிளாஸ்டிக் கழிவுகள் அகற்ற முடியவில்லை; இந்த வாரப் பணியாக 'சீதா' மரக்கொட்டைகள், காட்டுமர விதைகளைத் தூவிவிட்டு வந்தோம்'' என்றார்கள். விதைகள் முளைக்க நீர்த்துளி தேவை; பெய்து கொண்டிருந்தது.

இவர்களின் சேவைக்கு சரியானதொரு நேர்விணையை ஜோலர்ப்பேட்டை நகராட்சி ஆணையர் பார்த்தசாரதி ஆற்றிக் கொண்டிருக்கிறார். குப்பையை மூன்று விதமாகப் பிரிக்க ஏற்பாடு செய்திருக்கிறார் (Bio mining) பிளாஸ்டிக், பாலிதீன், சவ்வுத்தாள்கள் தனி ரப்பர், பாட்டில்கள் குப்பை தனீ. மூன்றாவதாய் வரலாற்றுக் குப்பை . சருகு, செத்தை, இழை,தழை,வீட்டு உணவுக் கழிவுகள் மட்கும் குப்பைகளை, ஏற்கனவே சேமிக்கப்பட்ட, உரமாகிற குப்பையை வரலாற்றுக் குப்பை (Historical waste) என்கிறார். (முன்னை வரலாறு இன்று எழுதப்படவுள்ள வரலாறுக்கு உரமாக வேண்டும் என்ற செழுப்பமான குறிப்பும் உள்ளது.) மட்காத முதல் இருவகைக் குப்பைகளை தனித்தனியாக எடுத்து மறுசுழற்சிக்கு அனுப்புகிறது ஜோலார்பேட்டை நகராட்சி. மதுரையில் இயங்கும் ஒரு நிறுவனம் மறுசுழற்சிக்கு எடுத்துச் செல்கிறது; மட்கி உரமாகும் வரலாற்றுக் குப்பையை விவசாயிகள் இலவசமாக எடுத்துச் சென்று உரமாகப் பயன்படுத்த ஏற்பாடு செய்துள்ளோம் என்கிறார் ஆணையர் பார்த்தசாரதி. ஜோலார்பேட்டை நகராட்சியை முன்னுதாரணமாகக் கொண்டு பள்ளிப்பாளையம், கும்பகோணம் நகராட்சிகளும் பிளாஸ்டிக் கழிவுகளை தனிப்பிரித்து மறுசுழற்சிக்கு வழிசெய்திருக்கின்றன.

'' நீ தூக்கிச் செல்லும் பாலிதின் பைகள்கள்

தேசத்தின் தூக்குக் கயிறு''

ஏலகிரிமலை இயற்கை காப்புத் தோழர்கள் எல்லா இடங்களிலும் வீடுகளிலும், கடைகளிலும் தொங்க விட்டிருக்கிறார்கள். ''எழுத முடியாதவர்களுக்காக எழுதுவோம்; பேச முடியாதவர்களுக்காகப் பேசுவோம்'' என்கிறார்கள். ஆனால் செய்ய முடிந்தவர்கள் மக்கள் என்கின்றனர்.

தேசத்தைத் தூக்கிலிடும் கயிற்றைத் தவிர்க்க,எந்தச் சாமானையும் வாங்கிவர வெளிப்படுமுன் கையில் துணிப்பை எடுத்துச் செல்லும் எண்ணம் மனசில் தோன்ற வேண்டும் .

''துணிப்பை என்பது எளிதானது, தூர எறிந்தால் உரமாவது

பிளாஸ்டிக் என்பது அழகானது , வீசி எறிந்தால் விஷமாவது.

மீன்கள் முதல் மான்கள் வரை மாண்டு போவது

ஈக்கள் முதல் பூக்கள் வரை மலடாவது''

மலை நோக்கிச் செல்லும் சுற்றுலாப்பயணிகளிடம் இப்படிப் பாடுகிறார்கள். கவிதை வடிவிலான வாசகத்தை அச்சிட்டு துண்டுப் பிரசுரங்கள் வழங்குகிறார்கள். மீன்கள் மான்கள் என்று எதுகை, மோனையைச் சரிசெய்ய எழுதப்பட்ட பாடல் வரலாம். யதார்த்தத்தில் இப்படியெல்லாம் நடக்கிறதா எனக் கேட்போருக்கு கிருஷ்ணகிரி வனச்சரகத்தில் மாண்ட இரட்டை மான்கள் சாட்சி.

இராமநாதபுரத்தில் குதிரைகள் நிறைய உண்டு. நகராட்சிப் பகுதிகளில் பாலிதீன் குப்பைகள் குவிந்து கிடக்கின்றன. அவைகளில் மிச்சமீதியாய் ஒட்டியிருக்கும் உணவுத் துகள்களுக்காக மாடு, குதிரை, போன்ற கால்நடைகள் உட்கொள்கின்றன. கால்நடைகளுக்கு நான்கு இரைப்பைகள் உள்ளன. முதலில் உணவை வேகமாக உட்கொண்டு இரைப்பையில் சேமித்துக் கொள்ளும். அதன் பின் உணவை மெதுவாக அசைபோடும். ஆனால் பாலிதீன் பைகள் அப்படியே இரைப்பையில் ஒட்டிக் கொள்வதால், செரிமான சக்தி இழந்து கால்நடைகள் இறந்து போகின்றன. சமீபகாலமாய் இராமநாதபுரத்தில் பிளாஸ்டிக் குப்பைகளால் இறந்த கால்நடைகளின், குறிப்பாக குதிரைகளின் எண்ணிக்கை அதிகரித்து வருவதாக செய்திகள் வந்துள்ளன.

புதுச்சேரியின் நன்னீர் ஆதாரம் ஊசுட்டேரி. 15-10-2008 முதல் பறவைகள் சரணாலயமாக அறிவிக்கப்பட்டுள்ளது, புதுச்சேரியின் ஆகப் பெரிய ஏரியான இது சங்கராபரணி ஆறு மற்றும் வீடூர் அணையிலிருந்து வரும் தண்ணீரால் நிறையும். தற்போது மழையின் கருணையால் நிரம்பி வழிகிறது.

''ஏரியின் தொடக்கப்பகுதி முதல் பத்துக்கண்ணு வரையுள்ள கரைப்பகுதியில் ஆபத்தான எலெக்ட்ரானிக் கழிவுகள் (E-Waste),

பிளாஸ்டிக் கழிவுகள், உணவுக் கழிவுகள், குப்பைகள், மருத்துவக் கழிவுகளை மக்கள் நடமாட்டம் இல்லாத வேளைகளில் மர்மநபர்கள் கொட்டிவிட்டுச் செல்கின்றனர். காற்றடி காலத்தில் இந்தக் குப்பைகள் ஏரிக்குள் விழுந்து நாசப்படுத்துகிறது. இங்கு படகு குழாமிற்கு வரும் சுற்றுலாப்பயணிகள் பிளாஸ்டிக் டம்ளர்கள், பாலிதீன் பைகளை ஏரியில் வீசி விட்டுச் செல்வதால் நன்னீர் நாசமாகிறது. எதிர்வரும் காலத்தில் ஊசுட்டேரி குப்பை கொட்டும் தளமாக மாறிவிடும் அபாயம் உள்ளது. ஏரியைத் தடைசெய்யப்பட்ட பகுதியாக அறிவித்து, ஏரியில் எலெக்ட்ரானிக் கழிவுகள், பாலிதீன் பைகள், பிளாஸ்டிக் கழிவுகள், மருத்துவக் கழிவுகள் போன்றவைகளைக் கொட்டிவிட்டுச் செல்பவர்கள் மீது நடவடிக்கை எடுக்க வேண்டும்'' என்று முனைவர். செல்வமணிகண்டன் மனு அளிக்கிறார். இவர் புதுச்சேரி சுற்றுச்சூழல் பாதுகாப்பு அமைப்பின் தலைவர்.

இவரின் முறையீட்டை செய்தித்தாள்கள் சுமந்து சென்றன. தொடர்ந்தும் இதன்பொருட்டு இந்த அமைப்பினர் குரல்கொடுக்கிறார்கள்.முறையீடு யாரிடம் அளித்தார்? ஆளுநர், முதலமைச்சர், தலைமைச் செயலாளர், ஏரியிருக்கிற உழவர்கரை நகராட்சி ஆணையர். இவர்கள் யார்? தாயறியாச் சூலா என்பது போல் இவர்கள் அறியத்தான் ஏரியை நாசப்படுத்தும் கொடூரம் நடக்கிறது. ஒரு உண்மை தெளிவாகிறது. பார்த்தசாரதிகள் எல்லா இடத்திலும் இருக்கமாட்டார்கள் என்பது அது.

மக்களின் வாழ்வியல் ஆதாரப் பக்கங்களைக் கிழிக்காமல், மலையையும் வனத்தையும் அழிக்காமல் முதலாளிகள் வளர்ச்சி என்ற வார்த்தையை எழுத இயலாது. கீழான வாழ்நிலையிலிருந்து மக்களை ஒரு அங்குலமாயினும் உயர்த்த முடியுமென்றால் அதுவே வளர்ச்சி. புதுப்புது தொழிற்சாலைகள் என்ற பெயரில் பிளாஸ்டிக் தீமை சமுதாயக் கேடாகக் கலந்து விட்டதற்கு யார் காரணம்? பிளாஸ்டிக் தொழிற்சாலைகள் என்ற போர்வையில் நவீன விசவாயுக் கூடங்களுக்கு (Gas champers) ஏன் அனுமதி தருகிறார்கள்? சூழல் கேட்டுக்கு வித்திடும், மக்களின் அடிப்படை வாழ்வாதாரங்களை அழிக்கும் 'பிளாஸ்டிக்' உற்பத்தியைத்

தடை செய்ய வேண்டும் என்பதை சிந்தித்தார்களா? 'தூய்மை இந்தியா' அறிவிப்பும் '' மது வீட்டுக்கும், நாட்டுக்கு கேடு'' என்னும் வாசகம் போல்தானா?

''மனிதனின் நுகர்வுக் கலாச்சாரம் பூமியின் ஆயுளை ஒவ்வொரு நாளும் சத்தமில்லாமல் குறைத்து வருகிறது'' பேரா. திருஞானம் கூறுகிறார். அது போதுமானதாகப் படவில்லை; சத்தம்போட்டுத்தான் அழித்து வருகிறார்கள்-வளர்ச்சி என்ற பெயரில்.

மோர்மொடா

ஒரு ஊரின் இனிதினும் இனிதான அடையாளங்கள் எவை?

"சொந்த ஊரை நோக்கிச் செல்லும் அந்தப் பாதையைப் போல் இனிமையானது வேறொன்றுமில்லை"

'தெக்கத்தி ஆத்மாக்கள்' என்ற நூலின் முன்னுரையில் எனது மொழிவு இது.

பஞ்சாபி இலக்கியத்தில் இதுபோலக் குலவை ஒன்று கேட்கிறது.

"உலக முழுதும் சுற்றியிருக்கிறேன். எங்குமே தண்ணீர் இவ்வளவு சுவையாய்க் கண்டதில்லை. பஞ்சாபின் நலந்தரும் காற்றைப் போல் எங்கும் சுவாசித்ததில்லை"

பூரண்சிங் என்ற கவி பஞ்சாப் நிலம் பற்றி இப்படி பெருமிதம் கொண்டிருக்கிறார். மோகன்சிங் என்ற நவீன கவி சொல்கிறார்,

"நான் இங்கு பிறந்தேன்;

நான் இங்கு வளர்க்கப் பட்டேன்

நானே இம்மண்ணின் பெருமை

அதன் ஒப்பாரியும் நானே"

பா.செயப்பிரகாசம்

பிறந்த பூமி மீதான பெருமிதம் எனக் கூறலாமா? அல்லது பெருங்காமக் காதலரது போன்ற உளறல் எனக் கொள்ளலாமா?

மண்ணின் மீதான பிரியம் அங்கு பிறப்பதால் தோன்றுகிறது. இரண்டாவதாய் பிறந்த மண்ணின் மொழியில் அளைதலால் உருக்கொள்கிறது. மூன்றாவது- மண்ணும் மொழியுமாய்ப் பிசைந்த வாழ்வியலில் திட்டம் கொள்கிறது. பிறப்பு, வளர்ப்பு, இணைப்பு மூன்று வினைகளும் எதிர்நிலையாய் ஆகையில் சொந்த ஊரின் மீதான பிரியம் சிதைந்து போகும். பிறந்த ஊர் இனிப்பதில்லை. நீர் சுவைப்பதில்லை. நலந்தரும் காற்றாய் நடப்பதில்லை. தலித்தாகவும், பெண்ணாகவும் பிறந்து, வளர்ந்து, இருந்து, வாழ்ந்து பார்த்தால் தெரியும்.

ஊரில் கவிந்திருந்த பிரியங்களும் பிரியத்தின் ஊற்றுக்களும் அடைபடாமல் இன்னும் அப்படியே இருக்கிறதா?

''ஆகாயமே, நீ எனக்கு மழை தா. நான் என் மக்களுக்கு நீர் தருகிறேன்'' என்று வாங்கி நீரை வழங்கும் கண்மாய்: பெரிய நீர்க் குடத்தை தலையில் சுமந்து கொண்டுள்ளது போல் ஊரின்தோற்றம். தலைச் சும்மாடு போன்ற கரையில் ஆல், அத்தி, புங்கை, புளி, வில்வ மரங்கள். வழக்கமாய் மரங்கள் இருபதில் ஆளாகி, எண்பது - நூறில் தளரும். தன் தீனியாவே முட்ட முட்ட நீர் தின்னு ஐந்திலேயே விருட்சங்களாய் கொழுத்து அசைந்தன கரை மரங்கள். கெத் கெத்தென அலையடிக்கும் கண்மாயில் தப்பளம் போடுகின்றன நீர்க்கோழிகள்.

ஊரை வேடிக்கை பார்க்க சலாவத்தாய் நடந்து வருகிறது தென்காற்று. முற்றத்து பனம்நார்க் கட்டிலில், கால்மாடு தலைமாடாய் படுத்துறங்கும் சிறுபிள்ளைகளைத் தடவிக் கொடுத்து நலம் விசாரிக்கிறது. தவிட்டுக் குஞ்சு, கிளித்தட்டு போன்ற ராத்திரி நேர விளையாட்டுக்களுக்கு தட்டுப்பாடில்லாமல் தோதாய் வந்திறங்கியது வெள்ளை நிலா. பெண்பிள்ளைகளின் ஒரு விளையாட்டைப் பார்த்துக் கொண்டிருந்தது அந்த நிலா.

''ஒரு குடம் தண்ணி ஊத்தி

ஒரு இலை விட்டு''

பூசணிப்பயிர் வளர்த்து, பூவிட்டு, காய்வரும் வேளையில் பறித்து வரச் சொல்லி, ஆளனுப்புகிறான் அரசன்.

''இப்பத்தான் ஒரு இலை விட்டிருக்கு

இப்பத்தான் பிஞ்சு விட்டிருக்கு''

என்று அரண்மனை ஆளை ஏமாற்றி ஏமாற்றி அனுப்புகிற பெண்குஞ்சுகளின் பாட்டு கிறங்க அடித்தது. ''அரண்மனைக்கு ஆயிரம் செல்லும்; அதுக்கு நாங்க தான் கிடைச்சமா?'' என்று நீண்ட குரல்எடுத்து விரட்டியடித்தார்கள்.

''வா, மகனே என்று சொன்னாப் போதும் வயிற்றிலிருப்பதையும் வாந்தி எடுத்துக் கொடுத்திருவானே'', என்று சொல்லப்பட்ட வாஞ்சையுள்ள உயிர்கள் நிறைந்திருந்த ஊர். இன்னைய காலத்தில் அந்த ஊர் இல்லை. நடக்காத அபூர்வம் எல்லாமும் கதைதான். பொம்பளப்பிள்ளையை இன்னொருவனிடம் பிடித்துக் கொடுக்கும் நாளில் எத்தனை சீதனம் கொடுத்தாலும் இன்னொன்றையும் பிடித்துக்கொள் என்று கொடுத்தனுப்புவாள் தாய். அது பலவாய் பல்கிப் பெருகிக் கொடுக்கும் ஒரு பசு. இல்லையென்றால் பள்ளை ஆடு. எடுத்துக்கோ எடுத்துக்கோன்னு ஈத்து கொடுத்துக் கொண்டே இருக்கும். கல்யாணமாகி வந்த பின், என்ன நெருக்கடி வந்தாலும், பசு மாட்டையோ, பள்ளை ஆட்டையோ விற்காமல் காப்பாற்றி வருவார்கள் பெண்டுகள். அம்மா கொடுத்த சீதனம் என்பார்கள். பல்கிப் பெருகி குடும்பம் பேணும் குணம் இவர்களிடமும் ஊத்து அடைபடாமல் பெருகுகிக் கொண்டிருப்பதால் அப்படி நினைத்தார்கள். பெண் ஜென்மங்கள் காலூன்றி நிற்க ஆட்டையும் மாட்டையும் நம்பினார்கள், புருசன் என்ற காலும் பொய்க்காலாகிற வேளை, ஆதரவாய் நிற்கும் நிஜமான கைகள் தேவைப்பட்டன.

கரடியை நிற்க வைத்ததுபோல் பெரிய மண்மொடா. தயிர்கடைய தோளுயர மத்து. அவ்வளவு பெரிய மொடாவின் பக்கலில் நின்று

மட்டுமே தயிர்கடைய முடியும். மோர் சிலும்பும் இசை சொல்லி வைத்தது மாதிரி தெருவைக் கூட்டும். காலைப் பூபாளம் அது. கை உளைந்து போகாமலிருக்க, ஒருத்தி மாற்றி ஒருத்தி இரண்டு பெண்கள் கடைந்தார்கள்.

மொடாவைத் தூக்கி முற்றத்தில் வைக்க இரண்டு ஆம்பிளையாள் தேவை. வீட்டுப் பாட்டுக்கு கொஞ்சம் எடுத்துவைத்துக்கொண்டு மொடாவை முற்றத்துக்குக் கடத்தினார்கள். திண்ணை அல்லது முற்றத்துக்கு நகர்ந்த மொடாவில் நீளமான இரும்பு அல்லது மர அகப்பை; அவர்கள் உள்ளே போய்விடுவார்கள். திண்ணையில், முற்றத்தில் வைக்கப்பட்ட மோர்ப் பானையிலிருந்து புறப்படும் வாஞ்சனை ஊரெங்கும் உலா வந்து கொண்டிருக்கும்.

வெளியூரிலிருந்து பள்ளிக்கூடத்துக்கு வருவார் வாத்தியார். வேர்வைத்தண்ணியில் சட்டை நனைந்து ஒட்டியிருக்க வந்ததும் வராததும் ''அந்தக் கழுதையைத் தூக்கி இங்க போடு'' என்பார்; பயல்கள் கழுதையைத் தூக்கிப் போடுவதற்காக. நாற்காலியை தூக்கிக் கொண்டு போய்ப் போடுவோம். சட்டையை அதன்மேல் கழற்றிப் போட்டு உட்காருவார்; வாத்தியாருக்குச் சேவைசெய்வதில் எங்களுக்குள் போட்டா போட்டி. வெயிலுக்கு இணக்கமாய் மோர் கொண்டு வர ஓடுவோம். வாயில் விட்ட மண்பானை மோர் கடகட வேன்ற சத்தத்துடன் அவர் தொண்டைக் குழியில் இறங்குவதை வேடிக்கை பார்ப்போம். வெண்ணைப் பிசு பிசுப்பு வாத்தியார் வாயிலும் தொண்டையிலும் ஒட்டிக் கிடக்கும்.

இரவு நேரத்தில் நின்று எரியும் விளக்கெண்ணை விளக்கு மட்டுமே உண்டு. காடா விளக்குப் போல் புகைதட்டாது. புகை இல்லாத திரியிலிருந்து மேலெழும்பி வரும் விளக்கெண்ணை சுவாசம் குழந்தைகள் ஆரோக்கியத்துக்கு நல்லது. நெஞ்சுச் சளி, தடுமம் போன்ற ஈரவசமான நோய்களை முறிக்கும்.

விளக்கை எடுத்துக் கொண்டு பெரிய மனுசி ஒவ்வொரு வீட்டுத் திண்ணையாய்ப் போனாள். ''எந்த ஊருப்பா நீ, யாருப்பா'' எனறு

கேட்டுக்கொண்டு எழுப்புவாள். சாப்பிடாமல் ராப்பட்டினியாய் ஒரு உயிரும் தூக்கம் கொள்ளாது என்பது பெரிய மனுசிக்குத் தெரியும்; அசலூர் ஆள் கண்டுவிட்டால், சாப்பிடச் செய்தாள். வெறும் வயிறோடு ஊருக்குள் யாரும் இருக்கக் கூடாது.

2

இரவு தொடும் நேரத்தில் உடுக்கடிப் பாட்டுக்காரர்கள் எங்கள் ஊருக்கு வந்தார்கள். காத்தவராயன், மதுரைவீரன், முத்துப்பட்டன்கள் அவர்கள் கைவசம் இருந்தார்கள். உடுக்கு அடித்து ஒருவன் பாட, கூட வந்தவன் பின்பாட்டில் உடுக்குக்குள்ளிருந்து காத்தவராயனை எடுத்துக் கொடுத்தான். ஊர் நடுவிலுள்ள பொதுமடத்தில் உடுக்கடி நடந்தது -இரண்டு நாள் கதை.

அந்நியமாய் அவர்களை நடத்தவில்லை. அதிதிகளாய் நடத்தியது ஊர்; அவர்களுக்கு ஒவ்வொரு நேரமும் ஒவ்வொரு வீட்டு வாசல் ஏறி சோறுவாங்கி கொண்டுவந்து கொடுப்போம். அதற்கென்று நியமிக்கப்பட்டவர்கள் போல் சிறுபயல்கள் உற்சாகமாய் செய்தோம்.

உடுக்கை சிணுங்கியது: அந்தி அடியெடுத்து வைத்து இரவு மெல்ல மெல்ல வந்ததுபோல் கிணுங்கிற்று. சிணுக்கட்டமும் கிணுக்கட்டமும் சின்னக்குழந்தை போல் ஒரு சமயம்; சீதளமான குமரி போல் ஒருசமயம். சன்னதம் வந்த சாமியாடியாய் மற்றொரு கோலம். பிறகு அது பறவையாய் மாறி கெச்சட்டம் போட, உடுக்கு பிடித்த உடுக்கடிப்புக்காரனின் விரல்களைப் பார்த்து அஞ்சடிச்சிப் போய் நின்றோம்.

உடுக்கடி முடிந்த இரண்டாவது நாள் இரவில் ஒவ்வொரு வீட்டுக்குள்ளிருந்தும் தவசம் தானியம் கொண்டுவந்து கொடுத்தார்கள். அரை மூட்டை தேறியது; விடிந்து எழுந்து பார்த்தபோது உடுக்கடிக்காரர்களில் ஒருத்தனைக் காணோம். முதல் நாளிரவு வசூலான அரை மூட்டை தானியமும் உடுக்கும் அவனோடு போயிருந்தன. இவன் அசந்து தூங்கிக் கொண்டிருந்த வேளை இன்னொருத்தன் சுருட்டிக் கொண்டு போய்விட்டதாக, பிராது கொடுத்தான் இந்த ஆள்.

பா. செயப்பிரகாசம்

‘‘இப்படியும் உண்டுமா? ஒருத்தருக்கொடுத்தர் ரெட்டைப் பிறவி மாதிரிக் கெடந்தீகளே. ஒரு ராத்திரியில அந்தப் பிரியம் மாறீருச்சா’’ என்று தேற்றினார்கள். அந்த இடத்திலேயே துட்டுப் பிரித்து சாப்பாடும் போட்டு அனுப்பி வைத்தார்கள் ; ‘‘இனிமேப் பட்டு சூதானமா பிழைக்கிறதுக்குப் பாரு’’ என்று ஒரு சொல்லும் சேர்த்துக் கொடுத்து அனுப்பினார்கள்.

வேண்டாம், நீங்க வரவேண்டாம் என்று தடுத்த போதும் அந்த ஆளை நாங்கள் அடுத்த ஊர் எல்லைவரை விட்டு வந்தோம்.

ஒரு நாள் உடுக்கடிக்காரர்கள் இரண்டு பேரையும் இன்னொரு ஊரில் பார்த்ததாக தாக்கல் வந்தது. அது எட்டாக் கையான தாப்பாத்தி என்ற ஊர். ஒத்தப் பேரி (தனியொருத்தி) இவளுக்கு யாரு உண்டும் என்று சொல்லப்பட்ட குருவம்மா அந்த தொலைதூர ஊரில் பார்த்து விட்டு வந்து சொன்னாள். ஒருவன் ஓடிப் போக, மத்தவன் அப்பிராணி போல் நடிக்க, இப்படி மாறிமாறி நாடகம் நடந்தது. ‘‘ஊர் மந்தையில மேயுற கோழிகளை, வெங்காயத்தில் முள்குத்தி வீசிப் போட்டு, கொத்திய கோழி தொண்டையில் மாட்டுப்பட்டு விளுக், விளுக் என்று துடிக்க அப்படியே சத்தம் வராமல் ஈரத் துணியைப் போட்டு கவுத்தி கக்கத்தில் இடுக்கிட்டுப் போயிருவான் குளுவைக்காரன். இவனுக ‘‘சமத்தன் தயிரைத் தின்னுட்டு, வாயில இழுகிட்டும் போனானாம்’’ ங்கிற கதை மாதிரியில்லே நம்மள கேணப் பயலாக்கிட்டுப் போயிட்டானுக’’

கிராமத்து ஆத்மாக்களின் நன்னம்பிக்கைமுனை தகர்ந்தது . காலகாலமாய் கட்டிக் காத்து வைத்த தர்மகுணத்தில் கன்னக் கோல் போட்டுப் போயிருந்தார்கள் உடுக்கடிப்புக்காரர்கள். மோர்மொடாவில் முதல் கல்லெறி விழுந்தது.

3

அறம், நேர்மை, நீதி, என தொகுப்பாய் நின்ற மனிதனுக்குள் வஞ்சனை, சூழ்ச்சி எவ்வாறு வந்தது?

‘‘தம்பி தலையெடுத்தான்

எல்லாம் தவிடு பொடியாகிருச்சி’’

என்னுமாப் போல வாணிபம் உண்டான போது உதார குணங்கள் ஒவ்வொன்றாய் பரண் ஏறின. மனித உறவைத் துண்டிக்கும் வணிக காரியத்தை ஒரு கட்டில் வைத்திருக்க நீதிநெறி நூல்கள் பிறந்தன. திருக்குறள் முதல் ஆத்திசூடி என இலக்கியங்கள் அனைத்தும் வணிக ஏமாற்றுதலுக்கு எதிராய் உண்டு பண்ணப்பட்டவை. தேவைப்பட்டவை, உண்டுபண்ணப்பட்டன. ஒரு சமுதாய அமைப்பை நேராகக் கொண்டு செலுத்த என்னென்ன பண்டுகம் (வைத்தியம்) செய்யக் கூடுமோ, அதையெல்லாம் செய்ய தார்ப்பாய்ச்சி கட்டுவது தான் இலக்கியத்தின் வேலை; பழைய ஆத்திசூடியும் புதிய ஆத்திசூடியும் அவரவர் காலத்தின் மனித குணச் சிதைவுகளை நேர் செய்யக் கொடுத்த 'நாட்டுமருந்தே'!

நிலப்பிரபுக் குடும்பத்தில் பிறந்த டால்ஸ்டாய் வேளாண் அறக் குணங்களின் உருவாக நின்றவர்: வாணிபத்தின் பிரமாண்ட தோற்றமாய் முதலாளியம் சாமியாடி வந்தபோது, அவர் திணறிப்போனார். முட்டுச் சந்தில் தானும், சமுதாயமும் மேற்செல்ல முயலாமல் நிற்க வைக்கப்பட்டது கண்டு வெம்பிப் போனார். தன் மேல் கவிவது நச்சுமரத்தின் சுவாசக் காற்று என உணர்ந்த போதும் விடுபட கால் எழவில்லை. வேளாண் சமூகம் தன் நெஞ்சில் சேகரம் செய்து வைத்த ஈரத்தையொலாம் முதலாளிய சமுதாயம் உறிஞ்சிய போது மாமுனி டால்ஸ்டாய் திக்குமுக்காடி நின்றார். அவர் தனது ஒரு உருவிலிருந்து இன்னொரு உருவாக ஆகயிருக்க வேண்டிய காலம் அது: அந்த தொலைதூர நோக்குக்கு அவர் பார்வை பத்தாது போயிற்று. அவர் பிறந்த மண்ணில், அந்த ருசியாவில், அவர் வாழ்காலத்தில் 'போல்ஷ்விக்' என்ற உரு தோன்றியது,

டால்ஸ்டாயைத் தனது ஆசிரியராக ஏற்றுக் கற்றுக் கொண்டவர் காந்தி. தர்மகர்த்தா முறைகளை வலியுறுத்திய காந்தி, அந்த முறையை அதன் குணத்தை வெட்டவெளியாக்கியது எது என்ற கேள்விக்கு காலடி வைத்தாரில்லை; முதலாளியத்துக்கு காந்தியின் சமரசம் ஏற்புடையதாயிருந்தது. பிர்லா மாளிகையில் தங்கியதும் அவருடைய தங்குதலை பிர்லா போன்ற சக்திகள் வரவேற்று அமைந்ததும் அங்கத்திய பிரார்த்தனைகளும் திசை மாறியவையாய் இருந்தன. முதலாளிய

வேட்டைக்கு எதிரான, வேளாண் பொருளியலுக்கு இசைவான மாற்றுப் பொருளியலை, அதற்கான கட்டமைப்பினை அவர் கண்டடையவில்லை. விதேசிப் பொருளாதாரத்துக்கு மாற்றான சுதேசிப் பொருளாதிகாரத்தை வடிவமைக்கவில்லை. இது போன்றவற்றை கருத்தில் எடுத்துக் கொள்ளாது தனிமனிதகுணங்களை ஒழுங்கமைத்தால் அனைத்தையும் சரி செய்து விட முடியும் என்கிற ஆன்மீகத்தில் ஒதுக்கம் கொண்டார். அரசு என்ற அடக்குமுறை அமைப்பு பற்றியும் அவருடைய நல்லதனமான எண்ணம் தொடர்ந்தது.

வேளாண் சமூகத்தில் உடமை சேருகிறபோது, சிலரிடம் ஈயாக்குணமாக மாறிற்று. இங்கு ''ஈயார் தேட்டை தீயார் கொள்வர்'' என்னும் நீதிமொழியும் உருவானது. கருமி, கஞ்சன், ஈயாப்பத்தி என்ற சொற்கள் 'சம்சாரி ஒழுங்கு'க்கு எதிராய் உருவாகின. தன்னிடமுள்ள ஒரு பொருளைக் கொடுக்க மறுக்கும் கருமித்தனத்துக்குப் பதிலாக ஒருவனிடமிருக்கும் எல்லாவற்றையும் பறித்தெடுக்கும் கொள்ளையடிப்பின் பெயர் முதலாளியம்: நம் வீட்டுச் சமையலறையில், சாப்பாட்டு மேசையில் வந்து அமர்ந்திருக்கும் பீஸா' - அது ஏகாதிபத்தியம், உலகமயம் என வளர்ந்து கொண்டு போனதின் வருகை நிலை நிறுத்தப்படட முதலாளிய அடையாளம். முன்னிருந்த எல்லா ஒழுங்குகளையும் மனித மதிப்பீடுகள், விழுமியங்கள், மனித குணங்கள் எல்லாவற்றையும் சிதைத்த எவ்வொழுங்கும் அற்றதான ஒரு ஒழுங்கு அது.

கிராமப் பகுதியில் நண்பர் வீட்டுத் திருமணம்; விரிந்துபரந்த இடத்தில் மரம், செடி, கொடிகளுள்ள நந்தவனத்தில் அமைந்திருந்தது மண்டபம். முந்திய நாள்வரை மழை நல்ல குளிர்ச்சி. மண்டபத்துக்கு வெளியில் வேப்ப மரத்தடியில் உட்கார்ந்தது சலாவத்தாய் பேசிக் கொண்டிருந்தோம். என் எதிரில் பெருமாள் வாத்தியார். நகரத்திலிருந்து வந்த அழகுமுத்து கேட்டார். அவருக்கு சென்னையில் வியாபாரம் ஒன்றுக்கு நாலு கடைகளாகப் பெருகிவிட்டது . '' என்ன, நம்ம பக்கத்தில நல்ல மழையாமே''

பெருமாள் வாத்தியாருக்கு கோபம் வந்தது. செல்லக் கோபம்தான் ''கேள்வியைப் பாரு? கேள்வி கேட்கிற ஆளைப் பாத்தீகளா?''

கேள்வி கேட்ட புண்ணியவான் மற்றவர்களை ஏறிட்டுப் பார்க்க, ''கேப்பீரு, கேப்பீரு'' என்று பகடி செய்தார் பெருமாள்.

நீர் செய்றது வியாபாரம். அதுக்கு மழைதண்ணி எதுக்கு? வெட்டரிவாளுக்கு வெயிலா, மழையா என்பது போல், பெய்தாலும் பெய்யாவிட்டாலும் கல்லாப் பெட்டி நிறையும்; வங்கிக் கணக்கு உயரும். வகை, தொகை இல்லாம தொழில் செய்கிறீர், உமக்கு மழைதண்ணி தேவை என்ன சொல்லும்? அவரது ஆயிரம் கேள்விகள் அதற்குள் குடிகொண்டிருக்க, அழகுமுத்து ஒரு சொல்லில் அடக்கினார். ''நீங்க தான அனுப்பினீங்க''

ஒரு சமுதாயக் கண்ணாடியை அப்படியே ஒளியடித்துக் காட்டிவிட்டார் அழகுமுத்து. கிராமியம் என்பது வேளாண் சமூகம் மட்டுமல்ல, அது வேளாண் குணம். கிராமியப் பொருளியலை, கிராமிய குணத்தை ரண களமாக்கி வைத்தது யார்? கிராம மக்களை உண்டு இல்லை என்றாக்கி வெம்பறப்பாய் அலையப் பண்ணியது யார்? விவசாயத்தைக் கைகழுவி நகரம் அடையச் செய்தது யார்? வணிகப் பேய்களின் உருவாக்கத்தில், ஆடு, மாடு நிலபுலன் என்ற படுக்கை வசத்திலான உடமைகளின் இடத்தில் வீடு, மாடி, மனை, அடுக்குமாடி, வங்கி, கார் என உலகவங்கி வரை செங்குத்தாய்ப் போகலாம் என்ற சிந்திப்பை உண்டாக்கியது யார்?

காலம் என்று சொல்லலாம்; காலத்தை முன்னடத்திச் செல்லவேண்டிய வழிகாட்டிகளே! நீங்கள் எங்கே போனீர்கள்?

அழகுமுத்துவின் அந்த ஒரு சொல் ஆயிரம் பெறும்.

காவல்

அருந்தலான மழை. கரம்பை மண் ஈரம் பொதுமி, காலில் ஒட்டு மண் போட்டது. பொசும்பலுக்கு வெள்ளம் வரும் என்று எவரும் எதிர்பார்த்திருக்க மாட்டார்கள். ஊர்க்காட்டில் ஒரு பொட்டு மழை இல்லையென்கிறபோதும் தண்ணீர் வரவழைக்கிற மந்திரம் 20- கி.மீ. அப்பால் உள்ளது. 20 கி.மீ. தாண்டி மேற்கில் 'ஒரேமானமாய்' (வானம்) இருந்தால் போதும்: பெய்கிற மழைக்கு, இங்கே 'பெரியஓடை' யில் தண்ணீர் நிரம்பி விடும்.

காவல்கார மனா. செனா. முட்டிக்கால் வரை சகதியடைக்க பெரிய ஓடைக்குள் குறுக்காய் விழுந்து மேலேறி கரை வழியாக வேகு, வேகு என்று ஓடி வந்தார்.

"நம்ம ஊருக்குத் தண்ணி வருது" சாமியாடி போல் 'ஜிங்கு ஜிங்கு' என்று ஆடினார். முட்டிக்காலில் ஒட்டியிருந்த களிமண்ணை வழித்து, ரெண்டு சின்னப்பயல்களின் மூஞ்சியில் அப்பினார். இரண்டு பிள்ளைகள் எனக்கு, எனக்கு என்று முகத்தை நீட்டினார்கள் - சோலைசாமி கோயிலில் சந்தனம் பூச மொட்டைத்தலையை நீட்டுவார்களே அதுபோல.

ஓடைக்கால் வழியே வெள்ளத்தை எதிர் கொண்டு அழைத்து வந்திருந்த புண்ணியவாளன் முகத்தில் பெருமிதம் கூத்தாடியது. பாளம் பாளமாய் பிளந்த விறுவுகள், பிளவுகளில் பொட பொடவென்று ஓடி நிறைத்து

நுங்கும் நுரையுமாக வெள்ளப் சுருக்காய் கண்மாய் வந்துவிடும். கம்மாய்க் கரை மேல் நின்று, தங்கள் வாழ்க்கையை நோக்கி ஓடிவருகிற தண்ணீரை சனம் கண்குளிரப் பார்த்தது. 'எனக்கு எங்கே வழி, எங்கே வழி' என்பது போல் ஊத்துப் பள்ளங்களில் தாவி கரைகளில் மோதியது.

காவல்கார மனா. செனா சொன்னார். ''வர்ற வரத்தைப் பார்த்தா, பெருங்கொண்ட வெள்ளமாத் தெரியுது. இழந்த கரையெல்லாம் பெலப்படுத்தணும்.''

உள்ளூர் மழையும், அசலூர் வெள்ளமும் சேர்ந்து, கரையை 'வந்து பார்' என்றது. இளவட்டக் கூட்டம் காத்திருக்கவில்லை; விசை இயக்கினது போல் கூடையும், மண்வெட்டியுமாய்த் திரும்பினார்கள். பெண்டுகள் நனைந்தபடி கூடை திருப்பினார்கள். ஆண்பிள்ளைகள் இழந்த இடங்களில் கரையைக் கெட்டித்தார்கள். பெரும் பெரும் உருண்டைகளாய் களிமண்ணைத் திரட்டி 'தாவில்' போட்டு அடைத்தார்கள். கெட்டியாய் சிமிண்ட் போல் இறுகியது.

''கட்டபொம்மன் கோட்டை போல கெடக்கும் விடு'', என்றார் மனா.செனா.

மின்விளக்கு இல்லாத காலத்தில் நிலாவெளிச்ச முற்றத்தில் வட்டமாய் உட்கார்ந்து, பாட்டிசைத்து, சின்னப் பிள்ளைகள் கூட்டாஞ்சோறு சாப்பிட்டார்கள். ராப்பொழுதை குளுச்சி பண்ணிவிடுவது இந்தச் சிறுசுகள் தாம் . அவர்களின் கூட்டு 'ராப்பட்டுப் பொழுதைச்' சிங்காரமாக்கியதா, ராப்பட்டுப்பொழுது அவர்களைச் சிங்காரமாக்கியதா என்று யோசிப்பு பார்ப்பவர் மனசில் அடித்தது. கூட்டுறவான வாழ்க்கைக்கு சிறுவயது கால்கோளிட்டது.

கூட்டாஞ்சோறு விளைச்சலாக்கிய குழந்தைமையை, காலம் துடைத்தெறிந்து நகர்ந்திருந்தது. அவரவர் கையை ஊன்றிக் கரணம் போட்டுத் தனக்குத்தானே வாழ்வது என்றாலும் பரவாயில்லை; மற்றவர்கள் காலை வாரிவிட்டு வாழ்ந்து கொள்வது என்றாகிப் போனது. ஒரு ஆள் கத்தரிச் செடிக் கன்றை ஊன்றிக் கொண்டே போனால்,

இன்னொரு ஆள் பிடுங்கித் தலைகீழாய் நட்டுக் கொண்டே வந்து விடுகிறான்.

எனது பாலிய வயது 1945 முதல் 1955-வரையான பத்து ஆண்டு. பால பருவத்தில் நான் கண்டிருக்கிறேன். பனையேறும் மக்கள் தேரிக்காட்டிலிருந்து பக்கத்து ஊர்களுக்கு தலைச்சுமையாய் கருப்பட்டி, பனக்கிழங்கு, பனாட்டு போன்ற பண்டங்களைக் கொண்டு வருவார்கள். கம்பு,சோளம்,மிளகாய், மல்லி(தனியா) போன்ற பொருட்களை பண்டமாற்றாய் வாங்கிப் போனார்கள். தருதலும் பெறுதலும் வாஞ்சையான தொடர்பாடலில் அமையும். கொஞ்சம் கள்ளும் ஓசியாய்த் தந்து செல்வார்கள். பணப்புழக்கம் வந்தபின், பணத்தால்தான் அனைத்தும் எனச் செயலானதும், மனித உறவும் பணப்பட்டுவாடாவால் தீர்மானிக்கப்பட்டது.

ஊர் மென்மேலும் முன்னேற வேண்டுமென்று பார்க்கிறவர்கள் ஊர்முழுதுமிருந்தார்கள். அது ஒரு காலம்: ஊர்மேல் ஏறி, தான் முன்னேற வேண்டுமென்று பார்க்கிறவர்கள் இன்னைக்கு இருக்கிறார்கள்.

போன வருசம் நடந்தது.

கிழக்கு மேகம் இருண்டது; வருவமா வேண்டாமா என்று யோசித்துக் கொண்டிருந்தது மழை. எங்கே வரப் போகிறது என்று சனங்கள் நினைத்து, நிமிசக் கணக்கு ஆகியிருக்காது. மடை உடைந்தது மாதிரி பொது, பொதவென்று கொட்டி விட்டது.

சில்லோடை உடைந்து, பெரிய ஓடையும் கிழிந்து கடல்பொங்கி வருவது போல் வெள்ளம் எக்காளமிட்டு வருகிறது. பெரிய ஓடையை அடுத்திருக்கிற மாட்டு வண்டிப் பாதை வழியாக மந்தைக் காட்டில் இறங்கி வெள்ளம் ஊருக்கு வந்து விடுமோ என்றிருந்தது. ஊர்க்கூட்டம் கரைக்குவரத் தெம்பில்லாமல் சுயநலமாய் வீட்டுக்குள் முடக்கியடித்துப் படுத்துக் கொண்டது. வயக்காட்டுக் கண்மாய் ஏடாகூடமாய் உடைப்பு ஏற்பட்டு, பெருஞ் சேதாரம் ஏற்பட்டு விட்டது. மறுதினம் ஊர் நிர்வாக

அலுவலர் (வி.ஏ. ஓ.) பொதுப்பணித்துறையிடம் போய்ப் பிராது கொடுத்தார். ஆறு மாதத்திற்கு பிறகு பொதுப்பணித்துறைக்காரன் வந்தான்; சோதித்தான். ஒரு அசைவும் இல்லை.வயற்காட்டுக் கண்மாயில் 'நுள்ளங்கை 'அளவு தண்ணி இல்லை. பாசனத்திற்கு இருந்த தண்ணீர் பிய்த்துக் கொண்டு போனது போலவே, அவர்களின் அந்த வருச வாழ்க்கையும் பிய்த்துக் கொண்டு போனது.

2

மனா.செனா. ஊர்க்காவலில் மகா சூரன், இரும்பு போல் உறுதி. தாய் போல் அன்பு. கண்கொத்திப் பாம்பு . களவு எங்கிருந்தாலும் எடுத்து விடுவார்.

களவாடுகிறவனுக்கு நேரக்கணக்கில்லை. காவல்கார மனா.செனா.வுக்கும் நேரமின்னு இல்லை. விடியலுக்கு முன் கையில் கம்போடு காட்டுக்குள் போய் விடுவார். களவு என்றால் என்ன? காட்டுக் களவுதான். களையெடுப்பு, கதிரறுப்பு. பருத்தியெடுப்பு காலத்தில் ரெண்டு கருது பிடுங்கிக் கசக்குவது, அடுத்தவன் புஞ்சையில் ஆடு, மாடுகளுக்கு தழை முளை வெட்டிச் சுமந்து வருவது,வருகிற போது அதற்குள் ஒரு குத்துக் கம்மங்கருதுகளை ஒளித்துவைத்துக் கொண்டுவருவது, பருத்தியெடுப்பு காலத்தில் அடுத்தவன் காட்டில் பருத்தி '' மொங்கான் அடிப்பது'', புல் அறுப்பது என்று இந்த மாதிரி காட்டுக் களவுதான்.

மனா.செனா நம்மகூட வந்து கொண்டிருப்பது போல் தோன்றும். பேச்சு பேச்சாயிருக்கிறபோதே 'அக்கா, நா போய்ட்டு வர்றேன்' என்று பாதி வழியில் காணாமல்போய் விடுவார். புஞ்சை ஊடு காட்டு வழியே வேகு வேகு என்று நரிவேட்டைக்குப் போவது போல் ஆள் பாய்ந்து போய்க் கொண்டிருப்பார்.

ஒருதடவை கம்பங்காட்டிலிருந்து எதிரில் மொலு மொலுவென வந்த பெண்டுகளை வழிமறித்தார். ''என்ன அழகுத்தாயி மடி பெருத்துத் தெரியுது'' நேரடியாகக் கேட்டு விட்டார். மடியில் எதையோ ஒளித்து வைத்துக் கொண்டு போகிறாள் என்பது அவர் நோக்கம்.

'எங்க, நேரா பாத்துச் சொல்லுங்க. ஒங்க தம்பியா பிள்ளையைப் போய்க் கேளுங்க மாமா', என்று பதில் வந்தது அழகுத்தாயிடமிருந்து. அவள் மடி பெருத்திருந்தது வேற காரணம். பாவம், அன்னைக்கு மட்டும் மனா.செனா.முகத்திலிருந்து வழிந்ததை அளந்திருந்தால் மூணு படிக்கு குறைந்திருக்காது.

எதிராளி காடானாலும் ஒரு பீட்டைக் கருது களவு போகாமல் காத்த மனா. செனா. காலம் மலையேறி விட்டது. ஊர்க்காவல் எடுபட்டுவிட்டது. அவரவர்க்கு அவரவர் காவல். எடுத்தற்கெல்லாம் போலீஸ் ஸ்டேசன். புல்லுக்கட்டுக்கு ஊடே நாலு கம்பங்கருதை சொருகி வைத்து எடுத்து வந்தால், உடனே போலீஸ் ஸ்டேசன். காட்டுக்களவு, வீட்டுக்களவு என்ன கண்றாவி என்றாலும் உடனே போலிஸுக்குப் புறப்பட்டுப் போகிறார்கள். இப்போதெல்லாம் வட்டம், மாவட்டம், எம்.எல்.ஏ. என்று அங்கயும் போய்நிற்கிறார்கள்.

ஊருக்குள் தீர்க்கப்பட்ட புருசன் - பெண்டாட்டி சண்டை, காடு அழிமானம், கோழி களவு ,எல்லைத் தகராறு இத்தியாதிகள் எல்லாமும் ஊர் எல்லை தாண்டி காவல் நிலையம், நீதிமன்றம் என்று படையெடுக்கின்றன. இந்தப் பக்கம் நாலுகாசு, அந்தப் பக்கம் நாலுகாசு என்று போலீஸ் மாற்றி மாற்றி பறித்துக் கொண்டு விடுகிறான். வழக்குரைஞர் என்று சொல்லப்படும் வக்கீல் ஜாதியும் நல்ல ஜோருக்கு வியாபாரம் செய்கிறது. உயிரோடு கோழிக்கு ரோமம் பிடுங்கிற சாதி அது. கடைசிக் கையிருப்பு உள்ளவரை நோண்டிப் பார்த்துவிடுவார்கள். கடைசியில் பலம் உள்ளவன் எவனோ அவன் பக்கம் தீர்ப்பாகிறது.

ஊருக்குள்ளும் ஊரைச் சுற்றியும் நடக்கிற இதுபோல நிகழ்வுகள் ஒரு உண்மையை எடுத்துத் தருகின்றன .திட்டமிடுகை (Resolution), நிறை வேற்றுகை (Execution) என்னும் இரு நிலைகளில் அரசு செயல் படுகிறது. இதற்கு மக்களாட்சி என்று பெரிய பெயர் கொடுக்கப் பட்டுள்ளது. தேர்தல் முறையில் பிரதிநிதிகள் தேர்ந்தெடுக்கப் பட்டு, அவர்களின் ஜனநாயக ஆட்சி நடைபெறுகிறது; அவர்கள் ஆட்சி செய்கிறார்கள் என்ற கருத்தோட்டம் மக்களிடம் நிலவுகிறது. உண்மை அதுவல்ல;

நாடாளுமன்றம், சட்டமன்றம், நகராட்சி, பேரூராட்சி, ஊராட்சி போன்றவை மக்கள் நலன் நோக்கிய தீர்மானங்களை நிறை வேற்றுகின்றன. இவை தீர்மானங்கள் நிறைவேற்று சபை (Resolutions body) எனப்படும். இச்சபைகளுக்கோ, இதன் பிரதிநிதிகளுக்கோ எடுத்த முடிவுகளின் மேல் எந்தக் கட்டுப்பாடும் இல்லை. தீர்மானத்தைச் செயலாக்கும் அதிகாரம் அவர்களிடம் இல்லை. செயலாக்கும் அதிகாரம் தனியாக நிர்வாக அமைப்பிடம் உள்ளது; (executive body) அது அதிகார வர்க்கத்தின்(beaurocracy) கையிலுள்ளது. இதுதான் உண்மையாக ஆட்சிசெய்யும் அமைப்பு. (executive body - That is called Government). நிரந்தரமாக அரசை நடத்துபவர்கள் இவர்கள்தாம். ஆனால் இந்த அதிகார வர்க்கம் மக்களால் தேர்ந்தெடுக்கப்படுவது இல்லை; இவர்களைக் கட்டுப்படுத்தும் திராணி, அதாவது ஒன்றினைத் தீர்மானித்த பின், அதைச் செயல்வடிவம் கொடுக்கும் அதிகாரம் மக்கள் பிரதிநிதிகளுக்குக் கிடையாது. மக்கள் பிரதிநிதிகள் பேருக்கு மட்டுமே ஆட்சியாளர்கள். ஆட்சி செய்வது, நடைமுறைக்கு எடுத்துப் போவது முழுக்க அதிகார வர்க்கம்.

ஒரு நாடாளுமன்ற உறுப்பினர், சட்டமன்ற உறுப்பினர் அல்லது மக்கள் பிரதிநிதி சரியாகச் செயல்படவில்லையென்றால், அடுத்த தேர்தலில் மக்கள் அவர்களை மாற்றிக் காட்டுகிறார்கள். செயலாற்றும் வல்லமைகொண்ட அதிகார வர்க்கத்தை ஒரு போதும் மக்களால் மாற்றிட முடியாது. தேர்ந்தெடுக்கப்படும் தமது பிரதிநிதிகளை மாற்றிக் காட்டும் வல்லமையை மக்களுக்கு வழங்கிய ஜனநாயகம், தேர்ந்தெடுக்கப்படாத, அதிகாரக் கூட்டத்தை மாற்றும் வல்லமையை (அதிகாரத்தை) வழங்கிடவில்லை. ஏனெனில் அதிகாரவர்க்கம் மக்களால் தெர்ந்தெடுக்கப்படுவதில்லை. இது ஒரு முக்கியமான அம்சம். மக்கள்அதிகாரத்தைப (peoples power) பெறுவது எப்படி என இதுவரைபேசப்படவில்லை.

இது ஒருபக்க சனநாயகமே. சனநாயகத்தின் மற்றொரு பக்கம் மக்களுக்குக் காட்டப்படவில்லை. மக்களாட்சித் தத்துவத்தை வகுத்த மேற்கத்திய முதலாளியத்தின் நுட்பமான இராசதந்திரம் இதுதான். அது

மக்களுக்கான சனநாயகம்போல தோற்றமளிக்கவேண்டும். ஆனால் உண்மையான சன நாயகமாக இருக்கக் கூடாது. இதுதான் அய்ரோப்பிய வகையிலான முதலாளிய சனநாயகம்.

ஒரு அதிகாரியின் இடத்தில் இன்னொருவர் வருவார். ஒரு பணியாளருக்குப் பதிலாய் மற்றொரு பணியாளர் தொடருவார். மொத்தமாய் அதிகார அமைப்பு கட்டுக்குலையாது தொடரும். முன்னர் ஒருகாலத்தில் தமக்கானதை நிறைவேற்றிய மக்கள் அதிகாரம் இன்றில்லை. அப்படி மக்களிடம் அதிகாரம் வந்துவிடக் கூடாது என்பதற்காக நாடாளுமன்றம், சட்டமன்றம், ஊராட்சி மன்றம் என்ற ஒன்னுமேயில்லாத 'விருதா' அமைப்புக்களை முதலாளியம் உண்டுபண்ணியிருக்கிறது.

முன்னர் தமக்கும் தமது கிராமிய சமுதாயத்துக்கும் தேவையானதை அங்குள்ளோர் தாமே நிறைவேற்றினார்கள். அதுவே கிராமிய சமுதாய அமைப்பு. அதனாலுண்டான நலன்களையும் கூட்டுச்சமுதாயமாய்ப் பகிர்ந்தார்கள். இன்று அந்த மக்களதிகாரம் அரசு நிர்வாகத்தால் காவு கொள்ளப்பட்டு விட்டது. இப்போது அதே நலன்கள் அவர்தம் கண்ணெதிரில் பறிபோகின்றன.'கொந்தாங்கொள்ளையாய்' தமது உரிமைகளை, நலன்களை, கூட்டு அதிகாரத்தை பறிகொடுத்த மக்கள் தமக்குரிய கடப்பாட்டையும், பொது ஒழுக்கம் பேணலையும் கைகழுவுவதும் அதன் தொடர்ச்சியில் நடந்தேறிற்று.

''நமக்கு நாமே'' என்ற சொல்லாடல் இன்று அரசியலில் அடிபடுகிறது. நமக்கு நாமே என்றால் மக்கள் அதிகாரம் எனப் பொருள். தமக்கான அனைத்தையும் மக்கள் தமக்குத் தாமே திட்டமிட்டு, தாமே நிறைவேற்றி, பொதுப் பலன்களை கூட்டாய்ப் பகிர்ந்து கொள்ளல் என்பது அதன் விரிவுரை.

1990- ல் தி.மு.க. ஆட்சியின்போது ''நமக்கு நாமே திட்டம்'' எனக் கொண்டுவந்தார்கள். ஊரின் தேவைகளான கலையரங்கு, விளையாட்டுத் திடல், கல்விக்கூடம், தானியக் களம், பொதுக்கிணறு, கண்மாய் வெட்டுதல், ஆழப்படுத்தல் போன்ற பொதுக் காரியங்கள் அவை; ஊர்ப் பொதுக்கருவூலதிலிருந்து எடுத்து பொதுக்காரியங்கள் நிறைவேற்றல்

என்று மக்கள் தமக்குத் தாமே முன்னர் செய்த முறையில் அல்ல ; அரசு நிதி ஒதுக்கீடு செய்ய மக்களின் உழைப்புப் பங்களிப்புடன் நிறைவேற்றுதல் என்ற திட்டம் அது. அரசு நிதி ஒதுக்கீடு என வருகிறபோது - அந்தப் பாதையில் பல சீரழிவும் உற்பத்தியாகும். விளக்கமாக எடுத்துரைத்தால் ஆயிரம் மொள்ளமாரித்தனங்களுக்கும் வழிசமைத்துத் தந்தது.. அதிகார வர்க்கத்துடன் அரசியல்வாதிகளும் சேர்ந்து உட்கார்ந்து தின்று காலிசெய்தார்கள். மக்கள் என்ன ஏமாளிகளா? அவர்களும் உழைக்காமல் ஊதியம் பெறும் ஏமாற்றுத் தொழில் செய்தனர். நெத்தியடி உதாரணம் நூறுநாள் வேலைத்திட்டம்.

தேர்தலைக் குறிவைத்ததாக, ஆட்சியதிகாரத்தைக் கையகப்படுத்தலை நோக்கி இன்று 'நமக்கு நாமே' முழக்கம் சுருக்கப்பட்டுள்ளது. நாம் விரும்புவோரை நாமே வாக்களித்துத் தேர்வு செய்தலுக்கான சூத்திரமாக '' நமக்கு நாமே'' முழக்கத்தைக் காண முடியும். இன்றைய தேர்தல் முறை தொடரவேண்டுமென்பதும், அதன் தொடச்சியாக இந்த முதலாளிய அதிகார முறைமை நீடிக்க வேண்டுமென்பதும், இதற்கு எமக்கு வாக்களியுங்கள் என்பதும்தான் புதிய 'நமக்கு நாமே.'

சனநாயகம் என்பது கீழிருந்து மேலேறுவது, மேலிருந்து கீழிறங்குவது அதிகாரம். சனநாயகம் கீழிருந்து மேலாய்ப் பரவி, ஒவ்வொரு கிளையாய், செழித்து, உச்சியிலும் ஒரு சனநாயகப் பூவை மலர வைக்கும்; இந்த சனநாயகம்தான் முன்னொரு காலத்திலிருந்த கிராம அமைப்பின் நடைமுறை: நாமே எனில் நம்மை நாமே ஆளுதல். நமக்கு நாமே என்னும் முறைமைதான் கிராமக் காவல் இது மக்கள் அதிகாரம்.

பலியாடுகள்

நஞ்சுண்ணும் பூமியின் நடமாட்ட சாட்சியங்கள் தேடி, அங்ஙன இங்ஙன என்று ஊர், உலகத்துக்குப் போக வேண்டாம். நஞ்சு கரைத்து ஊட்டும் காரியங்கள் தமிழ்ச் சமூகத்தில் தீவிரம் கொண்டிருக்கின்றன. ஆண்டு, மாத நிகழ்வுகளின் அட்டவணையாக முறைவைத்து வருகிறது. பாண்டிச்சேரிப் பல்கலைக்கழகத்தின் நிகழ்த்து கலைத்துறைத் தலைவரான கே. ஏ. குணசேகரனின் 'பலியாடுகள்' நாடகம் பாண்டிச்சேரி பல்கலைக்கழகத்தில் தடை செய்யப்படுகிறது. இது மார்ச் 27- நிகழ்வு.

24-03-15 முதல் 27 முடிய உலக நாடக நாள்விழா- மூன்று நாள் கருத்தரங்கம். நிறைவுக்கு முதல் நாள் இரவு துணைவேந்தர் தொலைபேசியில் ''பலியாடுகள் நாடகத்தில் பிராமணர்களைத் தாக்கிப் பேசும் காட்சிகள் வருவதாகச் சொல்கிறார்கள். பிராமண துவேஷம் வெளிப்படும் நாடகத்தை நாளை அரங்கேற்ற வேண்டாம். அறங்கேறுமானால் நுழைவு வாசலில்லேயே மறித்துப் போராட்டம் செய்வோம் என்று சில அரசியல் சக்திகள் சொல்கிறார்கள்'' என்று பேசினார். நாடகம் நடத்த வேண்டாம் எனத் தெரிவிக்கிறார்.

'மாதொருபாகன் ' புதினத்தில் பிரச்சினைக்குரிய பகுதியை நீக்கு; புதினத்தைத் திரும்பப் பெறு, மன்னிப்புக் கேள்- என்று பெருமாள்முருகனின் வீட்டுக்கு வந்து மிரட்டிய சக்திகள், இந்த அரசியல்

சக்திகள்தாம். திருச்செங்கோட்டிலிருந்து புறப்படும் சகிப்பின்மையின் ஒரு கோடு பாண்டிச்சேரி பல்கலைக்கழகம் வரை தொட்டு நிற்பதைக் காண இயலும். அது மதவெறிக்கோடு. அது காவியாடையணிந்திருக்கிறது. திருச்செங்கோட்டிலும் புதுச்சேரியிலும் அதட்டலும் உறுமலும் காட்டி மிரட்டியவை இந்துத்வா அரசியல் சக்திகள் தான் என்றிருந்தாலும், பாண்டிச்சேரி பல்கலைக்கழக நாடகத்தடைக்கு உள்ளடி வேலையின் பங்குமிருந்தது என்கிற கூற்றை எளிதில் தள்ளிட முடியாது.

ஒரு நிறுவனத்தின் உச்ச அதிகாரத்தில் தங்கியிருப்பவர் ஆணையிடுகையில் கீழே இருப்பவர் மறுதலிக்கக் கூடுமா? ''நாடக எழுத்து வடிவத்தை நான் காண வேண்டும். காலையில் எடுத்து வர இயலுமா?'' என்றெல்லாம் துணைவேந்தர் கோரவில்லை.

'பலியாடுகள்' பெண் விடுதலை பேசும் நாடகம். தமிழில் வெளியான முதல் தலித் நாடகம். 1992-ல் நிறப்பிரிகை தலித் இலக்கியச் சிறப்பிதழில் வெளியாகி, 1999-ல் நூலாக வடிவம் பெற்றது. ஆங்கிலத்தில், மலையாளத்தில் மொழியாக்கம் செய்யப் பெற்று பாராட்டப் பெற்றது. புதுவைப் பலகலைக்கழக ஆங்கிலத் துறையில் 4 ஆண்டுகளாகவும், தமிழியல் துறையில் 4 ஆண்டுகளுக்கு மேலாகவும் பாடத்திட்டத்தில் வைக்கப் பெற்றுத் தொடருகிறது. டெல்லி தேசிய நாடகவிழாவில் அரங்காற்றுகை செய்யப்பட்டு பலத்த வரவேற்பைப் பெற்றது.

அகில இந்திய தேசிய நாடக விழாவில் அரங்கேற்றமான நாடகம், பாண்டிச்சேரி பல்கலையில் பலியாடு ஆகிறது. 27.3.2015 உலக நாடக நாளை முன்னிட்டு அன்று தமிழ் இந்து நாளிதழில் ''கூத்துப் பாக்கலாம் வாங்க'' என்று கே.ஏ.குணசேகரன் கட்டுரை வெளியானது. ''கூத்துப் பாக்க வராதீங்க'' என்று அன்று அதிகார உச்சத்தின் குரலும் வெளிப்படுகிறது.

எதிர்ப்புக் குரல்உருவாகி, மதியத்துக்குப் பின்னான வெயிலாய் உக்கிரம் கொண்டு, மாலையில் மாணவர்கள் திரண்டு துணைவேந்தரிடம் போனார்கள். உடன் குணசேகரனை அழைத்துப் பேசுகிறார் துணைவேந்தர். இரவு 7 மணிக்கு தடை நீக்கம். ஆறு மணி அரங்கேற்றம் இல்லை என சொல்லப்பட்டதால், ஏற்பாடு எதுவும் முன்னெடுக்கப்

படவில்லை. நடிக்கும் மாணவ மாணவிகளும் போய்விட்ட நிலையில் எப்படி நடத்த இயலும்? ஏப்ரல் 14 -ல் அம்பேத்கர் பிறந்த நாளில் நடத்திக் கொள்ள துணைவேந்தர் ஒப்புதல் தருகிறார். தலித் விடுதலைக்குப் போராடிய அம்பேத்கர் பிறந்தது ஏப்ரல் 14.

நாடகத் தடைக்கு எதிர்ப்பு வலுப்பெறாது போயிருக்குமானால், சாதகமான அசைவு நிகழ்ந்திருக்குமா? மாணவர் சக்தி திரண்டபோது கே. ஏ.குணசேகரன் முட்டுக்கட்டை போடவில்லை. பெருமாள் முருகனின் நாவல் பிரச்சினையில், மாவட்ட வருவாய் அலுவலர் முன்னிலையில் விசாரணை நடந்தபோது, சாதியசக்திகள் 30 பேருக்குமேல் திரண்டிருக்க, அது கட்டப் பஞ்சாயத்தாக இருக்கும் என முன்னுணர்ந்த திருச்செங்கோடு அரசினர் கல்லூரி மாணவர்கள் ஆட்சியர் அலுவலகத்துக்கு பேரணி செல்லத் திரண்டபோது, வேண்டாமென்று விலக்குகிறார் பெருமாள் முருகன். (இண்டியன் எக்ஸ்பிரஸ்- 17-01-2015) ஒரு பேராசிரியர் மாணவர் சக்தியை ஆதரிக்கிறார், இன்னொரு பேராசிரியர் தடுக்கிறார்.

முப்பது ஆண்டுகளுக்கும் மேலாய் தமிழ்க் கலை இலக்கியச் சூழலில் சாதி, மத சக்திகள், குறிப்பாய் இந்துத்துவ சக்திகள் இத்தகைய அடாவடிகளில் இறங்கி வருகின்றன. மோடி ஆட்சி நடக்கிறது, அதனால் என்பதைவிட, இதற்கான மூலகாரணத்தை வேறொரு வரலாற்று நிகழ்வில் தேடிக் கண்டடைய முடியும். சுய மரியாதைக் குணத்தில் பிறந்த திராவிடக் கட்சிகள் உள்ளும் புறமும் ஒரே அசைவாய் இல்லாது, ஆட்சிக்கு வந்த பின் அதிகார அரசியலின் காரணமாய், முழங்குதல் ஒன்றும் முன்வருதல் வேறொன்றுமாய் சுயமரியாதையைக் கைவிட்டமை; இரட்டை வேடம் கட்டி ஆடியமை முக்கியமான காரணம். உறுதியான எதிர்ப்புச் சக்தியாய் ஒன்றுதிரண்டிருக்க வேண்டிய திராவிடக்கட்சிகள், சாதிய, மதவாத எதிர்ப்பு நிலைபாட்டைக் கைவிட்டிருந்தன. தமிழ் மக்கள் அறியாதிருந்த பா.ஜ.க.வை, மாற்றி மாற்றித் தோளில் சுமந்து வந்து இறக்கிவிட்டார்கள். தோளில் உட்கார்ந்தவன் காதைக் கடித்த கதைபோல. இன்று நாய்க்கடியும் பேய்க்கடியும் படுவதற்கு இது காரணம்.

திராவிடக் கட்சிகள், ஆட்சியேறுமுன் கருத்துரிமை காப்போராக அடையாளம் காட்டிக் கொள்வார்கள். ஆட்சியேறியதும் ஆளே மாறிப் போவார்கள்.

''இன்குலாப் என்று தனக்குத்தானே பட்டுக் குஞ்சம் கட்டிக் கொண்ட பேர்வழி - கவிதை என்ற பெயரில் பேத்தல் கத்தையைப் பெற்றுப் போட்ட திருட்டுப் பிறவி -சரோஜாதேவி நாவலாக நடைபாதையில் வைக்க வேண்டிய நூல்- அந்த இழிபிறவியின் மூக்கை முற்றாக உடைக்க வேண்டும்'' - என்று முரசொலி (30.3.1985) முத்தமிழ் உதிர்த்தது.

''கழகத் தலைவர் கலைஞரையும், திருமதி இந்திராகாந்தியையும், தமிழ்ப் பெருமன்னன் இராசராசனையும் அவதூறு செய்த இன்குலாப் கவிதைகள் என்ற நூல் பல்கலைக்கழகப் பாடத்திட்டத்திலிருந்து நீக்கப்பட்டது''

சட்டமன்றத்தில் தீர்மானமும் பாராட்டும் நிறைவேற்றிய அந்த 1985- நினைவிருக்கிறதா?.

பிரமிடுகள் உயரத்துக்கு உண்டு பண்ணப்பட்ட பிம்பமாக இருக்கலாம். அதனினும் கூடுதலாய்க் கட்டப்படும் பிம்பமாகவே இருக்கலாம். ஆயிரம் ஆண்டு முன்னுள்ளதோ, ஆயிரம் ஆண்டு பின்னுள்ளதோ ஆன பிம்பம் சிதைக்கப்படுகையில் சாதி, மத, கட்சி தர்பாரின் கும்பல் கலாச்சாரம் சட்ட மன்றச் செயலாகவும் வெளிப்படும்.

ஆட்சேபகரமான செய்திகள் கட்டுரைகள் குறித்த நடுவணரசின் பத்திரிகைச் சட்டம் 1951- ல் உண்டு பண்ணி, 1956-ல் செத்தும் போய்விட்டது. அங்கே காலாவதியானாலும், தமிழ்நாட்டுக்கென்று தனியே ஒரு பத்திரிகைத் தடைச்சட்டத்தினைக் கொண்டுவர, அப்போதைய முதலமைச்சர் காமராசரும், நிதியமைச்சர் சி. சுப்பிரமணியமும் முயற்சி செய்தார்கள். அதன்படி உருவானது 292அ. அவதூறுறாகவும் (Scurrilous), ஆபாசமாகவும் (obscene) அச்சிட்டால், இரண்டாண்டு சிறைத்தண்டனை என்றது அந்த 292அ.

1981-ஐ நினைவிருக்கிறதா? இந்தப் பிரிவை கடுமையான தண்டனைச் சட்டமாக ஆக்க நினைத்தவர் வேறு யாருமல்ல. எம். ஜி. ஆர். அவதூறாக, ஆபாசமாக எழுதுவது, அச்சிடுவது, பிணையில் வெளிவர முடியாத குற்றமாகக் கருதி, திருத்தப்பட்ட 292அ. சட்டப்பிரிவை அதுவும் அவசரச் சட்டமாகக் கொண்டு வந்தார். அதிகார மையத்தில் இயங்கும் எவரும், அதிகாரம் ஆக்கிரமித்த மனசுக்காரராகவும் ஆக்கப்படுகிறார்கள் என்பதற்கு இது ஒரு சான்று.

அரசு என்பது ஏற்கனவே அறியப்பட்ட அதிகாரக் குவிமையம். அரசு அமைப்பை விட பலாத்காரம் கொண்ட அமைப்பாக இன்று சாதி, மதவாத மையங்கள் உருவெடுத்துள்ளன. அரசு நுழைய முடியாத இடங்களிலும் சாதிய, மத சக்திகள் பிடிமானத்தை இறுக்கி வருகின்றன. சாதி, மத அமைப்புகள் தமக்கென அரசியலையும், தனியாய் ஒரு ஆட்சியையும் நடத்தி வருகின்றன. எழுத்தை சிறைப்படுத்துவதை அரசு செய்யலாம். ஆனால் எழுதியவனையே சிறைப்பிடிப்பது, மண்டை உடைப்பது, கட்டி உதைப்பது, ஊரைவிட்டு விரட்டியடிப்பது என்ற புஜபல அக்கிரமங்களை சாதிய, மதவாத சக்திகள் செய்கின்றன. எச். ஜி. ரசூல் என்ற கவிஞன் மீது விதிக்கப்பட்ட 'ஊர்விலக்கம்', பெருமாள் முருகனின் திருச்செங்கோடு வெளியேற்றம், புதுக்கோட்டை 'குலதிரன்பட்டு' குணா ஊரைவிட்டே விரட்டியடிப்பு, புலியூர் முருகேசன் மண்டை உடைப்பு, கரூரிலிருந்து விரட்டியடிப்பு- என்பனவற்றை, நமது சனநாயகமும் கருத்துரிமையும் கரும்புள்ளி செம்புள்ளி குத்தி, கழுதை மேலேற்றி ஊர்வலம் போகத்தான் லாயக்கு என்று எள்ளி நகையாடும் காட்சியாகக் காணலாம்..

எழுத்தாளர் துரை குணாவுக்குப் பாதுகாப்பு அளிக்க வேண்டும் என்று மதுரை உச்ச நீதிமன்றக் கிளை ஆணையிட்ட பின்னும், கரம்பக்குடி காவல்நிலைய ஆய்வாளர் எந்தப் பாதுகாப்பும் அளிக்கவில்லை. ஆய்வாளர் நினைத்திருக்கக் கூடும் "முதலில் நான் என்னைப் பாதுகாக்க வேண்டும்; இரண்டாவதாய் என் கீழுள்ள நிலையத்தைப் பாதுகாக்க வேண்டும்." உயர்சாதி இந்துக்களே உமது காலடி சரணம் என அவர் செயல் தொடங்கியது.

எழுத்தாளர் துரை குணாவின்''ஊரார் வரைந்த ஓவியம்'' என்ற நூல் வெளியீடு 12.7.2014 அன்று கரம்பக்குடி காந்தி பூங்காவில் நடந்தது. கதைகளிலுள்ள ஒவ்வொரு சொல்லும் ஊரின் உயர்சாதி இந்துக்கள் தாழ்த்தப்பட்ட மக்கள் மேல் நடத்துகிற அடாவடித்தனத்தை சித்திரப் படுத்தியது. ஆகஸ்டு 5 அன்று துரை.குணா வீட்டுக்கு வந்த தலித் (!) பஞ்சாயத்து தலைவரும் பெரியவர்களும் அவர் ஊரைவிட்டு வெளியேற வேண்டுமென்று கேட்டுக் கொள்கிறார்கள் உயர் சாதிக்கட்டளையை நிறைவேற்ற வந்தனர் அவர்கள். அவர்கள் பாடிய புராணம் நீளமானது.

''இதுவரை பத்து தலித்துக்கள் வேலையிலிருந்து நீக்கப் பட்டிருக்கிறார்கள். உயர் சாதிகளின் நிலங்களில் தலித்துக்கள் கால் நடைகள் மேய்க்கத் தடை. அவர்களின் கால்நடைகளையும் மேய்ச்சலுக்கு ஓட்டிப் போவதிலிருந்து விலக்கப்படுகிறார்கள். ஊர்க் கடைகளில் தலித்துக்கள் பொருள் வாங்கவும் கூடாது, கடையில் விற்கவும் கூடாது'' இழைக்கப்படும் கொடுமைகளுடன் சேர்த்து அவர்கள் கேட்டது

''நீ குடும்பத்துடன் ஊரைக் காலி செய்''

போக இயலாமல் பதட்டத்தில் நின்று கொண்டிருந்தது குடும்பம். அக்டோபர் 22- ஆம் நாள் வீட்டிலிருந்த குணாவின் தந்தையை உயர் சாதிகள் இழித்துப்பேசி தாக்குகிறார்கள். நீதி கேட்டு காவல் நிலையம், ஆட்சியர் அலுவலகம் என்று முறையிட்டும் பலனில்லை.

இப்போது குணா குடும்பம் ஊரில் இல்லை.

இந்த ஆட்க்ள் எவ்வாறெல்லாம் அர்த்தப்படுத்திக் கொள்கிறார்களோ அவ்வாறான பொருளில் அல்ல ஒரு எழுத்தாளன் எழுத்தை உருவாக்குவது. இந்த ஆத்மாக்கள் முன் முடிவோடு இயங்குகிறவர்கள். இருப்புக்கு, சாதிய ஆதாயத்துக்கு, அரசியல் பிழைப்புக்கு என பல தேவைகள் அவர்களுக்கு இருக்கின்றன. எழுத்தாளன், ஒரு கலைஞன் முன் தீர்மானங்களோடு இயங்குபவன் அல்ல: சிந்திப்பின் அடிப்படையில் இயங்குபவன். சிந்திப்பின் கடைசிப் புள்ளியில் முடிவை வந்தடைகிறான்.

கரூரைச் சேர்ந்த புலியூர் முருகேசன் "நான் ஏன் மிகை அலங்காரம் செய்து கொள்கிறேன்" என்னும், மூன்றாம் பாலினத்தின் வாழ்வு பற்றிய கதையை சிந்திப்பின் அடிப்படையில் நகர்த்தினார். ஒரு திருநங்கை எப்படி தொடர்ந்து பாலியல் சுரண்டல் வன்முறைக்கு ஆளாகிறார், எதிர் கொள்கிறார் என்பது கதை; கரூர் பிரதான சாலையில் மறியல் செய்து புலியூர் முருகேசனின் மண்டையை உடைத்த கொங்கு வேளாளர் சாதிக்கு மட்டுமல்ல, மாவட்ட காவல்துறைக் கண்காணிப்பாளருக்கும் சேர்த்து "அது வக்கிரமான எழுத்து" வழக்குப் பதிவு செய்தார் காவல் துறை துணைக் கண்காணிப்பாளர்(D.S.P); தூத்துக்குடியில் தங்கியிருந்து அன்றாடம் காவல் நிலையத்தில் கையெடுத்திட வேண்டும் என்று பிணை வழங்கியது நீதிமன்றம். அந்த எழுத்தின் அர்த்தத்தை கண்டறியக் கூடாமல் கட்டப் பஞ்சாயத்து வழியிலேயே சட்டமும், நீதியும் நடந்தன.

ஒரு கலைப் படைப்பின் உள்ளுறை பொருளைத் தீர்மானிப்பது யார்? கட்டப் பஞ்சாயத்து நபர்களா? நிலவுகிற சமுதாயத்தின் கருத்துக்களால் வாழ்பவர்களுக்கும் புதிய சமுதாய ஆக்கத்துக்கான கருத்துக்களை முன்னெடுத்துச் செல்வோருக்குமான உராய்வில் பழைய சமுதாயத்துக்கான கலாச்சாரத்தின் காவலர்கள் அனைவரும் ஒன்றிணைகிறார்கள்.

இத்தனை அட்டூழியங்கள் காட்சியான பின்னும் பா.ஜ.க.வின் இல.கணேசன் பேசுகிறார் "பெருமாள் முருகன் நமது கலாச்சாரத்தை அழித்துக் கொண்டிருக்கிறார். அவர் எழுதுவதை நிறுத்த வேண்டும்" - (இண்டியன் எக்ஸ்பிரஸ் 18.1.2015)

ஒரு சிந்தயையாளன் இனி தன் எழுதுகோலை அசைக்கு முன் இதை எழுதலாமா கூடாதா என இவர்களிடம் கேட்டுவிட்டுத் தொடங்க வேண்டும். ஒவ்வொரு கட்டப் பஞ்சாயத்து தலைவனிடமும் போய், நீங்கள் சொன்னபிறகு எழுதுவேன் என்று உறுதிகூற வேண்டும். தீர்மானித்துவிட்டீர்களா சாமி என்று முறையிட வேண்டும்: இன்குலாப்புக்கு நேர்ந்ததைப் பார்த்தால் அரசியல் பிரமுகரிடம் நிற்கக் கடவான் எழுதுபவன்.

இது இரண்டாயிரத்துப் பதினைந்தின் சமுதாயம்: ஈராயிரம் ஆண்டுகளாய் பொதபொதத்து ஊறிப்போன சாக்கடையிலிருந்து கொசுக்கள் உற்பத்தியாகும். எழுதாதே என்று எழுதுபவனை கொசுக்கள் கடிக்கும்.

பெருமாள் முருகனும் 'குலதிரன்பட்டு' குணாவும் புலியூர் முருகேசனும் "எமது கலாச்சாரத்தை அழித்து விடுவார்கள்" என்று சொல்வீர்களாயின், இந்தக் கலாச்சாரத்தை அழிப்பதைத் தவிர சிறந்த பணி வேறென்னவாக இருக்கும்?

பத்து ஆண்டுகள் முன்னால், நீங்கள் என்ன செய்தீர்கள்?

சாலமன் ருஷ்டியின் சாத்தானின் வேதங்கள் நூலை (Satonic Verses) தடை செய்தீர்கள். எழுதிய ருஷ்டி இந்தியாவுக்குள் நுழைய அனுமதியில்லை: கண்காணாத ஓரத்தில் ஒளிந்து கொள்ளச் செய்தது உங்கள் கட்டளை!

சென்ற ஆண்டு என்ன செய்தீர்கள்?

"The Hindus an alternationative History" வெண்டி டோனிக்கர் எழுதிய அறிவுலக அங்கீகாரமுள்ள பெங்குயின் வெளியிட்ட நூலை அந்நிறுவனம் திரும்பப் பெற்று, அனைத்துப் பிரதிகளையும் கொளுத்திட வேண்டும் என்று நீதிமன்றத்திலேயே ஒப்பந்தம் போட்டுக் கொள்ளச் செய்தீர்கள். நீதிமன்ற ஆணை வருமுன்பே சமரச ஒப்பந்தத்தை ஏற்கச் செய்தீர்கள்: நீங்கள் முன் வைத்த காரணம் "நூல் இந்துக்களை அவமதிக்கிறது"

வெண்டி டோனிகர் வேதனை நெளியப் பேசினார். "அரசியல் நிலைமைகளுக்கு ஏற்ப, இந்தியாவில் கருத்துச் சுதந்திரம் படும்பாடு என்னை நிம்மதி இழக்கச் செய்கிறது."

சென்ற மாதம் நீங்கள் என்ன செய்தீர்கள்?

பெருமாள் முருகனை மாறுகால் மாறுகை வாங்கித் தண்டித்தீர்கள். எழுத்தை முடக்குவது என்பது இத்தண்டனை அல்லாமல் வெறென்ன?

(BJP former president L..Ganesan declared that Perumal Murugan should stop writing. EXPRESS 18-01-15)

போன வாரம் நீங்கள் என்ன செய்தீர்கள்?

குலதிரன்பட்டு குணாவை இருக்க ஓரிடம் இல்லாமல் ஊரை விட்டுத் துரத்தினீர்கள்!

நேற்று நீங்கள் என்ன செய்தீர்கள்?

உலக மகளிர் நாளையொட்டி ''தாலி பெண்களைப் பெருமைப்படுத்துகின்றதா, சிறுமைப்படுத்தகின்றதா?'' என்ற விவாதத்தை ஒளிபரப்ப முயன்ற புதிய தலைமுறை தொலைக்காட்சியைத் தாக்கினீர்கள். டிபன்பாக்ஸ் குண்டு வீசினீர்கள். ''இப்போது வீசியது பட்டாசுதான்: அடுத்தமுறை வெடிகுண்டே வீசுவோம்'' என்று அறிக்கை விடுகிறீர்கள்.

இன்று நீங்கள் செய்தது என்ன?

தலித் பெண் விடுதலையை வலியுறுத்தும் பலியாடுகள் நாடகம் சாட்சி.

நீங்கள் எங்கு இருந்தாலும் எவராக இருந்தாலும் உங்கள் உள்ளில் இருப்பது ஒன்றே ஒன்றுதான். அந்த ஒன்று தானாக வெளிவருகிறது.

தன்னைக் தற்காத்துக் கொள்ள பெண்ணுக்குத் தெரியாது. தெரியக்கூடாது. பெண் ஏதும் அறியாள்: அறியக் கூடாது. அவளுக்கு ஆண்தான் எல்லாம். பெண்ணைக் காப்பது ஆண்களின் வாழ்நாள் பெருங்கடமை என்று கலாச்சாரப் பெரிய ஆட்கள் நினைக்கிறார்கள். கலாச்சாரக் காவலர்களுக்கு முழுநேர வேலை வந்து விடுகிறது. தனது விடுதலையைத் தானே தேடிக் கொள்ள லாயக்கற்ற பிறவியான பெண், தனது சுயம், சுயசிந்தனை, சுய காரியமாற்றல் என்று லேசு லேசாய் முண்டினாலும் இவர்களுக்குப் பொத்துக் கொண்டு வருகிறது. மாதொரு பாகனில் 'பொன்னா' என்ற பெண்தான் இவர்களுக்குப் பிரச்சனை. ''அவள் ஏன் மிகை அலங்காரம் செய்து கொள்கிறாள்'' என்னும் புலியூர் முருகேசனின் கதையிலும் பெண்தான் பிரச்சனை. புதிய தலைமுறைத் தொலைக்காட்சியிலும் இவர்களுக்கு அவளே பிரச்சனை. திவ்யா -

இளவரசன் காதல் இணையைப் பிரித்து, இளவரசனை மரணத்துள் தள்ளி, திவ்யாவைக் காப்பாற்றியதிலும் பெண்ணின் சாதி பிரச்சனை.

"அடிப்படை அறங்களிலிருந்து பிறழ்பவர்களிடம் நியாயத்தை எதிர் பார்க்க முடியாது" என்ற கிரேக்க வாசகம் இரண்டாயிரம் கடந்த பின்னும் உயிர் வாழுகிறது.

கும்பல் ஆட்சி என்ற சொல்லால் இக்காரியங்களை அடையாளப் படுத்தலாம். குறிப்பிட்ட ஊரில், பகுதியில், வட்டாரத்தில், கருத்துத்தளத்தில் இந்தக் கும்பல் சாதியாக, மதமாக, கட்சியாக இயங்குகிறது. சாதியை முன்னிறுத்தி மத சம்பிரதாயங்களின் பெயரால், கட்சிகளின் பெயரால் இந்தக் கும்பல் குடிமைச் சமூகத்தை திரட்டிட முடிகிறது. அதற்கு அரசும், அதிகாரக் கூட்டமும் உடன்போகின்றன.

"எழுத்தின் அர்த்தத்தை தீர்மானிப்பது, சாதி மத கட்சி கட்டப் பஞ்சாயத்துக்கள் அல்ல. ஊடக சுதந்திரத்தை ஆய்வு செய்திட, தீர்மானிக்க பத்திரிகைக் குழு (PRESS COUNCIL) இருப்பது போல் வழக்குரைஞர்கள் பதிப்பாளர்கள் எழுத்தாளர்கள் இடம் பெறும் ஒரு அமைப்பை உருவாக்க வேண்டும். சட்ட ரீதியான நடவடிக்கை அவசியமெனில் அதையும் கைக் கொள்ள வேண்டும்" என்கிறார் வரலாற்று சமூகவியல் அறிஞர் ரொமிலா தாப்பர்.

மக்கி மடிந்த கருத்துக்களை மண்டையில் ஏற்றிக் கொண்டு அவற்றிற்கான காரியமாற்றலை நடத்தி வருகிற சக்திகள் "தலையைக் குத்துகிறதே, நோகிறதே" என நொம்பலப்படலாம். தலை இடிக்கிறது என்றால், வாசல் நிலையை உயரமாகவும் விசாலமாகவும் ஆக்கிக் கொள்ளுதல் உத்தமம். அது ஒன்றுதான் வழி.

தன்னுயிர் அழிப்புக் கலாச்சாரத்தின் வேர்

பெங்களூர் பரப்பன அக்ரஹார நீதிமன்றத் தீர்ப்பு வெளியான நாள் 27, செப்டம்பர், 2014. அன்று மாலை - ஊழல் வழக்கில் தண்டனை பெற்ற தமிழக முதல்வர் ஜெயலலிதா பரப்பன அக்ரஹார சிறையில் அடைக்கப்பட்டார். முதல்வர் பதவியையும் அப்பொழுதே இழந்தார்.

"கழகப்பொதுச் செயலாளர், மக்களின் முதல்வர் புரட்சித் தலைவி அவர்களுக்கு இழைக்கப்பட்ட அநீதியால், ஏற்பட்ட மன உளைச்சல். பேரதிர்ச்சி, தாங்க முடியாத துயரத்தால் இதுவரை (10-10- 2014) 154 பேர் உயிரிழப்பு என செய்தி வெளியாகியது.

தீக்குளித்து மரணமடைந்தவர்கள் - 14

தூக்கிட்டு மரணமடைந்தவர்கள் - 15

நஞ்சு அருந்தி மரணமடைந்தவர்கள் - 7

பேருந்து முன் பாய்ந்து மரணமடைந்தவர்கள் - 1

ரயில் முன் பாய்ந்து மரணமடைந்தவர்கள் - 2

ஆற்றில், நீர்வீழ்ச்சியில் பாய்ந்து மரணமடைந்தவர்கள் - 2

அதிர்ச்சியில் மாரடைப்பு ஏற்பட்டு மரணமடைந்தவர்கள் - 113.

அ.தி.மு.க நாளிதழ் நமது எம். ஜி.ஆர்- இச்செய்தி வெளியிட, சில தொலைக்காட்சிகளில் விவாதப் பொருளாயிற்று. தற்போது இந்த எண்ணிக்கை 193-ஆக உயர்ந்துள்ளது.சிறையிலிருந்து பிணையில் வெளியான மறுநாள் 193 பேரின் குடும்பத்துக்கும் கட்சி நிதியிலிருந்து தலா ரூ.மூன்று லட்சம் வழங்குவதாக ஜெயலலிதா அறிவித்துள்ளார்.

தமிழகத்தில் மாரடைப்பினால் நிகழ்ந்த மரண நிகழ்வுகள் அனைத்தும் இந்த எண்ணிக்கைக்குள் கொண்டுவரப்பட்டதா என்ற கேள்வி ஆழமான விசாரணைக்குரியது.வேலூர் மாவட்டம் ஜோலார்ப்பேட்டையில் ஒருவர் மாரடைப்பில் மரணம் எய்தியது தொடர்பாக விசாரித்து அறிந்ததில் தற்செயல் நிகழ்வான அது, இந்த நிகழ்ச்சி நிரலுக்குள் சேர்க்கப்பட்டிருப்பது தெரிந்தது. இதுபோல நடந்தன தவிர்த்து மற்றையன உண்மையானவை எனக் கொண்டால், தமிழினத்தின் குணவாகு, உளவியல் பாங்கு ஆகியவை பற்றி நாம் ஆழமாகப் பரிசீலிக்க வேண்டியிருக்கிறது. அச்சு ஊடகத்தில், தொலைக்காட்சியில் வெளிப்பட்ட செய்திகளை சாதாரணமாய், ஒதுக்கிவிட்டுப் போக இயலவில்லை.

டான்சி ஊழல் வழக்கில், ஜெயலலிதா குற்றவாளி எனத் தண்டனை பெற்று முதல்வர் பதவி இழந்ததால் நிகழ்ந்த வன்முறைகளின் போது- தருமபுரியில் கோவை வேளாண் பல்கலைக்கழகப் பேருந்து எரிக்கப்பட்டு மூன்று மாணவியர் உயிருடன் எரிக்கப்பட்ட மயான தகனத்திலிருந்து - இப்போது அரங்கேறியவை மாறுபட்டவை; உயிரெடுத்தல் என்ற வன்மத்திலிருந்து, தம்மைத் தாமே பலிகொடுத்தல் என்ற ‘உயிர் அழிப்பு' வகை சார்ந்த இன்னொரு உருக் கொண்டுள்ளது.

வாழ்க்கை நெருக்கடி, மன உளைச்சல், அதிர்ச்சி, தாங்கொணாத் துயரம் போன்றவை தன்னுயிர் அழிப்பின் மூலவேர்கள். உலகில் ஒவ்வொரு ஆண்டும் லட்சக்கணக்கானோர் இவ்வாறு உயிரிழக்கின்றனர். தனிமனிதக் காரணத்தால் நிகழ்கிறவை இவை. வாழ்க்கையும் சமுதாயமும் தனியொருவருக்கு ஏற்படுத்தும் மனஅழுத்தம் எவ்வளவாக இருப்பினும் அதை எதிர் கொள்ளல் வாழ்க்கையே ஒரு போராட்டம் என்று பகுத்தறியும் அறிவே சுயசிந்தனை. சுயசிந்தனையற்றுப் போகிற தருணம் தற்கொலை

நிகழ ஏதுவாகிறது. குறிப்பாக காதல்தோல்வியினால் நிகழ்ந்த தற்கொலைகள் தாம் இலக்கியத்திலும் கடந்த 50 ஆண்டுகளின் நவீன வாழ்விலும் மிகுந்த அளவில் பதிவு செய்யப்பட்டுள்ளன. மடலேறுதல், வடக்கிருத்தல் என தன்னுயிரழிப்புச் சம்பவங்கள் குறித்து சங்ககால இலக்கியங்கள் பேசுகின்றன. குதிரை போல் உருச் செய்து அதிலிருந்து உயிர் மாய்த்துக் கொள்ளல் என்ற பழக்கம் இருந்ததாக - 'வரைவேறுதல்' என அது அழைக்கப்பட்டதாக இலக்கியக் குறிப்புக்கள் உள்ளன.

தனிமனித உளவியல் தவிர்த்து, சமூக காரணங்களால் தன்னுயிரழிப்பு நிகழ்த்துகிற தருணங்கள் வரலாற்றுக் காலந்தொட்டு நிகழ்ந்திருக்கின்றன.

போரிடுதலோடு தற்கொலையை முதன்முதலாக இணைத்தவர்கள் சப்பானியர்கள். யுத்தத்தில் தோல்வியுற்றாலோ தோல்விக்கு தானே காரணம் என உணர்ந்தாலோ, தவறு செய்தாலோ, அல்லது இக்கட்டுக்குள் அகப்பட்டுக் கொண்டாலோ, தன் நடுவயிற்றில் குத்துவாள் அல்லது கத்தியால் குத்தி கீறி உயிரை மாய்த்துக் கொள்வார்கள். கராக்ரி KARAKIRI என்று இதற்குப் பெயர். உயிரழிப்பாக இது எண்ணப்படவில்லை. மாறாய் உயிரிழப்பு ஈகமாகக் கொள்ளப்பட்டது. கத்தியால் குத்தி தற்கொலை செய்துகொள்ளல் சக்கரவர்த்தியிடம் காட்டும் விசுவாசத்தின் வெளிப்பாடெனில், தீக்குளித்து மரணமடைதல், தூக்கிட்டு உயிரழித்தல், நஞ்சு அருந்திச் சாவு, ரயில் முன்புபாய்ந்து சாவு, ஆற்றில், நீர்நிலைகளில் குதித்து மூழ்கிச் சாவு, அதிர்ச்சியால் மாரடைப்பு போன்ற பலகாரியங்களும் இக்கால சக்கரவர்த்திகள் என சொல்லப்படும் அரசியல் தலைமைகளிடம் கொண்ட விசுவாசத்தின் வெளிப்பாடு எனக் கொள்ளப்படும்.

தற்கொலையை ஒழுங்குபடுத்தப்பட்ட ஒரு கோட்பாடாக ஆக்கியமை சப்பானியரையே சாரும். இக்கோட்பாட்டுக் காரியமாக 'தற்கொலைப் படை' என அமைப்பை உருவாக்கியிருந்தனர். நிப்பான் (NIPPON) என்று இதற்குப் பெயர். இரண்டாம் உலகயுத்தத்தின்போது பிரித்தானியாவின் 'குயின் எலிசபெத்' (Queen Elizapeth) என்ற தாய்க்கப்பலைச் சுற்றிலும் நிறைய நூறு அளவிலான சிறிய போர்க்கப்பல்கள் நின்றன (Fleet) நிப்பான்

தற்கொலைப்படையைச் சேர்ந்த ஒரு சிப்பாய் தன்னைச் சுற்றி குண்டுகள் அணிந்த ஆயுததாரியாகிறான். எலிசபெத் கப்பலின் மேல்தளத்திலிருந்த கூம்புவடிவ குழாய்க்குள் பாய்ந்து வெடித்தான். தாய்க்கப்பலை ஒட்டி நின்றிருந்த மற்ற கப்பல்கள் 'சட், சட்' டென வெடித்துச் சிதறின.

"புனிதயுத்தத்தின் பெயரால் மரணிக்கிறவன் இறைவனை அடைகிறான்" என்று தற்கொலை முறையை புனித யுத்தக் கோட்பாடாக, கி.பி. ஆறாம் நூற்றாண்டில் இஸ்லாம் கொண்டிருந்தது: மத்திய கிழக்கு நாடுகளில் இஸ்லாம் பரவிய வேளையில், இந்த தற்கொலைமுறைப் புனிதக் கோட்பாடும் எடுத்துச் செல்லப்பட்டது.

கிறித்துவத்தில் இறைவனின் பெயரால் கொல்லப்படுபவர்கள் 'இரத்த சாட்சிகள்' என அழைக்கப்பட்டார்கள். சிலுவையில் அறையப் பட்டவர்களை இரத்த சாட்சிகள் என அழைப்பது, மதிப்பது இன்றும் காணக்கூடிய நடைமுறையாக இருக்கிறது.

யூதர்கள் - மத்திய கிழக்கு நாடுகளைச் சேர்ந்தவர்கள் தாம். மேற்குலக நாடுகளுக்குப் போய் வசிக்க ஆரம்பித்தபின், தற்கொலைக் கலாச்சாரத்தை கைவிட்டார்கள்.

வல்லரசுநாடுகள் அறிவியல் நுட்பம் மிக்க ஏவுகணைகள் போன்ற போர்க்கருவிகளைப் பயன்படுத்துகின்றன. மரபுரீதியான ஆயுதங்கள் கொண்டவர்களால் அதனை எதிர்கொள்ள முடியாமல் போகிறது. எடுத்துக்காட்டாக Missiles என்ற ஏவுகணைகள் ஒடுக்கப்படுகிற நாடுகளில் போராடுகிற சாதாரண வீரனின் கையில் கிடைப்பது அரிது. ஆனால் கையெறிகுண்டுகளை அவனால் வீச முடியும். தன்னைக் குண்டுகளால் சுற்றிக் கொண்டு எதிரிப் படைமேல் பாயமுடியும். அமெரிக்கா போன்ற வல்லரசுகளை மத்திய கிழக்கு நாடுகளின் தற்கொலைப்படை இவ்வாறுதான் அதிரச் செய்கிறது.

மத்திய கிழக்கினைச் சேர்ந்தவர்களிடமிருந்து கையகப்படுத்திய தற்கொலை ஆயுததாரிக் கலாச்சாரத்தை, மிகச் செழுப்பமான வடிவத்தில் (sophistication) கைக் கொண்டவர்கள் விடுதலைப்புலிகள். தன்னுயிரை

அழித்தல் வழியாய் ஒடுக்குமுறையாளர்களின் உயிர் பறித்தல், எதிரியின் படையைச் சிதைத்தல், முன்னேறவிடாது தடுத்தல் - என அடிமைத்தனத்துக்கு எதிரான போரிடல் வடிவமாக ஆக்கிக் கொண்டார்கள்.

தற்கொலை எத்துனை முக்கியத்துவம் கொண்டதாய் - தனிமனிதக் காரியமாகவோ சமுதாயக் காரியமாகவோ இருப்பினும், எத்தனை உடனடிப் பயன்கள் விளைவதாக இருப்பினும் தற்கொலை நடைமுறை தனக்கான வினையை - காரியத்தை வரலாற்றில் மிக அரிதாகவே சாதித்துள்ளது.

1960-களின் மத்தியில் அமெரிக்க் வல்லரசு வியட்னாமை ஆக்கிரமித்தபோது, யுத்தத்தில் 'நாப்பாம் குண்டுகள்' வீசப்பட்டது முதன்முதலாக நடந்தது. ''எங்கள் அமைதியை அமெரிக்கா அழிக்கிறது'' என்பதை உலகுக்கு எடுத்துரைக்க, அமைதியின் வடிவான புத்தபிக்குகள் தீக்குளித்து இறந்தனர். செய்தி உலகின் காதுகளில், சென்று சேர அதிர்ந்தது உலகம். அதுவரை காதுகளை, கண்களை, மூளையை மூடிவைத்திருந்தது இவ்வுலகம் என்பது அம்பலமானது. அம்பலப்படுத்தப் பட்டபோதும் அதன்பின் பத்து ஆண்டுகளுக்கு மேலாய் அமெரிக்க ஆக்கிரமிப்பு தொடர்ந்தது.வல்லரசுகள் எனப்பட்டவையும் ஆக்கிரமிப்புக்கு துணைநின்றன.

கியூபா நாட்டில் அமெரிக்க கைப்பற்றி வைத்துள்ள ஒரு தீவு''குவாண்டனமோ''. 2001 செப்படம்பர் 11-க்குப் பின்னான காலத்தில் பயங்கரவாதிகள் எனப் பெயரிட்டு உலகின் பல திசைகளிலுமிருந்து கைது செய்து குவாண்டனமோவில் கொடூரமாய் சிறைப்படுத்தியிருந்தது அமெரிக்கா . எவரொருவரும் தற்கொலை செய்து மரணத்தை அடைய முடியாத அளவுக்கு, 'குவாண்டனாமோ' கொடூரச் சிறை எல்லாப் பாதுகாப்போடும் அமைந்திருந்தது . தங்கள் அவல நிலையை உலகுக்கு தெரிவிக்க கருதிய கைதிகள் மூவர் 2006-ல் தலையணை, போர்வையினால் முகத்தை இறுக்கிக் கட்டி மூச்சுத்திணறி மாண்டனர். தற்கொலையால் உலகத்தின் தலையில் மிகப் பெரிய 'குட்டு' வைக்க

முடிந்தது. அடிமை இனத்தைச் சேர்ந்த ஒபாமா அமெரிக்க அதிபராக ஆகிய பின்னும் குவாண்டனாமோ சிறைக்குத் தீர்வு கிடைக்கவில்லை.

இந்தி ஆதிக்கத்தை எதிர்த்து நடந்த 1965- பேராட்டத்தில் 12-ஈகியர் தீக்குளித்தும், நஞ்சருந்தி மாண்டும் 'அடிமைத்தனம் உயிரினும் மேலானது அல்ல' என உணர்த்தினார்கள். ஈழப்போர் உச்சத்திலிருந்த வேளையில் பொதுமக்கள் கொத்துக் கொத்தாய் இலங்கை அரசால் கொலை செய்யப்பட்ட போது-இந்தியக் கொடூரர்களின் கவனத்தைத் திருப்பிட ''போரைத் தடுத்து நிறுத்துங்கள்'' என மன்றாடலாய் சென்னை சாஸ்திரி பவன் முன் முத்துக்குமார் தீக்குளித்து மாண்டார். தூக்குக் கயிற்றின் முன் நிறுத்தப்பட்டிருந்த மூவர் விடுதலையை வேண்டி தன்னுடலையே தீக்கு ஏந்தினார் காஞ்சி மக்கள் மன்றத்தின் செங்கொடி.

2

தற்கொலை மூன்று தளத்தில் நிகழ்கிறது.

முதலாவது - வாழ்வு அழுத்தம், அதிர்ச்சி, மன உளைச்சல் போன்ற உளவியல் நெருக்கடிகளால் .

இரண்டாவது - நாடு, இன , மொழி விடுதலையின் பொருட்டு, ஒடுக்குமுறைஎதிர்ப்பு இலட்சியங்கள் பேரால் நிகழ்பவை. ஆக்கிரமிப்புக்கு எதிரான யுத்தத்தில் நிகழ்த்தப்படும் தற்கொலைகள் இந்த வரிசையில் சேரும்.

மூன்றாவது - தலைமைவழிபாட்டின் காரணமாய் நிகழ்த்தப்படும் தற்கொலைகள். தலைமை வழிபாட்டின் காரணமாய் நிகழ்த்தப்படும் உயிரிழப்புக்கு எத்தகைய புனிதம் கற்பிக்கப்பட்டாலும், சமுதாய நோக்கம் கொள்ளப்பட்டாலும் மிக மோசமானது என்பதில் அய்யமில்லை. அதற்கு இழப்பீடு வழங்குவது அதனினும் இழிவானது.

புறநானூற்றுக் காலத்தில் தோன்றியது வீரவழிபாடு . புறநானூற்றுக் காலத்திலும், அதன் பின்னான காலத்திலும் போரில் வெல்லல், வீரமரணம் எய்தல் போன்றசெயல்கள் வீரவழிபாட்டுக்கு அடிப்படையாயின. நடுகல், நினைவுச் சின்னங்கள் எழுப்புதல், செப்பேடு வெட்டுதல் போன்றவை

நடந்தேகின. தமிழரின் இந்த முந்தைய வாழ்வை விதந்தோதுதலும், பழந்தமிழ் அரசர்களைப் போற்றலும் என வீரவழிபாட்டை கழகங்கள் என்று சொல்லப்படும் திராவிட இயக்கங்கள் மீட்டுருவாக்கம் செய்தன, பெரியாரின் திராவிடர் கழகம் இந்த மீளுருவாக்கக் கலாச்சாரத்தை ஏற்கவுமில்லை; பரப்புரை மேற்கொள்ளவுமில்லை. வீரவான், மாவீரன், சகலநோய் நிவாரணன், சாதனையாளன் போன்ற பிம்ப உருவாக்கங்களைச் செய்தவர்கள் வீரயுகப் புகழ்பாடிகள் புராண இதிகாச காவியப் புழுகுகளுக்கு ஈடாகக் கட்டமைத்தார்கள். பழங்கால வீரயுகம் முடிவு பெற்றுவிட்ட போதும், புராண இதிகாச அமானுடர்கள் இன்றில்லையெனினும், வீரவழிபாட்டு உளவியல் மீட்டமைக்கப்படுதல் சமகால அரசியலின் தேவையாக மாறியது.

இதன்வழி அரசியல்தலைமைகள் ஒற்றைப் பிம்ப உருவாக்கம் செய்து கொண்டார்கள். இவர்களின் அரசியல் ஜீவிதத்துக்கு இது அடிப்படை. கட்சிகளின் இரண்டாம் கட்ட, மூன்றாம் கட்ட அடுக்குகளில் வீற்றிருந்த அரசியல்வாதிகள் மேற்கொண்ட தலைமைவழிபாடு, தனிமனிதத் துதிபாடல் போன்றவை இயக்கத்தை தோள்களில் சுமந்து திரியும் தொண்டர்களின் தலையில் வேறு விதமான அறிதலைக் கொண்டு சேர்த்தன. இலட்சியத்தை, கொள்கையை, இயக்கத்தைப் பின்பற்றுவதற்குப் பதில், இவை அத்தனையையும் தலைவனாகப் புரிந்துகொண்டார்கள். இவை அத்தனையையும் ஒன்றாய்த் திரட்டி தலைவனுக்குப் பின்னால் நிறுத்தினார்கள். ''நமக்காக தலைவன் சிந்திப்பான்; தலைவன் செயல்படுவான். தலைவன்வழி நடந்தால் போதும்'' என்னும் சுயசிந்தனையற்ற கும்பல் உருவானது. 'தொண்டர்கள், பின்பற்றாளர்கள்' என மரியாதையான பெயர்கள் இந்தக் கூட்டத்துக்கு உண்டு. அனைத்துக்கும் பதிலீடாக தலைவனை நிறுத்தியதில் இவர்களின் சுயம் பலிபொருளானது. தலைவனே கட்சி, தலைவனே நீதி, தலைவனே சனநாயகம், தலைவனே எல்லாமும் என்ற ஒற்றைக் கோட்பாடு தொண்டன் விளங்கிக் கொண்ட கொள்கையாயிற்று . ஒவ்வொருவருள்ளும் இயல்பான உயிர்ப்பாய் இயங்கும் சுயசிந்தனை உண்டென்ற உயிரித்தத்துவம் மறந்தார்கள். சுயசிந்தனையை முடக்குவதன்

மூலம் கூட்டுப்பொறுப்பான சமூக சிந்தனை மூட்டை கட்டப்பட்டது.

தலைமை என்பது தனிமனித ஆற்றல் தானா? போர்க்களத்தில் படைநடத்தி ஒரு மன்னன் வெற்றி பெற்றானெனில் அது அவனுடைய தனி ஆற்றலா? படைவீரர்களின் கூட்டு ஆற்றல் அல்லவா? போர்க்கள வியூகம் வகுப்பதும், திட்டமிட்டுத் தருதலும் அவனுடைய தனித்திறனாக இருக்கலாம். அங்கும் களத்தில் நிற்போரின் மதியூக அறிவுரை, ஆலோசனைகளின் பெரும்பங்கு அடங்கியுள்ளது. ஓரிருவர் தவிர, எந்தப் போர்க்களத்திலும் மன்னர்கள் இறந்ததாக சான்றுகள் வேறில்லை. ஏனெனில் களத்திலும் அவனைக் காக்கும் மெய்க்காப்பாளர்கள் இன்றைய 'இஸட்' பாதுகாப்புப் பிரிவு போல் நின்றார்கள். தனிமனிதர்களான எல்லோரது ஆற்றல்களும் ஒரு தலைமையில் ஏற்றிவைக்கப்பட்டுள்ளன என்பதை குறிப்பாக உணரவேண்டும். அந்தக் கூட்டு ஆற்றல்களின் திரட்சியே தலைமையாற்றல் என உணரப்படல் வேண்டும். எல்லாவகை ஆற்றல்களும் ஒரு தலைவனிடம் உள்ளன என எண்ணத் தோன்றுமானால், அது அவருடையதல்ல; எல்லோருடைய கூட்டு ஆற்றல்களும் அவரில் கொட்டப்பட்டிருக்கின்றன என்பதுதான் உண்மை. வழங்கப்பட்டதைப் பெற்றுக் கொள்கிற அளவுக்கு, சீர்பட விநியோகிக்கிற அளவுக்கு அவர் திறனுடைத்தானவர் என்று கொள்ள வேண்டும்.

தமிழனின் தனித்தியமான உளப்பாங்கு யாது? வீரத்தை விதந்தோதுவது, இதற்கு நேர்எதிராக துவண்டு உணந்து போவது இவ்விரு அம்சம் தான் தமிழன். எந்த அளவுக்கு வீரத்துடன் உரத்துக் குரல் எழுப்புகிறோமோ அந்த அளவுக்கு, அதை விடவும் கீழாய் உள்ஒடுங்கி விடுதல்.எனவே தமிழ்க்குணப் பாங்கின் மொத்த வெளிப்பாடுகளும் தற்கொலைக் கலாச்சரத்துக்கான அச்சாரமாக இருக்கிறது எனலாம். .

உலகமயமாக்கலின் ஊடுருவலுக்குப் பின்னான காலத்தில் ஒரு இனத்தின் தனித்த குணங்கள் சிதைவுக்குள்ளாகின. உடை, பாவனை, பழக்க வழக்கம் போன்ற புறநிலைக் கூறுகள் சிலவற்றில் இன அடையாளம் தென்படுகிறதேயன்றி, அகநிலையில் பாங்கில் எல்லாவற்றையும் சிதைத்தெறிந்து விட்டது உலகமயம். பிரதேசம், மொழி,

பண்பாடு, மானுட விழுமியங்கள் என தனித்த அடையளங்கள் அற்றுப் போகச் செய்வதன் வழி, அது தனக்குச் சார்பான ஒழுங்கினை உலகமயம் நிறுவிக் கொண்டுவிட்டது. அந்த உலக ஒழுங்கு சுயநலன், சுயலாபம், மனித அழிமானம் - இந்த வரையறையிலிருந்து சமகாலத் தமிழின நகர்வுகளைப் புரிந்து கொள்ள முடியும்.

இங்கு விபரீதமான ஒரு நடைமுறைக் காட்சியை நாம் காண இயலும். தன்னுயிர் அழிப்பில் தலைமையோ, இரண்டாம் கட்ட, அல்லது மூன்றாம் கட்டத் தலைமைகளோ எந்நாளிலும் இல்லை. அவர்களின் குடும்பத்தைச் சேர்ந்த ஒரு நபர்கூடத் தென்படக் காணோம். குறைந்தபட்சம் கண்ணீர் சிந்துவார்களே தவிர, தாம் போற்றும் தலைமைக்காக பதவி துறக்கக் கூடத் தயாரில்லை. தியாக உணர்வு என்ற பெயரில் தனிமனிதத் துதி ஊட்டி வளர்க்கப்பட்ட அப்பாவிகள் உயிர்கொடுக்கிறார்கள். இது தடுத்து நிறுத்தப்பட வேண்டிய தீமை என்று தலைமைகள் சிந்திக்கவில்லை. மாறாக ஊக்குவிப்புச் செய்வது போல் உயிர்கொடுத்தவர்களுக்கு இழப்பீடு அளிக்கப்படுகிறது. தனக்குப் பின் குடும்பத்தைக் காக்கும் பொறுப்பை கட்சி ஏற்றுக்கொள்ளும் என்று ஒருவனை - தன் வாழ்வியல் கடமையைத் தூக்கியெறியச் செய்வது எத்துணை கேவலமானது? வரலாற்றில் முன்னர் நிலவிய வீரவழிபாடும், சமகால அரசியலில் கொடிகட்டிப்பறக்கும் தலைமைவழிபடலும், ‘செல்லும் செல்லாததுக்கு தம்பி இருக்கான்’ என்று சொல்லத்தக்க உலகமயமும் ஒரு முகமாய் உருவாக்க நினைத்தது இத்தகைய தற்கொலை விரும்பிகளையே என்பது நிரூபணமாகியுள்ளது.

அறமதிப்பீடுகளை சமகால சமுதாயம் முழுமையாக இழந்துவிட்டது. முன்னரிருந்த தலைமுறைகளால், அல்லது முன்னர் இருந்த இனத்தினால் எவை அறம் எனக் கருதி நீக்கம் செய்யப்பட்டனவோ அவையும், புதிதாக முளைத்த கேடுகள் உள்ளிட்ட அனைத்தும் அறமாகக் கொள்ளப் பட்டுவிட்டன. தனிமனித அறம், சமுதாயத்தின் கூட்டுப் பொறுப்பான அறவிதிகளுடன் இணைக்கப்பட்ட காலம் முன்பிருந்தது. அரசு, ஆட்சி, நிர்வாகப் பொறுப்பு என்பவை அத்தகைய ஒன்று. இன்று ஊழல், லஞ்சம், விதிமீறல், அதிகாரம் , அத்துமீறல் போன்றவையெல்லாம் இயல்பானவை

தானே, யார்தான் அதைச் செய்யவில்லை என்று ஏற்கும் மனநிலைகொண்ட மக்கள் உருவாகியுள்ளனர். இந்த வகைச் சாய்மானம் கொள்ளாத ஒன்றிரண்டு மனங்கள் விதிவிலக்காய் துள்ளித் துடித்துக் கொண்டிருக்கின்றன.

சில வாக்கு மூலங்களை சான்றுகளாய்த் தரலாம்:

" இப்போ அம்மா ஜெயிலுக்குப் போய்ட்டாங்கங்கிறது வருத்தமா இருக்கு. யார்தான் இப்ப ஊழல் பண்ணாம இருக்கா? கூட்டிக் கழிச்சிப் பாத்தா அரசியல்வாதிங்க எல்லாமே ஊழல்வாதிங்கதான்"- கருணாகரன் சில்லறை வியாபாரி சொல்கிறார்.

" இது அரசியல் சதிங்க. எங்க ஊழல் இல்ல?. யாரு யோக்கியம்னு சொல்லுங்க. இந்தத் தீர்ப்பு வந்தப்புறம் அந்த அம்மா மேலே அனுதாபம்தாங்க கூடிப் போச்சு." - என்கிறார் லாவண்யா, இல்லத்தரசி, பெரம்பலூர்.

" நாட்டில் யாரு தாங்க தப்பு செய்யலெ? ஜெயலலிதா மக்களுக்கு நெறைய நல்ல திட்டங்களைக் கொண்டு வந்தாங்க. அந்த நல்ல காரியங்களைக் கணக்கில எடுத்துக்கிட்டு அவங்கள விடுவிக்கணுங்க." - ரூபா, இல்லத்தரசி, கிருஷ்ணகிரி.

தி இந்து தமிழ் நாளிதழில் (9- 10- 2014) வெளியான " என்ன நினைக்கிறார்கள் மக்கள் " என்ற கருத்துக் கணிப்பில் மக்களின் நோக்கு என்னவாக உள்ளது என்பது புலப்படுகிறது. இக்கருத்துக்களுக்கு எதிராய் " நீதிமன்றத் தீர்ப்பு சரியே. நீதிக்குத் தலைவணங்க வேண்டும்" எனவும் பலர் தெரிவித்துள்ளார்கள்.

இடதுசாரி இயக்கங்கள் தவிர்த்த தமிழகக் கழகங்கள், காங்கிரஸ் பா.ஜ.க போன்ற இந்தியக் கட்சிகள்- பிம்ப உருவாக்கம், தனிமனித வழிபாட்டின் உச்சத்தில் அரசியல் செய்கின்றன. பிம்ப வழிபாட்டின் உச்சாணிக் கொப்பில் வீற்றிருக்கும் அரசியல் தலைமைகள் திடீரென கீழிறக்கமானால், பிம்ப விசுவாசிகள் எத்தனை அதிர்ச்சிக்குள்ளாகியிருப்பர் என்பதற்கு நிகழ்காலத்தினது போல வேறு சான்று உண்டா? நாம்

எள்ளளவும் கற்பனை செய்து அல்லது நினைத்தும் பாரத்திராதவை இந்த எதிர்வினைகள்.

இத்தகைய எதிர்வினைகளைத் தான் அனைத்துத் தலைமைகளும் விருப்பமுடன், வினயத்துடன் எதிர்பார்த்துக் காத்திருக்கிறார்கள் போல. இத்தகைய எதிர்வினைகள் இல்லாது போகிற வேளை தங்களுடைய மதிப்பு உதிர்ந்து போய்விட்டதாக அவர்கள் கருதக்கூடும்.

இந்திய ஆன்மாவும் ஏழு விடுதலையும்

மூன்று தமிழருக்கு வாய்ப்பான ஒரு தீர்ப்பை 18.02.2004 அன்று உச்சநீதிமன்றம் நல்கியிருக்கிறது. மூன்று தமிழர் மட்டுமல்ல, உலகத்தமிழினம் தமக்குச் சொந்தமாக்கிக் கொள்ள வேண்டிய தீர்ப்பு. உச்சநீதிமன்றம் தூக்குத் தண்டனையை ஆயுள் தண்டனையாகக் குறைத்து தீர்ப்பளித்துள்ளது. மூவரும் குற்றவாளிகள் அல்ல என்று சொல்லவில்லை. உச்சநீதிமன்றம் தலையீடு செய்ய நினைத்தது அந்த விசயத்தில் அல்ல. கருணை மனுவைப் பரிசீலிப்பதில் அநாவசியமான காலதாமதம் செய்யப்பட்டதைக் காரணமாக்கி தண்டனையைக் குறைத்தது.

''நீண்ட காலதாமதம் ஏற்பட்டால் மரணதண்டனையைக் குறைக்கலாம் என்கிற உச்சநீதிமன்றத்தின் கருத்து பிரச்சினையானது தான். அந்தக் கருத்து சரியானதா என்பதை நாம் ஆராய வேண்டும். தாமதம் காரணமாகவே தண்டனைக் குறைப்பு என்ற கருத்து என்னை வேதனைடையச் செய்கிறது''-என தாவிக்குதித்து வீசியிருக்கிறார் இதுவரை ஆயிரக்கணக்கில் தமிழர் பிரச்சினைக்கு வெந்து வேதனைப்பட புண்ணியவாளன் ப.சிதம்பரம். முந்தைய காங்கிரஸ் ஆட்சியில் கொஞ்ச காலம் உள்துறை அமைச்சராகவும், நெடுங்காலம் நிதியமைச்சராகவும் பணிசெய்தவர். உள்துறை அமைச்சராக இருந்த காலத்திலும் இம்மூவர் தூக்குக் கயிற்றை கெட்டியாகப் பிடித்து இறுக்கிய இவருக்கு .ஆயுள் தண்டனையாய்க் குறைத்ததே வேதனை தருகிறதாம்.

''குற்ற விசாரணை முறை சட்டப்பிரிவு 432(1) மற்றும் 433-யு யின்படி மாநில அரசுக்கு முடிவெடுக்கும் உரிமை உண்டு'' என உச்சநீதிமன்றம் தெளிவான வழிகாட்டுதல் அளித்தது. இதில் முடிவெடுக்கும் அதிகாரம் நடுவண் அரசுக்கு இல்லை என்பதையும் உணர்த்தியுள்ளது. மறுநாள் தனது அமைச்சரவையைக் கூட்டிய ஜெயலலிதா ''தூக்குத் தண்டனைக் கைதிகள் மட்டுமல்ல, மிச்சமுள்ள ஆயுள் தண்டனையாளர்களையும் விடுதலை செய்வதாய் முடிவெடுத்து'' சட்டமன்றத்திலும் தீர்மானம் நிறைவேற்றினார்.

கருணை மனுக்களை குடியரசுத்தலைவர் நிராகரித்து, தூக்குத் தண்டனையை உறுதி செய்தபின் பேரறிவாளன், சாந்தன், முருகன் மூவரும் சென்னை உயர்நீதிமன்றத்தை அணுகினர். தூக்குத் தண்டனையை நிறைவேற்ற உயர்நீதிமன்றம் இடைக்காலத் தடைவிதித்தமை- நீதியின் வெற்றியில் முதல் சாளரத்தைத் திறந்து வைத்தது. உச்சநீதிமன்றம் தூக்குத் தண்டனையை ஆயுள் தண்டனையாகத் தளர்த்தியபோது வெற்றியின் இரண்டாவது படி எட்டப்பட்டது. உச்சநீதீமன்றத்தின் வழிகாட்டுதலை உள்வாங்கி, தமிழக அரசின் இறையாண்மையை வெளிப்படுத்திய முதலமைச்சர் ஜெயலலிதா ஏழுபேரையும் விடுதலை செய்தபோது மூன்றாவதாய் நீதி நேரடியாய் வீதி தரிசிக்கப்பட்டது.

தேர்தல் அரசியல் போட்டியின் விளைவு என்று காங்கிரசார் தலையில் குத்திக்கொண்டாலும், என்ன காரணமாக இருப்பினும் நீதியின் வரலாற்று வெற்றியை ஈட்டித்தந்திருக்கிற துணிச்சலான காரியத்தை செய்திருக்கிறார் ஜெயலலிதா என உலகத்தமிழர் பெருமைப்படுவதில் காரணம் இருக்கிறது. தமிழக அமைச்சரவை எடுத்த முடிவை நடுவண் அரசுக்கு அனுப்பியது ஜெயலலிதாவின் பிழையன்று. சரியான செயல்பாடு. அனுப்பியதன் மூலம் மத்திய அரசு உச்சநீதிமன்றத்தில் 'பலநோக்கு இடையீடு மனு' தாக்கல் செய்ய ''விருதுபட்டிச் சனியனை வீட்டு வரைக்கும் வந்திட்டுப் போ'' என்று சொன்ன கதையாகிவிட்டது.

''குற்றவியல் நடைமுறைச் சட்டம் 432(1) மற்றும் 433-யு யின்படி

மாநில அரசின் தண்டனைக் குறைப்பு அதிகாரம் தற்சார்பானது (சுயேச்சையானது). தங்கு தடையற்றது'' என்கிறார் வழக்குரைஞரும், தமிழ்தேசப் பொதுவுடைமைக் கட்சியின் பொதுச்செயலாளருமான கி.வெங்கட்ராமன்.

தமிழ்நாடு அரசின் செயல்பாட்டுக்கு இடைக்காலத் தடை விதித்த உச்சநீதி மன்றமும்(20.02.14) இதைத் தெளிவுபடுத்தியுள்ளது. ''இந்த உத்தரவால், மாநில அரசின் அதிகாரத்தை மிகக்குறைவாக நீதிமன்றம் மதிப்பிடுவதாகக் கருதக்கூடாது'' என நீதிபதிகள் விளக்கமளிக்கின்றனர்.

ராஜீவ்காந்தி கொலைவழக்கில் உச்சநீதிமன்றத் தீர்ப்புக்குப்பின் குற்றவியல் சட்டவிதி 435 செயலற்றதாய் போகிறது. எனினும், ஒரு கூடுதல் எச்சரிக்கை உணர்வோடு தமிழக அரசு 435(1)-ன் கீழ் நடுவணரசின் கருத்துக் கேட்டு கடிதம் அனுப்பியது. இதைச் சாக்காக வைத்து தம்பி சண்டப்பிரசண்டன் என்கிற மாதிரி இச்சிக்கலில் முடிவெடுக்கும் இறுதி அதிகாரம் இந்திய அரசுக்கே உண்டு என்ற கருத்து உள்துறை அமைச்சகத்தால் வெளியிடப்பட்டுள்ளது. இது வேறொன்றுமில்லை. என்ன நேரப்போகிறது என்பதை ''காங்கிரஸ்காரர்களுக்கு தேர்தல் தோல்வி என்பது புதிதல்ல, எத்தனையோ முறை தோல்வியைச் சந்தித்துள்ளோம்'' என்று ஞானதேசிகன் முன்கூட்டி உணர்த்திவிட்டார்.

இடைக்காலத்தடை விதித்த உச்சநீதிமன்றம் ''ஆயுள்சிறைத் தண்டனைக் கைதிகளை விடுதலைசெய்ய சட்டத்தின்படி வகுக்கப்பட்டுள்ள அனைத்து விதிமுறைகளையும் பின்பற்ற வேண்டும்'' என்று அறிவுறுத்தியிருக்கிறது. முன்னர் புதன்கிழமை வழங்கிய தீர்ப்பிலும் ''ஆயுள்சிறைக் கைதிகளை விடுதலை செய்யும் நடைமுறைகளைப் பின்பற்றி மூவரையும் விடுதலை செய்ய மாநில அரசுக்கு அதிகாரம் உள்ளது. விடுதலை செய்வது குறித்து மாநில அரசே முடிவெடுக்கலாம்'' என்று வழிகாட்டியிருக்கிறது.

மத்திய அரசு தாக்கல் செய்திருப்பது மறுஆய்வு மனு அல்ல ''நீங்கள் மறு ஆய்வுமனு அளிக்கப்போகிறீர்களா'' என்று நீதிபதிகள் கேள்வி எழுப்பியபோது, இல்லை எனக் கூறிவிட்டது மத்திய அரசு. தாங்கள்

''பல்வகை இடையீட்டு மனு-ஒன்றை தாக்கல் செய்வதாக கூறியுள்ளனர். குற்றவியல் தண்டனைச் சட்டப் பிரிவு 431-ன் படி அதிகார மீறல் என தமிழக அரசைக் குற்றம் சுமத்தி மத்திய அரசு வழக்குரைஞர் வாதிட்டபோது, இல்லை'' குற்றவியல் தண்டனைச் சட்டப் பிரிவு 432-யும் படித்துப் பாருங்கள் என்று நீதிபதிகள் தெளிவுபடுத்தியுள்ளனர். ராஜீவ்காந்தி கொலைவழக்கில் உச்சநீதிமன்றம் தீர்ப்பு வழங்கியபின், குற்றவியல் சட்டவிதி 435-செயலற்றதாகிவிட்டது என்றும் விளக்கம் அளித்தனர். தங்களிடம் வாதிடுவது ஒரு காங்கிரஸ் அரசு- நீதியின் அச்சில் சுழல்கிற அரசு அல்ல என நீதிபதிகள் உணர்ந்து கொண்டார்கள் போல் தெரிகிறது. எனவே தமிழக அரசு அளிக்க வேண்டிய நியாயபூர்வ பதில்களையெல்லாம் அளித்து நீதிபதிகளே பொறுப்பை நிறைவேற்றியுள்ளார்கள்.

மாநில அரசுக்கு உரிய இறையாண்மை, மத்திய அரசுக்கு உரிய இறையாண்மை என தனித்தனியாக பகுக்கப்பட்டுள்ளன. ஒன்றின் இறையாண்மையில் மற்றொன்று தலையிட முடியாது. அரசியல் சட்டப்பிரிவு 161-ன் கீழ் அமைச்சரவை தீர்மானம் நிறைவேற்றி ஆளுநருக்கு அனுப்பினால் அதை ஆளுநர் அங்கீகரிக்க வேண்டும் என்று உள்ளது. இந்த அடிப்படையில் தான் தி.மு.க. ஆட்சியின் போது அமைச்சரவை கூடி '' புரட்சியாளர்களான தியாகு, லெனின், குருமூர்த்தி, கணேசன் ஆகிய நான்கு மரணதண்டனைக் கைதிகளின் தண்டனையை ஆயள்தண்டனையாகக் குறைப்பது என முடிவுசெய்கிறது. இது மாநில அரசின் இறையாண்மை'' என்று விளக்குகிறார் தோழர். தியாகு

பேரறிவாளன், சாந்தன், முருகன், ஆகியோர் இன்றுபோலவே ஜெயலலிதா பதவியேற்ற 2011-லும் தூக்குக் கயிற்றின் முன் நின்று கொண்டிருந்தார்கள். இந்த இறையாண்மையைப் பயன்படுத்தி மூவரையும் விடுதலை செய்ய வேண்டுமென தமிழகம் கொந்தளித்தது. ஆர்ப்பாட்டம், உண்ணாநோன்பு என மோட்டிப்பாய் போராட்டங்கள் எழுந்தன. மூன்று பெண்கள்-சாகும் வரை உண்ணாநிலைப் போராட்டத்தை முன்னெடுத்தனர். காஞ்சி மக்கள் மன்றத்தைச் சேர்ந்த

தோழர் செங்கொடி, மூவர் விடுதலை முழக்கத்தினை எழுப்பியபடி தீக்குளித்து ஈகியாகினார்.

''மரணதண்டனைக்கு எதிரான படைப்பாளிகள் இயக்கம்''-என்னும் அமைப்பின் மூலம் குரல் கொடுத்து எழுத்தாளர் பா. செயப்பிரகாசம், கவிஞர் தாமரை, ஓவியர் மருது, கவிஞர் மாலதிமைத்ரி ஆகியோர் ஒருங்கிணைத்து நடத்திய அவ்வயிக்கம் தமிழின் படைப்புத்துறை சார்ந்த எழுத்தாளர், கவிஞர், ஓவியர், பாடலாசிரியர்கள், திரைப்பட இயக்குநர்கள், நடிகர்கள், திரைத்துறைத் தொழில் நுட்பக் கலைஞர்கள், சின்னனத்திரைக் கலைஞர்கள், என ஏறக்குறைய 500 பேரின் ஒப்புதல் பெற்று தமிழக முதல்வருக்கு அவருடைய துணைச் செயலாளரிடம் விண்ணப்பத்தை சமர்ப்பித்தது. அதில் ''கருணை மனு விசயத்தில் மட்டுமே குடியரசுத் தலைவருக்கு நிகரான அதிகாரத்தை மாநில ஆளுநருக்கும் வழங்கியுள்ளது இந்திய அரசியல் சாசனம். இந்த அரிதினும் அரிதான அதிகாரத்தை உயிர்களைக் காக்கப் பயன்படுத்துங்கள். பயன்படுத்துவதன் மூலம் இந்தியாவின் அனைத்து மாநிலங்களுக்கும் உங்கள் தலைமையிலான மாநில அரசு வழிகாட்டும் என்று உறுதியாக நம்புகிறோம்''. என விண்ணப்பம் கேட்டுக்கொண்டது.

முதலமைச்சராய் இருந்த ஜெயலலிதா, அப்போது இந்தக் கூக்குரல்களை செவிமடுக்கும் நிலையில் இருந்ததாகத் தெரியவில்லை. தந்திரோபயமான ஒரு காரியம் செய்தார்.

''தமிழக மக்களின் உணர்வுகளுக்கும், தமிழக அரசியல் கட்சிகளின் கருத்துக்களுக்கும் மதிப்பளிக்கும் வகையில் சாந்தன், முருகன், பேரறிவாளன் ஆகியோரின் கருணை மனுக்களை மறுபரிசீலனை செய்து, அவர்களின் மரணதண்டனையை ஆயுள் தண்டனையாகக் குறைக்க நடவடிக்கை எடுக்க வேண்டுமென குடியரசுத் தலைவரை தமிழ்நாடு சட்டமன்றம் வலியுறுத்திக் கேட்டுக்கொள்கிறது'' தீர்மானம் நிறைவேற்றி குடியரசுத்தலைவர் மாளிகைக்கு பந்தைத் திருப்பி உதைத்தார். கருணை மனு தொடர்பில் மாநில அரசுக்குள்ள இறையாண்மையை செயலாக்கத்துக்கு அவர் கொண்டு செல்ல விரும்பவில்லை அப்போது.

தமிழகத்தில் நடைபெறும் போட்டி அரசியலின் தொடர்செயலாக இது சுருங்கிப் போனது. ஈழமக்களின் அவலம், ஈழவிடுதலைப் போராட்டம் என்பது வாக்கு அறுவடைக்கான நிலமாகிறது. தி.மு.க, அ.தி.மு.க ஆகிய இருகட்சிகளும் மாற்றி மாற்றி விவசாயம் செய்து கொளுத்த மகசூல் எடுத்துக் கொண்டிருக்கிறார்கள். காங்கிரஸ் கூட்டணிக்குள் போன பிற்பாடும் 2007-வரை கருணாநிதி ஒற்றை ஆளாக ஆதாயம் பார்த்துக் கொண்டிருந்தார்.

"யுத்தம் என்றால் அப்பாவி மக்கள் கொல்லப்படுவது எங்கும் நடப்பதுதான்"

ஈழத்தில் இராணுவத் தாக்குதலால் ஆயிரக்கணக்கில் மக்கள் கொல்லப்பட்ட போது அறிக்கை விட்ட ஜெயலலிதாவின் -. அதுவரை விடுதலைப் போராளிகளுக்கும் விடுதலைப் போருக்கும் எதிராக நின்ற ஜெயலலிதாவின் சுருதி சட்டென மாறியது. காரணம் 2009 மே-நடுவில் நடைபெறவிருந்த நாடாளுமன்றத் தேர்தல் அறுவடை. அன்று தொடங்கி அவருடைய ஈழ ஆதரவுப் பாவனை இன்றுவரை தொடர்கிறது. கருணாநிதி என்ற எதிரி அரசியலில் இல்லையென்றால் இந்தப் பாவனையும் அற்றுப் போயிருக்கும் என்பது தெளிவு.

மூவர் தூக்குக் கயிறை அறுக்கிற சந்தர்ப்பம், முன்னர் தி.மு.க. ஆட்சிக்காலத்திலும் கருணாநிதிக்கு இருந்தது. 27.10.1999 அன்று தூக்குத் தண்டனைக் கைதி நளினி உட்பட நால்வரின் கருணை மனுக்களை தமிழக ஆளுநர் நிராகரித்தார். ஆளுநரின் ஆணையை எதிர்த்து உயர் நீதிமன்றத்தில் தூக்குத் தண்டனைக் கைதிகள் வழக்குத் தொடர்ந்தனர். ஆளுநரின் ஆணையைத் தள்ளுபடி செய்ததோடு அமைச்சரவையின் ஆலோசனையைப் பெற்று, புதிய ஆணை பிறப்பிக்குமாறு சென்னை உயர்நீதிமன்றம் 25.11.1999 அன்று ஆளுநருக்கு உத்தரவிட்டது. சென்னை உயர்நீதிமன்றத் தீர்ப்பின்படி அன்றைய முதலமைச்சர் கருணாநிதி 19.04.2000-ல் அமைச்சரவையைக் கூட்டி முடிவு எடுக்கிறார். அது என்ன முடிவு?

''தூக்குத் தண்டனை வழங்கப்பட்ட நான்கு கைதிகளில் ஒருவரான நளினியின் பெண்குழந்தை அனாதையாகிவிடும் என்பதால், நளினி ஒருவருக்கு மட்டும் கருணைகாட்டி மரணதண்டனையை ஆயுள்தண்டனையாகக் குறைக்கலாம் என்றும், மற்றவர்களைப் பொறுத்தவரையில் அவர்களது கருணை மனுக்களை நிராகரிக்கலாம் என்றும் ஆளுநருக்கு ஆலோசனை வழங்க அமைச்சரவை முடிவெடுத்தது.'' என்கிற தந்திரோபாயம் மிக்க முடிவு, தூக்குக் கயிற்றில் ஆடும் மூவரையும் விடுவிக்க அவரும் விருப்பப்படவில்லை என்பதையே காட்டிற்று. சென்னை என்கிற தலைநகரத்தின் சுருக்கு முடிச்சு டெல்லியின் கைவசமிருக்கிறது என்னும் கூட்டணி தர்மத்துக்கு கட்டுப்பட்ட பதிவிரதை அவர் என உணர்த்திற்று.

தமிழக அரசின் இறையாண்மையை நிரூபித்தால் கூட்டணியில் இருக்கும் தன் தலையில் ஒரு குட்டு விழுந்து, ரணம்கட்டி புழுத்துப் போய்விடுமோ என்ற நடுக்கம் அப்போது ஓடிக்கொண்டிருந்தது. சற்றேறத்தாழ அதே காலத்தில் சோனியாகாந்தியின் மகளான பிரியங்கா, தூக்குக் கொட்டடியில் வாடிக்கொண்டிருந்த நளினியைச் சந்தித்துத் திரும்பியிருந்தார்- சோனியாவின் தூதுவராக வந்து பிரியங்கா திரும்பிய பிறகு, கையிலிருந்த வெண்ணெயைக் கொட்டிவிட்டு, நெய்க்கு அலைந்து கொண்டிருக்கும் தெம்மாடியா கருணாநிதி? வெண்ணெயும் கொட்டாமல் நெய்யும் சிந்தாமல் ஈழத்தமிழர் பிரச்சினையில் தமிழர்கள் தலைமேல் சர்க்கஸ் செய்யமுடியும் என்பதைக் காட்டினார். .

''தமிழகத்தில் நடைபெறும் போட்டி அரசியலின் விளைவு இந்த ஏழுபேரின் விடுதலை. தமிழகத்தில் நடைபெறும் அரசியல் சதுரங்கப் போட்டியால் நாடு பெரிய பல ஆபத்துகளைச் சந்திக்க நேரிடும்'' என்று காங்கிரஸ் தேச பக்தர்கள் பேசுகிறார்கள். எள்ளளவும் அரசியல் தொடர்பற்ற இந்தியாவின் பிரதமர் மன்மோகன் சொல்கிறார்.

'' இந்த விவகாரத்தில் சம்பந்தப்பட்ட கைதிகளை விடுதலை செய்யும் முடிவு சட்டப்படி சரியல்ல என்று தமிழக அரசுக்குத் தெரிவித்துள்ளோம். முன்னாள் பிரதமர் ராஜீவ் கொலை நிகழ்வு, இந்தியாவின் ஆன்மா மீது

தொடுக்கப்பட்ட தாக்குதல். இந்தியாவின் போற்றுதற்குரிய தலைவரையும், அப்பாவி மக்களையும் கொன்றவர்களை விடுவிப்பது நீதிக் கோட்பாட்டுக்கு எதிராக அமையும். இந்த விசயத்தில் எந்த அரசும் கட்சியும் பயங்கரவாதத்துக்கு எதிரான நடவடிக்கையில் மென்மையாக நடந்துகொள்வது ஏற்புடையதாகாது''.

ஏழுபேரையும் விடுதலை செய்யும் முதல்வர் ஜெயலலிதாவின் நடவடிக்கையை, பயங்கரவாதத்துக்கு ஆதரவான ஒன்றாக, உலகமய மகாமுனி மன்மோகனும், காங்கிரஸ்காரர்களும் இந்தியாவின் அப்பட்டமான பிரதிநிதிகளான பா.ஜ.க.வினரும் வெளிப்படுதியுள்ளனர். ''தமிழக அரசு எடுத்த முடிவு அறிவுபூர்வமற்றது.'' என்று அறிக்கை விட்டிருக்கிறார் பா.ஜ.க.வின் மாநிலங்களவை எதிர்க்கட்சித்தலைவர் அருண்ஜேட்லி.

இந்த இந்திய மனோபாவம் என்பது என்ன? அது வடஇந்திய மனோபாவம் தான். வட இந்திய ஏகாதிபத்தியத்தின் குணவாகாக உருவெடுத்துள்ள இந்திய மனோபாவம் தமிழர்களுக்கு எதிரான மனக் கட்டமைப்பை எப்போதும் கொண்டுள்ளது என்பதை இந்திய ஊடகங்கள் தொடர்ந்து மெய்ப்பித்து வருகின்றன.

''ராஜீவ்காந்தி கொலை, இந்தியாவின் ஆன்மா மீது தொடுக்கப்பட்ட தாக்குதல்'' என்கிறார் மன்மோகன். இந்திய ஆன்மா மகாத்மா காந்தியோடு மரணமடைந்து போனது. இந்திய ஆன்மாவைப் புதைகுழிக்கு அனுப்பி 65 ஆண்டுகள் நிறைவுபெறுகிறது. இந்தியாவின் ஆன்மா இந்திய ஆளும் வர்க்கக் குழுக்களிடமும், கைப்பாவைகளான அதிகார வர்க்கங்களிடமும் பளபளக்கிறது. பாவப்பட்ட மனித உயிர்களது ரத்தம் உண்டு, கொளுத்து மகி(ழ்)ந்து கிடக்கின்றன கொசுக்கள். இந்தக் கொசுக்களின் ஆன்மா மன்மோகன் என்ற உலகமய ஆன்மாவாக உருவெடுத்து ஓடி ஓடி உரையாடுகிறது.

ஒரு உயிரினை அழிப்பதில் இல்லை; ஒரு மனிதனை உருவாக்குவதில் ஆன்மா இருக்கிறது. தூக்குக் கயிறைச் சுமந்து திரிகிறவன் வாழ்நாள்

முழுதும், ஒருநிமிட இடைவெளியுமில்லாது தூக்குத் தண்டனையை எதிர்கொண்டிருக்கும் வலியை நினைத்துப் பாருங்கள். உள்ளே அவர்கள் இருக்க, நாளும் நாளும் இறுக்கிடும் தூக்குக் கயிறைச் சுமந்து திரியும் கோடிக்கணக்கானவர்கள் வெளியே இருக்கிறார்கள். இவர்கள் இருவரையும் நினைத்து பார்க்கும் ஒரு கணத்தில் ஆன்மா உயிர்க்கிறது.

மனிதனை உருவாக்குவதுதான் முக்கியமே தவிர 'சடா'ரென அழிப்பது அல்ல; மனிதனைச் சிறுகச் சிறுகச் சிதைக்கும் வாழ்நாள் தண்டனையாக்குவதும் அல்ல. "மரண தண்டனை இயக்கத்தைக் கட்டி மக்களின் விழிப்பைத் தொட்டுத் துலக்கலாமா என்று அற்புதம் அம்மாக்கள் இந்தியாவெங்கும் உருவாகிக் கொண்டிருக்கிறார்கள். அற்புதம் அம்மாளின் நெஞ்சுக் கூட்டுக்குள் பொத்தி வைத்துக் காப்பது ஒரு பேரறிவாளன் மட்டுமல்ல, இனி எந்தப் பேரறிவாளனும், சாந்தனும், முருகனும் மரணக்கயிற்றில் ஆடக்கூடாது என்கிற குறிக்கோள். அதுவே அவரது ஆன்மா. தேசபக்தி என்னும் பெயரில் தூக்குக் கயிறை, உயர்த்த நினைக்கிற மனங்களுக்கு எதிராக அற்புதத் தாய்கள் எழுந்து வருவார்கள்.

மரணதண்டனை நீக்கம்-என்னும் ஒற்றைச் சொல்லை உச்சரிக்கிறபோது மட்டுமே- இந்திய ஆன்மா லேசாய்க் கண்திறக்கிறது என்று பொருள்.

மட நாயாகி...

தங்கியிருந்த விடுதியின் மாடியிலிருந்து பார்த்த காலை வேளையில் -எதிர்க்கட்டிட உச்சிக் கூம்பில் நின்று ஒரு பனங்காடை விசில் உருட்டிக் கொண்டிருந்தது. சின்னப் பையனின் விசில் சப்தம் போல் உருண்டது . கால்மணி நேரம் ஏகாந்தமாய் தொண்டையை உருட்டிக் கொண்டிருந்ததை கண்டும் கேட்டும் நின்றபோது, காகங்கள் இல்லாப் பூமி எனச் சொல்லியிருந்தது நினைவில் ஓடியது. அது மணிப்பூர் மாநிலத் தலைநகர் இம்பால்.

தெரு நாய்களை காணமுடியாமல் ஆனது! சந்தைகளில், உணவுவிடுதிகளின் அருகில், குப்பைத்தொட்டியின் பக்கத்தில், பூங்காவில் எங்கெல்லாம் தமிழ்நாட்டில் நாய்கள் நிறைந்திருக்குமோ, அங்கெல்லாம் சுத்தமாய் அந்தப் பிராணிகளில்லை. 'நாயில்லையோ, நோயில்லையோ' என நலமாக வாழுகிறது இம்பால், மணிப்பூர் தலைநகர். நம்மூர் நகரத்தெருக்களில் பால்கறந்த பின் அலையவிடும் மாடுகளும் தென்படவில்லை. நம் தமிழகத்தில் பேணப்படாத பொதுச்சமுதாய ஒழுங்கினை அவர்கள் காப்பதில் கவனம் கொண்டுள்ளார்கள்.

மணிப்பூர் மாநில அரசின் கலை இலக்கிய அமைப்பு (Manipur State Kala Akadami) மாநில நான்காம் இலக்கியவிழாவினை (4th Festivel Of Literature) 2015, ஜுன் 6, 7 நாட்களில் தலைநகர் இம்பாலாவில் ஏற்பாடு

செய்திருந்தது. முதல்நாள் சிறுகதை அரங்கம், இரண்டாம் நாள் கவிதை அரங்கம். சிறுகதை அரங்குக்கு தலைமை ஏற்று அத்துடன் ''கிளியின் சுதந்திரம்'' (Freedom of Parrots) என்று எனது சிறுகதையை ஆங்கிலத்தில் வாசித்தேன். நான்கு நாட்கள் தங்கல்.

மணிப்பூருக்கு சுற்றுலா வரும் வெளிமாநிலப் பயணிகளுக்கான எச்சரிக்கை விடுதி அறைகளின் கதவில் ஆடியது. ''மது அருந்தத் தடையுள்ளது'' என்னும் வாசகம். அறைக்குள் நுழைந்ததும் ஆட்டம் போடத்துவங்கி விடுகிற நம்மூர் மனிதர்களை சூசகமாகக் குறிக்கிறதாக எண்ணினேன். மணிப்பூர் மனிதர் எவரும் கைகளில் மதுப்புட்டிகளோடு நுழைவதை நான் காணவில்லை.

''குடி ,குடித்துக் கொண்டே இரு '' என்ற ஒற்றைக் கதவை தமிழ்நாடு அரசு திறந்துள்ளது. மணிப்பூர் அரசுஅக்கதவை நிரந்தரமாய் மூடியுள்ளது. '' இது வறட்சி மாநிலம் (Dry State) '' என்று பெருமை கொள்கிறார்கள். தமிழகத்தில் எத்தனை எத்தனை நீர்நிலைகள் வறண்டு போய்விட்டன. எத்தனை சிறு, பெருநதிகள் பறட்டைத் தலையாய்க் கிடக்கின்றன. எத்தனை ஆறுகள் வறண்டு போனாலும் '' டாஸ்மாக்'' நதி ஓடிக் கொண்டிருக்கிறது.

தன்னுடைய சம்பாத்தியத்தை மட்டுமல்ல, பெண்ணின் சம்பாதனையையும் சேர்த்து குடித்து அழிக்கிறான் என்ற 'நொட்டைச் சொல்' மணிப்பூரில் இல்லை. அரசு மதுவிலக்கை பூரணமாய் நிறைவேற்றுகிறது . மக்களின் மனப்பிரதேசம் மதுவிலக்கு வெளியாக மாறியுள்ளது. தமிழ்நாடு அரசோ மக்களைப் போதையேற்றி குவிக்கும் வருமானத்தில் போதையேறி ஆடுகிறது. மற்றொரு பக்கம் இலவசம் என்று ஆடுகிறது.- சுயமாய் வாழத் தெரியாத, வாழமுடியாத, சுயசிந்திப்பு வள்ளிசுமில்லாத மகா சனங்களின் கூட்டத்தை உருவாக்கி விட்டார்கள். திராவிடக் கட்சிகளின் ஆட்சி தலையெடுத்த காலமுதலாய் இது பழக்கம்.

முன்னர் குடி தனிமனித விருப்பம். அரசே ஆணையிட்டு, வீதிக்கு வீதி மதுக்கடைகள் திறந்து சமுதாயவிருப்பமாக ஆக்கியுள்ளது. இன்று மது உற்பத்தி கார்ப்பொரேட்டுகளின் கட்டுப்பாட்டில் இருக்கிறது. எரிசாராய, மது உற்பத்தி ஆலைகள் ஆளுங் கட்சி, எதிர்க்கட்சி என்ற

வேறுபாடில்லாமல் நடத்தப்படுகின்றன.'போயஸ் கார்டன் உறவுகளும்' நடத்துகிறார்கள்.'கோபாலபுரத்து உடன்பிறப்புகளும்' குறையின்றி நடத்துகிறார்கள்.

இன்று குடும்ப விழாக்களில், திருமண நிகழ்வில், சடங்குகளில் கூட்டாய் மது அருந்துதலில் உறவு நிரூபிக்கப்படுகிறது. ஆனால் இது வித்தியாசமானதொரு முறை. என் உறவினர் ஒருவரது மகளுக்கு திருமண நிச்சயதார்த்தம். மாப்பிள்ளை வீட்டார் பக்கத்து ஊர். ஒரு 'வேன்' பிடித்து வந்திருந்தார்கள். நிச்சயிப்பு சடங்கு முடிந்ததும் சாப்பாட்டுப் பந்தி. பெண்கள், சிறு பிள்ளைகள், பெரிசுகளுக்கு பந்தி நடந்தது. ஆண்கள் தென்படவில்லை. மாப்பிள்ளை ஊர்க்காரர்களை கூட்டி வந்திருந்த அவ்வூரைச் சேர்ந்த எனது பழைய நண்பர் ரகசியமாகச் சொன்னார், ''அண்ணே, நம்ம கூட்டத்துக்கு தண்ணி ஏற்பாடு ரெடி பண்ணி வேனிலேயே கொண்டு வந்து விட்டேன். அதை ஒழுங்கு முறையா பகிர்ந்து கொடுத்திட்டு வந்திர்றேன்'' என்று என்னிடம் விடை பெற்றுக் கொண்டார். குடும்ப நிகழ்வை ஏற்பாடு செய்வோர் வெளிநாட்டு மது அரக்கனுக்கு தனியாக ஒரு தொகையை ஒதுக்கி மொய் எழுதுகிறார்கள்.

தேர்தல் என்றால் சாதி, மதம், பணம்- என்பதினோடு மது இப்போது புதிதாய் இணைந்துள்ளது. 27-6- 2015 அன்று நடைபெற்ற சென்னை ஆர்.கே.நகர். இடைத்தேர்தல் கணக்குப்படி சென்னையில்-415 டாஸ்மாக் கடைகள்; திருவள்ளூரில் 376. நாள்தோறும் சராசரியாக இவைகளிலிருந்து கிடைக்கும் வருமானம்-ரூ.15/- கோடி. ஒருநாள் தேர்தல் கூத்துக்காக மூன்றுநாள் மூடப்பட்டதில் இழப்பு ரூ.45/- கோடி. இது ஊடகங்கள் வழங்கிய குறிப்புக்கள். தேர்தல் நாளுக்கு முன்னரே ' குடிமகன்களுக்கு' வழங்க மொத்தமாய் வாங்கி சேகரித்து வைத்துக் கொண்டார்கள் என்பது ஊடகம் வழங்காத செய்தி. மறைக்கப்பட்ட குறிப்புக்களும் செய்திகளும் உண்மைகளாய் ஆகின்றன. உண்மையை மொத்தமாய் புதைகுழிக்குள் அனுப்பும் சனநாயகக் கூத்து தேர்தல் என பொழிப்புரை எழுதப்பட்டாகிவிட்டது போலும்.

தமிழ்ப் பிரதேசமான புதுச்சேரியில் இந்த வெளிநாட்டுச் சரக்குடன் கள்ளு, சாராயமும் விற்பனை செய்யும் கடைகள் உள்ளன. 27-06-2015 அன்று புதுச்சேரி கவுண்டம்பாளையம் சாலையிலுள்ள வழுதாவூரில் கள்ளு, சாராயக் கடையை அடித்து நொறுக்கினார்கள் பெண்கள். மக்களின் வசிப்பிடத்தில், அன்றாட நடமாட்டமான சாலையில் கள்ளு, சாராயக்கடை. சாராயக் கடை முளைத்த நாள்முதலாய் பெண்கள் கலால்துறை, வருவாய்த்துறை, தலைமைச் செயலகம், துறை அமைச்சர், முதலமைச்சர் என மனுக்கொடுத்து அலைந்தார்கள். உண்ணாநோன்பு, ஊர்வலம், சாலைமறியல் என்றெல்லாம் உரிமைரீதியான போராட்டங்கள் செய்து பார்த்தார்கள். சனநாயக வழியிலான அனைத்து மெனக்கிடல்களும் தீர்ந்துபோன நிலையில் 'அனைத்திந்திய பெண்கள் அமைப்பினர்' கடைக்குள் புகுந்து அடித்து நொறுக்கினார்கள். சாராயக் கேன்களை தூக்கி வழுதாவூர் சாலையில் கொட்டினார்கள். உடனே அப்பகுதியிலிருந்த சாராயக்கடை அகற்றப்பட்டது.

தமிழ்நாட்டிலும் பரவலாக மதுவுக்கு எதிராக - ஊடகங்கள் சொல்வது போல் மக்கள் ஒரு யுத்தத்தை நடத்தி கொண்டிருக்கிறார்கள். சனநாயகம் சனநாயகம் எனப் பீத்துகிறார்களே, அந்த சனநாயக வழிமுறைகள் அனைத்தையும் கையாண்டு செல்லாக் காசாகிய வேளையில், அடுத்த கட்டமாய் மதுக்கடைகளைச் சூறையாடுகிறார்கள். உடனே மக்கள்நலஅரசு துப்பாக்கி, லத்தியுடன் பாய்கிறது.

அதிருப்தியின் சிறு முணுமுணுப்பைக் கூட கேட்டுவிடும் காதுகள்; விரக்தி மேலேறும் கண்ணின் வெஞ்சிவப்பைக் கவனித்துவிடும் விழிகள்; கைகள் உயர்ந்து வீதிக்கு வருதலை உணர்ந்துவிடும் கூர்த்த புலன் - இவை கொண்டுள்ளோர் சனநாயகவாதிகள். இன்றைய தமிழ்ப் பூமியில் மக்களிடமிருந்து வெளிப்படுகிற கோரிக்கை அல்லது முறையீடு ஒருவழிப் பாதை சனநாயகமாக இருக்கிறது. சனநாயகம் செயல்படுமுறை என்பது அதுவல்ல; சனநாயகம் எவ்வேளையும் இருவழிப் பயணமுடையது. மக்களது விருப்புக்களை மனதிலேற்று செயல்படுத்த வேண்டிய ஆட்சியாளர்களின் இன்னொருபாதை இங்கு முற்றாக அடைபட்டுள்ளது.

‘‘2013- ஆம் ஆண்டு தமிழக மக்கள் மதுவுக்குச் செலவிட்ட தொகையில், 5 லட்சம் வீடுகள் கட்டியிருக்கலாம்; 200 மருத்துவக் கல்லூரிகளை உருவாக்கியிருக்கலாம்: 10 ஆயிரம் பள்ளிக் கூடங்கள் கட்டியிருக்கலாம்’’ (அசுரர்களின் அரசியல்: தலித்துகளும் மது விலக்கும்- பக்5)

ஆட்சியாளர் மூஞ்சியில் மட்டுமல்ல,குடிக்கிற மனநிலையின் மூஞ்சியிலும் சப்பென்று அறைகிற குறிப்பு ரவிக்குமார் எழுதிய நூலில் காணப்படுகிறது..

கல்விக் கூடங்கள் நடத்துங்கள்;. மருத்துவ மனைகள் நிறுவிடுங்கள்; நல்வாழ்வுக்கு அடிகோலுங்கள்; நன்னீர் குடிநீர், வழங்குங்கள்; அரசால் வழங்கப்பட வேண்டுவன சட்டத்தில் இருக்கிறது. சட்டபூர்வமாக செய்ய வேண்டியதைச் செய்யாமல் சட்ட விரோதச் செயலை அரசு செய்கிறது.

‘‘போதைப் பொருட்களையோ, அது சார்ந்த வஸ்துக்களையோ விற்பது குற்றம்.’’

குற்றவியல் சட்டம் சொல்கிறது. வேறு எந்த மாநிலத்திலும் காணவியலாதபடி, அரசே போதை வஸ்துக்களை விற்பது இங்கு நடக்கிறது.

அறிவிப்பு வரும் என எதிர்பார்க்கப் பட்ட அந்த ஆகஸ்டு பதினைந்து 2015-ம் கடந்து போனது. மதுக்கடைகள் மூடப்பட்டால் வாக்குவங்கி வற்றிப்போகுமோ என்று அஞ்சுகிறார்கள். தேர்தல் வெற்றியைத் தீர்மானிக்கிற வாக்குவங்கித் திறவுகோல் டாஸ்மாக் கடையில் மட்டுமே இல்லை. இன்று அது பல தொழில் நுட்பங்களின் கூடம். பலப்பல தேர்தல்கலைகள் கற்ற விற்பன்னர்கள் நிறைந்துள்ள இயக்கம், அய்யா கழகத்திற்கும் மேலே இன்று அம்மையார் கழகம் என்பதில் அய்யமில்லை. ஆகவே தேர்தல் தீர்த்துக் கட்டிவிடுமோ என்ற அச்சம் தேவையில்லை.

பண்பட்ட சமுதாயமா, பாழ்பட்ட ஒரு சமுதாயமா? எதை உருவாக்கப் போகிறோம்?

"மது என்பது என்னவென்று அறியாமல் ஏற்கனவே இரு தலைமுறை கடந்துவிட்டது. அந்தத் தமிழ்ச் சமுதாயத்துக்கு மதுவை நான் அறிமுகப் படுத்த மாட்டேன்."

1967-ல் ஆட்சிக்கு வந்ததும் அண்ணா சொன்ன வாசகம்: அப்போது தமிழ்நாட்டின் முதல்வராக இருந்தார் என்பது மட்டுமல்ல: முந்தைய, இன்றைய கழகங்களுக்குத் தலைவராகவுமிருந்தார்; "அண்ணா வழியில் அயராது உழைப்போம்" என பாட்டிசைப்போரும், அண்ணாயிசத்தின் சாரத்தைப் பிழிந்து ஆட்சி நடத்துகிறோம் என்பவர்களும் இந்த வாசகம் பக்கம் கொஞ்சமேனும் தலைவைத்துச் சிந்தித்தால் நல்லது. -

2

கதைசொல்லி சர்க்கரை அருகே வந்து அமர்கிறார். தனது கதைப்பெட்டியை திறக்கிறார். குடி பற்றிச் சொல்வதற்கு அவருக்குள் ஒன்று அல்ல, பல கதைகள் வாசம் செய்கின்றன. எல்லாம் தன் சாமர்த்தியத்தால் கோர்த்துக் கோர்த்து பத்திரப்படுத்திச் சேர்த்தது.

"கொக்காகி, இராவணன் ஆகி,

மூளியாகி, மடநாயாகி-" என்கிறார்.

சொற்கள் அக்கக்காக (தனித்தனியே) இருந்தாலும், சொற்களுக்குள்ளாக ஊடே ஓடும் அர்த்தச் சங்கிலியை பிரித்து எடுத்துக் காட்டுகிறார்.

குடிக்கப் போகிறபோது, கொக்கு மாதிரி, செட்டையை (இறக்கை) விரித்துக் கொண்டு போவார்கள்; நீ வா, நீ வா என்று ஆள் சேர்த்துக் கொண்டு கொக்குக் கூட்டம் மாதிரிப் போவது - அதுதான் கொக்காகி.

குடி உள்ளே போனதும், மீசையை முறுக்கி விட்டுக் கொண்டு "'நான் யார் தெரியுமா? அவனை உண்டு, இல்லைன்னு சண்டாக்கிருவேன்"

(சண்டாக்குவது - தூளாக்குவது) என்று சவடால் விடுவார்கள் - அதுதான் இராவணன் ஆவது.

குடித்து வந்ததும் புத்தி மூளியாகி விடும். உடல் வலியும், புத்தித் திறனும் ஊனப்பட்டு தூங்கிப் போவது - அதாவது மூளியாவது.

''இப்படி மடத்தனம் பண்ணிட்டு வந்து நிற்கிறாரு?''

காலையில் மற்றவர்கள் சுண்டிக் கேட்கிற அளவுக்கு மடத்தனம் பண்ணிட்டமே என்று குற்ற உணர்வு கொண்டு நொந்து கொள்வது - அதுதான் 'மட நாயாகி' .

குடித்துவிட்டால், மனுசகுணங்கள் 'சடக், சடக்' கென்று மாறுவதை சித்தரிக்கின்றன இந்த உவமைகள். மனுசனை மடநாயாய்க் கைப்பிடிக்குள் வைத்திருக்க கழகஆட்சிகள் விரும்புகின்றன.

குடித்துவிட்டால் மனுச நாயைப் பிடிக்க முடியாது.

குடி பொய் சொல்லச் செய்யும்; வாக்குப் பிறழ வைக்கும்; ஏமாற்றச் சொல்லும்; திருடவைக்கும்; கொலை செய்யச் சொல்லும்; காமப் பித்தைத் தூண்டி, கண்ட பெண்களை கை வைக்கத் தூண்டும்; தேள், பூரான், பாம்பு, கட்டு விரியன் என்ற விஷ ஜந்துக்கள் புத்தியினிடத்தில் குடியேறும்.

ஒரு உண்மை புரிந்தது. மக்களை, மக்களைப் போல் வாழவைக்க இவர்கள் விரும்பவில்லை. மற்றவையாக இருக்கச் செய்யவே இவர்கள் விரும்புகிறார்கள். ஆதிக்கநலன் கொண்டோர் மட நாயாக வைத்திருக்கும்வரை திருப்தி கொள்கிறார்கள்.

□

காந்தியும் இந்தியும்

1965-மாணவ இந்தி எதிர்ப்புப் போரில் களமாடிய போராளிகள் பலரும் இன்று இல்லை. இந்திஎதிர்ப்புப் போராட்டத்திற்கு தலைமை ஏற்றுப் பங்காற்றிய மாணவர் தலைவர்கள் சிலர் மறைந்து விட்டனர். அவர்கள் பெற்ற தனித்த அனுபவங்களும் சொல்ல ஆளில்லாமல் மண்ணாகிப் போய்விட்டன. போராட்ட வரலாற்றை தமது தனித்த அனுபவங்களுடன் அவர்களில் எவரும் இதுகாறும் பதிவு செய்து வைக்கவில்லை. அந்நாளில் தளகர்த்தராய் நின்ற சிலர், வாழ்வு ஓட்டத்தில் 'நீர்வழிப்படு புனை போல்' புரண்டு அமிழ்ந்து போயினர். 1967-ல் ஏற்பட்ட ஆட்சி மாற்றம் தங்களுக்கு அபரிதமாகக் கொட்டிக்குவிக்கும் என்ற எதிர்பார்ப்பில், அரசியலில் ஈடுபட்ட சிலர் திசைமாறிய பயணம் கொண்டனர். ஒரு மாணவர் தலைவர் சாமியாராகி, பெயர்மாற்றம் செய்துகொண்டு இலங்கை சென்று ஆன்மீகப் பொழிவுகள் செய்து திரும்பினார் எனத் தகவலுண்டு. எதிர்பார்ப்பு கனவாகிப் போன ஒருவர் மனநோயாளியாகப் பிறழ்வுற்று மீண்டுள்ளார். இன்னும் சிலர் அரசுப்பணிகளில் அலுவலர்களாய் அமர்த்தப்பட்டு அடையாளம் இழந்தனர். தலைமைத்துவக் குணநலன், அரசியல் தொலைநோக்கு, இலட்சியம் அற்றுப் போனவர்களாய் இவர்களை - குறிப்பாய் கழகக் கட்சிகள் அறுபத்தைந்து தலைமுறையை தமக்குள் அகப்படுத்திக் கொண்டமை- வரலாற்றின் கரும்புள்ளியாகும். வரலாறு தன்னை மறுபடி

பா.செயப்பிரகாசம்

தலைநிமிர்த்திக் கொள்ளுதல் போல் மாணவர் இந்தி எதிர்ப்புப் போரின் 50-ஆம் ஆண்டு நம்முன் நின்று கிளர்த்திக் கொண்டிருக்கிறது.

1965-ன் மாணவர் மொழிப்போர் இந்தியாவில் மொழிவழி தேசிய இன எழுச்சி ஒன்று உள்ளது என்பதை மற்ற மாநிலங்களை உணரச் செய்தது. தம்மை ஆதிக்க நிலையிலுள்ளோராகக் கருதிய இந்தி வட்டாரங்கள் இதை உணர்ந்தபாடில்லை. நாட்டை எங்கோ எடுத்துச் செல்லும் மனோலயத்தில் இருந்த அப்போதைய பிரதமர் நேரு 1938-லிருந்து தமிழகத்தில் கூர்மை கொண்ட இந்திஎதிர்ப்பு கண்ணுற்று சற்றே உளைந்து போனார். ''இந்தி பேசாத மாநில மக்கள் விரும்பும் வரை ஆங்கிலமும் மத்திய அரசின் ஆட்சிமொழியாக நீடிக்கும்'' என நாடாளுமன்றத்தில் நேரு வாக்குறுதி அளித்தமை இதன் விளைவு. இந்த வாக்குறுதி ஆணையாக்கப் படவில்லை; நாடாளுமன்றத்தில் முன்வைக்கப்பட்டு சட்ட அங்கீகாரமும் பெறவில்லை. நேருவின் வாக்குறுதி என்பது வெறும் உமி, அவ்வளவே. தங்கத்தூள் என்று கருதி காலமெல்லாம் அதைச் சுமந்து சென்று தம்மைத்தாமே திராவிட இயக்கங்கள் ஏமாற்றியதோடு, தமிழர்களையும் ஏமாளிகளாக்கினர்.

அரசியல்சட்டத்தின் எட்டாவது அட்டவணையில் உள்ள 22-தேசியமொழிகளையும் இந்திய அரசின் ஆட்சிமொழிகளாக்க வேண்டும் என்ற கோரிக்கையை இந்த 50-ஆம் ஆண்டு நினைவேந்தல் முன்னெடுத்திருக்கிறது. இந்தியா முழுமையும் பல புதிய மொழிப் போராட்ட அமைப்புக்கள் களம் கண்டுள்ளன. இவர்கள் பிப்ரவரி 21, 2014-ல் புதுடில்லியில் ஒன்றுகூடி 'பன்மொழிகள் இயக்கம்' (Movement for multilingual india) என்கிற அமைப்பை உருவாக்கியுள்ளனர். மாணவர் இந்தி எதிர்ப்புப்போர் வெடித்த சனவரி 25-நாளை நினைவு கூர்ந்து பெங்களூரில் அதேநாளில் ''பனவாசி பலகா''(Banavasi balaga) என்னும் கணிணிப் பொறியாளர்கள் பெரும்பான்மையாய் உள்ள அமைப்பு அரங்கக்கூட்டம் ஒன்றை நடத்தியது (25-01-2015). 2015, செப்டெம்பர் 19, 20 -ஆகிய நாட்களில் சென்னையில் தமிழ் மொழியுரிமைக் கூட்டியக்கம் இந்தியை எதிர்த்து மொழியுரிமை மாநாட்டினை நடத்தியது. பஞ்சாப், மேற்குவங்கம், மகாராட்டிரம், ஒடிசா, கர்னாடகம், கேரளம்,

ஆந்திரம், அஸ்ஸாம் ஆகிய மாநிலங்களிலுள்ளோர் பங்கேற்று இந்தி ஆதிக்கதிற்கு எதிராய், தமது தாய்மொழி உரிமைக்காக குரல் கொடுத்ததோடு'' ''சென்னைப் பிரகடனம்'' என்னும் தீர்மானத்தை நிறைவேற்றினர்'' ''நான் ஒரு புனித யாத்திரையாகத் தமிழகத்துக்கு வந்திருக்கிறேன்'' எனப் பறைசாற்றிய ஹார்வர்ட் பல்கலைக் கழகத்தின் ஆய்வாளரும், கொல்கத்தாவில் உயர்நிலைக் கல்வி நிறுவனமொன்றில் பணியாற்றுபவரும் வங்க மொழிப் போராளியுமான கார்கா சாட்டர்ஜி போலவே பிற மாநிலத்தவர்களும் உரையாற்றினர். மொழிப்போர் தியாகிகளை நினைவு கூறுகையில் ''இவர்கள் தமிழ் மொழிக்காகப் போராடிய ஈகியர் மட்டுமல்ல: எமது மொழிக்காகவும் போராடிய ஈகியர்'' என தாம் உணர்வதாக குறிப்பிட்டனர்.

2

பிரித்தானியர் இந்நாட்டில் ஆதிக்கம் செலுத்த அவர்களுக்கு ஒரு நாடு என்னும் உருவம் தேவைப்பட்டது. குடியேற்றக் கொள்ளையின் போதுதான் (colonial rule) நாடு என்ற ஒற்றைப் பிரதேச முறை உலகெங்கும் பிறந்தது. பிரித்தானியர் வருகையின் முன் இந்தியா ஒரு நாடு அல்ல. ஒற்றை நாடு, ஒற்றை ஆட்சி, ஒற்றைமொழி (ஆங்கிலம்) என்ற களத்தை பிரித்தானியர் அமைத்துத் தந்தனர்; அதே ஆடுகளத்தில் அதே ஒற்றைத் தன்மையில் ஆடுவது என்று இந்திய ஆட்சியாளர்கள் முடிவு மேற்கொண்டனர். ஒற்றைக் கொடி ஓங்கிப் பறக்க திட்டமிட்ட ஆங்கிலேய அதிகாரச் செருக்கு அப்படியே ''ஈயடிச்சாங் காப்பி'' போல் இந்திய ஆட்சியாளர்களின் மனப்போக்காக ஆகியது: இந்திய துணைக் கண்டத்தின் பன்மைத்துவம் புறக்கணிக்கப் பட்டு- பல்தேசிய இனங்களினது உள்கோரிக்கைகள், உடன்பிறந்த நோய்கள் எதுவும் வாசியாக்கப்படாது - இந்தி என்னும் ஒற்றைமொழி ஆதிக்கத்தை தூக்கிப் பிடித்தனர். நம்மில் பெரும்பாலோர் பிரித்தானியர் வெளியேறிய பின்னால்தான் இந்தி ஆட்சி மொழி அங்கீகாரம் கொண்டது என்று நினைத்துக் கொண்டிருக்கிறோம். வரலாறு நம்மை இன்னும் முன்னாலே கூட்டிச் செல்கிறது.

1918-ல், தமிழ்நாட்டினர் இந்தியைக் கற்கும் நோக்கில் சென்னையில் காந்தி 'இந்திப்பிரச்சார சபா' வைத் தொடங்கி வைத்தார். ''ஆங்கில நாட்டுத் துணிகளைப் புறக்கணிப்பது போல், அவர்களின் மொழியையும் புறக்கணிக்க வேண்டும், அப்போது தான் நாடு விடுதலை அடையும்'' என்று தொடக்க உரையாற்றினார். ''ஆங்கிலத்தை அகற்றி அந்த இடத்தில் இந்துஸ்தானியை அனைத்திந்திய மொழியாக ஏற்க வேண்டும்'' என்றார். இஸ்லாமியரை பெரும்பான்மையாக காங்கிரஸ் கட்சிக்குள் இழுப்பதும் ஒற்றை இந்தியாவுக்குள் அவர்களை வைத்திருப்பதுமான நோக்கில் இஸ்லாமியரின் மொழியான உருதுச் சொற்களை உள்வாங்கி எழுதுவது என்பதில் ஹிந்துஸ்தானியை பரிந்துரைத்தார். காந்தியின் மொழிக் கொள்கை இது. ஆனால் இந்தி என்னும் ஒரு மொழியை சமஸ்கிருதமயமாக்கலின் பிள்ளையாக வடிவமைத்தனர் பின்னர் வந்த ஆட்சியாளர்கள். இன்று இந்துத்வா அமைப்புக்களின் சூத்திரச்சுருக்கமாக இந்து- இந்தி- இந்தியா என அது மாறியுள்ளது.

''காந்தி பரிந்துரைத்த மொழி இந்துஸ்தானி ஆகும். இந்தி உருது ஆகிய இரண்டு மொழிகளின் கலப்பாக விளங்கிய இந்துஸ்தானி, இப்போது பயன்படுத்தப்பட்டு வரும் இந்தியைப் போல் அவ்வளவு சமஸ்கிருதமயமனது அல்ல; மேலும் இந்திமொழி பேசும் இந்துக்கள், உருது மொழி பேசும் முஸ்லீம்கள் ஆகிய இரு சாராராலும் எளிதில் பேச்வும் புரிந்துகொள்ளவும் கூடிய மொழியாகும். இந்து- முஸ்லீம் ஒற்றுமை என காந்தி கூறிவந்த கருத்துக்கு இணையானதாக அவர் இந்துஸ்தானிமீது காட்டிய விருப்பமிருந்தது. மொழியடிப்படையில் மாநிலங்கள் பிரிக்கப்பட வேண்டுமென்ன்பதையும், அம்மாநிலங்களில் ஆட்சிமொழியாகவும் பயிற்றுமொழியாகவும் அந்தந்த மாநில தாய்மொழிகளே இருக்க வேண்டுமெனவும் ஒத்துக்கொண்ட காந்தி , கூடவே இந்தியாவுக்கு ஒரு ''ராஷ்டிர பாஷை'' தேவை என்பதை வலியுறுத்தினார். எண்ணற்றமொழிகள் பேசப்படும் இந்தியாவில், ஒன்றுக்கும் மேற்பட்ட மொழிகள் ஆட்சிமொழிகளாக இருக்கலாம் என்பதை கருத்தளவில் கூட அவர் ஏற்கவில்லை.

''ஆனால் இந்திய ஆட்சியார்கள் உருவாக்க முணைந்த இந்தி, இந்துஸ்தானியிலிருந்து இருவகைகளில் வேறுபட்டதாகும். முதலாவதாக அது பாரசிக, அராபிய மொழிகளிலிருந்து வந்த சொற்களையும் சொற்றொடர்களையும் களைந்தெறிந்த மொழியாகும். இரண்டாவதாக தனது சொற்களஞ்சியததை வளப்படுத்திக் கொள்வதற்கு சமஸ்கிருதத்தை மட்டுமே மூல ஆதாரமாகக் கொண்டிருக்கும் மொழியாகும்... இந்திமரபு உருது மரபு இரண்டையும் தக்க வைத்துக் கொள்ளவேண்டும் என்ற காந்தியின் கோரிக்கையை நிராகரித்து விடும் அளவுக்கு காங்கிரஸ் கட்சிக்குள் ஆட்சி செலுத்தியவர்கள் அவர்கள். இந்தியா என்பது , இந்து இந்தியாதான் (அதாவது பார்ப்பன இந்து - இந்தியாதான்) என்ற அவர்களது கோட்பாட்டிற்குப் பொருத்தமானதாகவே இருந்தது சமஸ்கிருத மயமாக்கப்பட்ட இந்தி''

இந்திப் பிரச்சார சபா- அந்நிய ஆங்கிலத்தின் இடத்தில் இந்தியைப் வேரூன்றச் செய்ய ஊன்றப்பட்ட விதை என்பதில் ஐயமில்லை. அந்நிய ஆதிக்க மொழியைப் புறக்கணிக்க வேண்டும் என்ற காந்தியின் கொள்கை சரி. ஆதிக்கமொழியைப் புறக்கணிக்கக் கருதினால், இந்திப்பிரச்சார சபாவுக்குப் பதிலாய் ''தமிழ்ச் சங்கத்தினைத்'' தொடங்கியிருக்க வேண்டும். ஒவ்வொரு மாநிலத்திலும் அவரவர் தாய்மொழிவளர்ச்சி அமைப்புக்களைத் காந்தி தொடங்கி, மொழிச்சமத்துவத்தை ஊக்கப்படுத்தியிருக்க வேண்டும்.

'இந்திபடித்தால் மட்டுமே நடுவணாரசுப் பணிகளுக்குச் செல்ல இயலும்' என்ற கட்டாய நிலையை 1948-க்குப் பின்வந்த நடுவணரசுகள் செயல்படுதியதால், இந்திப் பிரச்சார சபாவுக்கு இந்தி கற்க வருவோர் எண்ணிகை அதிகரித்துக் கொண்டு போகிறது. 2009-ல் இந்தி தொடக்கக் கல்வித் தேர்வு எழுதியோர் எண்ணிக்கை 4.61 லட்சம். 2013-ல் இது 6.82 லட்சமாக உயர்ந்துள்ளது. தொடக்கக் கல்வித் தேர்வை எழுதுவோர் எண்ணிக்கை ஆண்டுக்கு சராசரியாக 40 ஆயிரம்பேர் கூடுதலாவதாக இந்திப் பிரச்சார் சபா பெருமைப்பட்டுக் கொள்கிறது.

இந்திப் பிரச்சார சபா மூலம் மட்டும் அல்லாமல், தமிழகத்தில் 510 சி.பி.எஸ்.இ. பள்ளிகளிலும்,39 நடுவணரசுப் பள்ளிகளிலும் (kenthiriya vidyaalayaa) ஆண்டுக்கு ஒரு லட்சம் பேர் இந்தியில் பயில்கிறார்கள். இவர்கள் அனைவரும் விரும்பி இந்தி கற்கிறவர்கள் என்று கருதினால் அது பிழை. இந்திமொழி தெரியாத, கற்காத இனம் இந்தியாவில் வாழுதற்குத் தகுதியில்லாமல் போகும். தன் தலையில் தானே மண்ணை வாரிக் கொட்டிக்கொள்ளும் என்கிற இயல்பின்மையான ஒரு யதார்த்தத்தைக் கட்டிக் காத்து வருகிற இவர்கள் நடுவணரசின் வேலைவாய்ப்பை குறிவைத்துக் கற்கிறார்கள். வலிமையுடையது வாழுமென்ற வாழ்வியல் விதியை கொண்டு செலுத்த - மொழியை முன்வைத்து வாழ்வு வேட்டையிலும் இவர்கள் சளைக்கவில்லை.

ஆனல் இந்தி கற்றுக் கொண்டால் வடமாநிலங்களில் வேலை கிடைக்கும் என்னும் தமிழக எதிர்பார்ப்பு மட்டுமல்ல, பிறமாநிலக் கனவும் பொய்யாகியுள்ளது. இன்றைய நாளில் இந்தி பேசும் வடமாநிலத்தவர்கள் வேலை தேடி தமிழகத்திற்கு படைபடையாய் வருவது கண்கூடு. நடுவணரசின் வேலை வாய்ப்பு ஒன்றை மட்டும் கருத்தில் கொண்டு பிறமாநிலத்தினர் இந்தி கற்கிறார்கள். .இந்தியா என்ற ஒற்றை நாட்டுக் கொள்கையில், குறிப்பாக மொழிக்கொள்கையில் காந்தி நடத்திய ஒற்றைமொழி அரசியல் இதற்கு வேர் என அறியப்பட வேண்டும்.

1924 டிசம்பர் பெல்காம், காங்கிரஸ் மகாசபை கூட்டத்திற்கு தலைமை வகித்த காந்தி ''ஒரு குறிப்பிட்ட காலத்திற்குள் பிரதேச அரசாங்கங்களிலும் அப்பிரதேச மொழியே ஆட்சி மொழியாக்கப்பட வேண்டும். பிரதேசங்களிலிருந்து மேல்முறையீடு செய்யப்படும் பிரிவியு கவுன்சிலில் இந்துஸ்தானி மொழி பயன்படுத்தப்படவேண்டும்... மத்திய அரசிலும் பாராளுமன்றத்திலும் இந்தஸ்தானியே இருக்க வேண்டும், சர்வதேச அளவில் ஆங்கிலம் இருக்கலாம்.'' என்று உரையாற்றினார்.

காங்கிரஸ் கட்சி தன் அமைப்பு நடவடிக்கைகளில் ஆங்கிலத்திற்கு பதிலாக இந்தியையே பயன்படுத்துவது என 1925 - ல் கான்பூரில் நடந்த காங்கிரஸ் மகாசபைக் கூட்டத்தில் அமைப்புச் சட்டத்தைத் திருத்தியது.

"காங்கிரசின் நடவடிக்கைகள் முடிந்தவரையில் இந்துஸ்தானியில் இருக்கவேண்டும். ஒரு வேளை பேச்சாளருக்கு இந்துஸ்தானியில் பேச முடியாத பட்சத்தில், ஆங்கிலத்திலோ அவரது பிரதேச மொழியிலோ பேசலாம். பிரதேச காங்கிரஸ் கமிட்டி நடவடிக்கைகளை அந்த பிரதேச மொழியிலேயே நடத்தவேண்டும். இந்துஸ்தானியையும் பயன்படுத்தலாம்" என முடிவு செய்யப்படுகிறது.

காந்தியின் மொழிக்கொள்கைகளின் அடிப்படையில் 1937-ல் நேரு 'மொழிப்பிரச்சனை பற்றி' என்னும் புத்தகம் எழுதினார். சமதர்மம், சோஸலிசம், இயந்திர மயமாக்கல், புதியதொழில் நுட்பங்களை சுவீகரித்தல் போன்ற பல விசயங்களில் காந்தியுடன் முரண்பட்டிருந்த நேரு, இந்திமொழிக் கொள்கையில் காந்தியுடன் நூற்றுக்குநூறு பின்பற்றிச் செல்பவராக இருந்தார் என்பதை 'மொழிப்பிரச்சினை பற்றி' நூல் உறுதி செய்தது.

1924-லிருந்தே இந்தியை, இந்திய தேசத்தின் பொது மொழியாக்குவது என்ற கருத்தும், கொள்கையும், செயல்பாடும் காங்கிரஸ் கட்சியிடம் இருந்து வந்தது என்பதை நேருவின் பதிவும், காங்கிரசின் தொடர் நடவடிக்கைகளும் தெளிவுபடுத்துகின்றன. இதனால், 1937-ல் பிரிட்டிஷ் அரசின் அதிகாரத்திற்கு உட்பட்ட பிரதேச அரசாங்கங்களுக்கு தேர்ந்தெடுக்கப்பட்ட இந்திய காங்கிரஸ் பிரதிநிதிகள் - திட்டமிட்ட முறையில் இந்தி ஆதிக்கத்திற்கு வழி வகுக்கும் பணிகளைத் தொடர்ந்தனர்.

1938-ல் பிரிட்டிஷார் ஆட்சிக்காலத்திலேயே இந்தியை எதிர்க்கவேண்டிய அவசியம் தமிழ்நாட்டில் ஏன் வந்தது? ஆனால் உண்மை. 1938-ல் முதலமைச்சராய் ராஜாஜி ஆனபோது பள்ளிகளில் இந்தி கட்டாயப் பாடமாக்கப்படும் என சட்டம் கொண்டுவந்தார். 1938-ஆம் ஆண்டு திருச்சியில் தமிழறிஞர்கள், தலைவர்கள் ஆகியோர் கலந்தாலோசனை செய்தனர். சோமசுந்தர பாரதியார் என்ற நாவலர் பாரதியாரைத் தலைவராகவும், கி.ஆ.பெ. விசுவநாதம் தளபதியாகவும் தேர்ந்தெடுக்கப்பட்டு, இந்தித் திணிப்பை எதிர்த்து போராட்டம் நடத்த

திட்டமிடப்பட்டது. பெரியார் ஈ.வெ.ரா, தமிழவேள் உமா மகேசுவரனார், டபிள்யூ.பி.சௌந்தர பாண்டியனார், கே.எம் .பாலசுப்பிரமனியம் ஆகியோரை உறுப்பினர்களாகக் கொண்ட இந்தி எதிர்ப்புப் போராட்டக் குழு உருவாக்கப்பட்டது. மறைமலை அடிகள், பாரதிதாசன் போன்ற தமிழறிஞர்கள், டாக்டர் தருமாம்பாள், மூவலூர் ராமாமிர்தம் அம்மையார், மலர்முகத்தம்மையார், பட்டம்மாள், தனது மூன்று வயது மகள் மங்கையர்க்கரசி, ஒருவயது மகன் நச்சினார்க்கினியன் ஆகியோருடன் பங்கேற்ற சீத்தம்மா என அனைவரும் கைதாகினர். எண்ணற்ற தொண்டர்கள் தடியடியும், சிறையும் பெற்றார்கள். அப்போது நடந்த இந்தி எதிர்ப்புப் போராட்டம் பெரியார் பங்கேற்பினால் பெருவீச்சோடு மக்களைச் சென்றடைந்தது. தோழர்கள் நடராசன், தாளமுத்து இன்னுயிர் ஈந்தனர்.

1948-லும் இதே போர்ச் சூழல். ஓமந்தூர் ராமசாமி ரெட்டியார் காங்கிரஸ் முதலமைச்சர். அப்போது கல்வி அமைச்சராக இருந்த அவினாசிலிங்கம் பள்ளிகளில் இந்தியைக் கட்டாயப் பாடமாகக் கொண்டுவந்தார். இந்தி எதிர்ப்பு போராட்டம் வீறு கொண்டது. நூறு நாட்களுக்கு மேல் கொந்தளித்த போராட்டம் இறுதியில் பள்ளிகளிலிருந்து இந்தியை விரட்டிய பின் ஓய்ந்தது. அவினாசிலிங்கம் பதவியிலிருந்து விலகினார்.

1952, 53, 54-ம் ஆண்டுகளிலும் மத்திய அரசின் பல்வேறு நிர்வாகத்துறைகளில் இந்தி பரவலாக்கப்படுவதையும், இந்தி படித்தவர்களுக்கு முன்னுரிமை வழங்கப்படுவதையும் எதிர்த்துப் போராட்டங்கள் நடத்தப்பட்டன. 1960-ல் அப்போதைய குடியரசுத்தலைவர் வருகைக்கு கறுப்புக் கொடி காட்டும் போராட்டம் தி.மு.க.வினரால் திட்டமிடப்பட்டு நேருவின் உறுதிமொழிக்குப் பின் கைவிடப்பட்டது.

3

அது 1965.

ஒரு வெகு மக்கள் புரட்சிமூலம், ஆட்சி அதிகாரம் தூக்கி எறியப்பட்டு புதிதாய் வந்த மக்கள் பிரதிநிதிகளைக் கொண்டு உருவாக்கப்பட்டதல்ல இந்திய அரசியல் நிர்ணய சபை. ஆட்சி அதிகாரம் பிரித்தானியரிடமிருந்து 1947-ல் இந்திய ஆளும்வர்க்கங்களின் பிரதிநிதிகளான காங்கிரசாரிடம் கைமாற்றிக் கொடுக்கப்பட்டதாகும். .அரசியல் அதிகாரம் கைமாறிய பின் அரசியல் அமைப்புச் சட்டத்தை உருவாக்கும் பொறுப்பு காங்கிரஸ் ஆட்சியாளர்கள் கையில் இருந்தது. இந்திய முதலாளிகள், நிலப்பிரபுக்கள் இவர்களுள்ளிட்ட ஆளும்வர்க்கக் குழுக்களின் கைகளில் காங்கிரஸ் ஆட்சியாளர்களிருந்தார்கள். இவர்களிலிருந்தும், வேறு சில உயர்படிப்பாளிகள், வழக்கறிஞர்களிலிருந்தும் தேர்ந்தெடுக்கப் பட்டவர்களால் ''அரசியல் நிர்ணயசபை'' உருவாக்கப்பட்டது. அரசியல்நிர்ணய சபை உறுப்பினர்கள் கையில் இந்திய அரசியல் சட்டத்தை வடிவமைக்கும் பொறுப்பு ஒப்படைக்கப்பட்டது. இன்னும் சொன்னால் கோடிக்கணக்கான மக்களின் தலைவிதி மக்களின் பிரதிநிதி அல்லாதவர்களின் கையில் ஒப்படைக்கப்பட்டது. இதன் தலைவர் மேனாள் இந்திய குடியரசுத் தலைவர் ராசேந்திரபிரசாத்.

அரசியல் நிர்ணய சபையில் ஆட்சிமொழி குறித்து 1949-ம் ஆண்டு ஆகஸ்டு மாதத்தில், மூன்று நாட்களுக்கு மேலாக நீண்ட விவாதங்கள் நடந்தன. இந்தி மட்டுமே ஆட்சிமொழி என்பதை தீர்மானிக்க ஓட்டெடுப்பு நடத்தப்பட்டபோது, உறுப்பினர்கள் சரிபாதியாகப் பிரிந்தனர். இதைப்பார்த்த ராசேந்திர பிரசாத் தமது வாக்கை சபை மரபுக்கும் சனநாயக மாண்புக்கும் எதிராக இந்திக்கு ஆதரவாக தந்து ஆட்சி மொழியாக்கினார். அரசியல் நிர்ணய சபையின் அரசியல் சட்டத்தில் 17-வது (ஆட்சி மொழி) பகுதி உருவானது.

அரசியல் சட்டத்தின் 17-வது பகுதி , 343 லிருந்து 351 வரையிலான பிரிவு தேவநாகரி எழுத்திலான இந்திதான் மத்திய அரசின் ஆட்சி மொழியாக இருக்கும் எனச் சொல்கிறது. இந்தி புழக்கத்தில் வரும் 1965

வரை 15 ஆண்டுகள் ஆங்கிலம் ஆட்சி மொழியாக பயன்படுத்தப்படும் என பிரிவு 343 வரையறுக்கிறது. குடியரசுத் தலைவராக இருந்த ராசேந்திர பிரசாத் ''1965-சனவரிக்குப் பிறகு இந்தி மட்டுமே இந்தியாவின் ஆட்சிமொழியாக இருக்கும். ஆட்சிமொழியாக ஆங்கிலம் நீடிக்காது'' என 1959 -ல் நாடாளுமன்ற உரையில் வெளிப்படுத்தினார்.

இந்தி மட்டும்1965-லிருந்து ஆட்சி மொழியாக்கப்படும் நடவடிக்கையை எதிர்க்கும் வகையில் ''இந்தியாவின் அனைத்து தேசியமொழிகளும் ஆட்சி மொழிகள் ஆக்கப்படவேண்டுமென்று'' 1963-ல் தி.மு.க. பொதுக்குழு தீர்மானம் நிறைவேற்றியது. அதுகாலம் வரை ஆங்கிலமே தொடர்பு மொழியாக நீடிக்கவேண்டும் எனவும், குடியரசு நாள் துக்கநாளாக கடைப்பிடிக்கப்படவேண்டும் எனவும் அறிவித்தது. வீடுகளில் கருப்புக்கொடி ஏற்றுமாறு மக்களைக் கேட்டுக் கொண்டது. தொண்டர்கள், தலைவர்கள் வேறுபாடில்லாமல் பெரும்பாலோர் இரவோடு இரவாக கைது செய்து சிறையில் தள்ளப்பட்டனர். இந்தித் திணிப்பை எதிர்த்து 1963- லிருந்து நடுவணரசு அலுவலங்கள் முன் மறியல் போர், ஆட்சிமொழிச் சட்ட எரிப்பு, சிறை நிரப்பல் என கட்டம்கட்டமாக போராட்டங்களை தி.மு.க. முன்னெடுத்தது, ஆயிரக் கணக்கில் தொண்டர்கள், தலைவர்கள் கைதாகி சிறை சென்றனர். 1965- வரை இவ்வகைப் போராட்டங்கள் தொடர்ந்தன. பின்னாளில் நடைபெற்ற மாணவர் மொழிக்காப்புப் போருக்கு இந்தப் போராட்டச் செயல்கள் உந்துதல் கொடுத்தன.

இந்திய அரசியல் சட்டத்தின் 17-வது பகுதி மூலம் இந்திமொழிக்கு சமத்துவமற்ற உயர்நிலை கொடுக்கப்பட்டுள்ளதை அகற்றுவதற்காக 1965-சனவரி 25 தமிழக மாணவர் போராட்டம் வெடித்தது. 1965 - ன் மாணவர் போராட்டத்தில் மதுரையில் இரண்டு நாட்களில் அறுபத்தி மூன்றுமுறை தடியடி (Lathi Charge) நடத்தினேன் என்று அன்றைய மதுரை மாவட்ட ஆட்சியர் சேஷன் என்பவர் கூறினார். ஜாலியன் வாலாபாக்கில் ஜெனரல் டயர்'' சுட்டேன்; சுட்டேன்'' என்று ஆணவமாய் முழங்கியது போல் பெருமிதத்துடன் கூறிக்கொண்டார். இந்தி எதிர்ப்புக் கிளர்ச்சியில் தமிழ்நாட்டில் நூறு பேர் இறந்துபட்டார்கள் என்று அரசுக் கணக்கு

தெரிவிக்கிறது. அப்போதுகூட 'கொல்லப்பட்டார்கள்' என்று கூறவில்லை. போராட்டத்தில் 500 பேருக்கு மேல் கொல்லப்பட்டதாக வரலாற்று ஆய்வாளர்கள் கூறியுள்ளார்கள்.

இன உரிமைப் போர் நமது விருப்பம் மட்டுமேயல்ல. வரலாற்றினதும் வாழ்வியலினதும் நிர்ப்பந்தம். வரலாற்றின் கட்டளையைப் புரிந்து மாணவர்கள் நடத்திய இரு மாத கால இந்தி ஆதிக்க எதிர்ப்புப் போராட்டத்தினை தொடர்ந்திருந்தால், அது இன உரிமைப் போராக விடிந்திருக்கும்.

"இந்தியாவின் அனைத்து தேசிய மொழிகளும் நாட்டின் ஆட்சி மொழிகளாக வேண்டும் - மைய அரசின் ஆட்சிமொழியாக தமிழ் ஆகும் வரை ஓயமாட்டேன்" என 1967-ல் நாடாளுமன்ற மேலவையில் அண்ணா உரையாற்றியிருக்கிறார். 1965 -மாணவர் போராட்டம் வீண் போகவில்லை. 1976- ஆம் ஆண்டு இந்தி ஆட்சிமொழிச் சட்ட ஆணையம் திருத்த விதிகளை வெளியிட்டது

"இந்தி ஆட்சிமொழிச் சட்டம் தமிழ்நாடு தவிர்த்த மற்ற மாநிலங்களுக்குத்தான் செல்லும்" என திருத்த விதிகள் வகுத்தது. இந்தியாவின் ஆட்சி மொழிச் சட்டம் 1963 இன் கீழ் வகுக்கப்பட்ட, அலுவல் மொழிகள் விதிமுறைகள் 1976 - Official Languages (Use for Official Purposes of the Union) Rules, 1976, மிகத் தெளிவாகவே, இந்தி அலுவல்மொழி என்பது தமிழகத்துக்குப் பொருந்தாது என வரையறுக்கிறது. மத்திய அரசின் இணையதளத்திலேயே வெளியிடப்பட்டுள்ளது 'They shall extend to the whole of India, except the State of Tamilnadu'. (இது இந்தியா முழுமைக்கும் பொருந்தும், தமிழ்நாடு மாநிலம் நீங்கலாக):

2(b)- இல் கூறியவாறு, தமிழ்நாட்டில் இயங்கும் மத்திய அரசாங்கத்தின் அமைச்சகம் அல்லது அலுவலகம், மத்திய அரசாங்கம் நியமிக்கும் எந்த ஒரு ஆணையமும் குழுவும் தீர்ப்பாயமும், மத்திய அரசாங்கத்துக்கு உடைமையான அல்லது அதன் கட்டுப்பாட்டிலிருக்கிற எந்த ஒரு தொழிற்கழகமும் தொழில்நிறுவனமும் - ஆகிய அனைத்துக்கும் இந்த

விதிமுறை பொருந்தும். Ministry, Department or Office of the Central Government, any Office of a Commission, Committee or Tribunal appointed by the Central Government; and any Office of a corporation or company owned or controlled by the Central Government. இந்திய அரசு இந்திபேசும் மாநிலங்களோடு இந்தியில் மட்டுமே தொடர்பு கொள்ளும். இந்திபேசாத தமிழ்நாடு தவிர்த்த பிற மாநிலங்களோடு இந்தியிலும் ஆங்கிலத்திலும் தொடர்புகொள்ளும். தமிழ்நாட்டோடு ஆங்கிலத்தில் மட்டுமே தொடர்பு கொள்ளும். தமிழ்நாடு நடுவணரசோடு தமிழிலும் ஆங்கிலத்திலும் தொடர்பு கொள்ளலாம். 1976- இந்தி ஆட்சி ஆணைய விதிமுறைகள் இவ்வாறு திருத்தப்பட்டுள்ளதை நடுவணரசும் கண்டுகொள்ளவில்லை. தமிழ்நாடு அரசும் நடைமுறைப் படுத்தவில்லை.

பொதுவாக செப்டெம்பர் 14-ல் தான் இந்தி நாள் கொண்டாடப்படுவது வழக்கம். ஆனால் இம்முறை நிதிஒதுக்கீடு செய்யப்படவில்லை என்று சாக்குச் சொல்லி தமிழ்நாட்டின் சாஸ்திரி பவனிலுள்ள நிறுவனங்கள் பதிவுத்துறை (Registeror of Companies Act) மார்ச் 26-ல் இந்தி நாள் கொண்டாடியது. இவ்விழாவில் பங்கேற்க, மோடி அரசு பொறுப்பேற்ற சில நாட்களிலேயே சென்னை வந்த 'நடுவண் அமைச்சர் பன்சால்' வன்மையான சொற்களில் அத்துறையில் பணிபுரியும் தமிழக ஊழியர்களை மிரட்டியிருக்கிறார். இந்தி நாளை கண்டிப்பாகக் கொண்டாட வேண்டுமென்றும், இந்தி தெரியாதவர்கள் இந்தியைக் கற்றுக் கொள்ள வேண்டுமென்றும், இந்தியில்தான் நடுவணரசோடு தொடர்பு கொள்ள வேண்டுமெனவும் பேசியிருக்கிறார். 1976- இந்திமொழி ஆட்சி ஆணைய திருத்த விதிமுறைகள் இந்த மிரட்டல்காரருக்கு தெரியாமல் போனதுதான் விசித்திரமானது. தெரியும்: தெரிந்திருந்த போதும் ஆதிக்க மனது சும்மா இருக்காது.

அஞ்சல் நிலையங்களில், வங்கிகளில், தொடர்வண்டி நிலையங்களில்- எங்கெல்லாம் இந்தி பயன்படுத்தப்படுகிறதோ. அங்கெல்லாம் இந்தச் சட்டம் மீறப்படுகிறது. செப்டம்பர் 14- இந்தி நாளாக அறிவிக்கப் பட்டு, உறுதிமொழி எடுத்துக் கொள்ளப்பட்டுள்ளது. பிறகு 'சமஸ்கிருத வாரம்' கொண்டாடப் பட்டது.

மே 27,2014 அன்று இந்திய உள்துறை அமைச்சகத்தின் சார்பில் ஒரு அறிக்கை வெளியிடப்பட்டது. "இந்திய அரசு சார்ந்த அறிவிப்புகள் அனைத்தும் சமூக வலைத்தளங்களில் இந்தி மொழியிலேயே வெளியிடப்பட வேண்டும். அரசு சார்பில் சமூக ஊடகங்களில் இந்தியில் எழுதுவோர் இந்தியிலும் எழுதலாம். ஆனால் ஆங்கிலத்தில் எழுதுவோர் இந்தியிலும் எழுத வேண்டும்" என அறிவிப்புவந்தது. .ஊடகங்கள், அரசியல் கட்சிகள், ஆய்வாளர்கள், அறிவாளர்கள் மத்தியிலிருந்து எழுந்த கடுமையான எதிர்ப்பு காரணமாய், பா.ஜ.க. அரசு "இந்த அறிவிப்பு இந்தி பேசும் மாநிலங்களைக் கருத்தில் கொண்டு வெளியிடப்பட்டதாகும்" என வினோதமான விளக்கத்தை அளித்தது. ஆனால் நடுவணரசின் நகர் மேம்பாட்டுத்துறை அமைச்சர் வெங்கையா நாயுடு" இந்த அறிக்கை காங்கிரஸ் ஆட்சியிலிருந்த போது வெளியிடப்பட்டது. இந்த அறிக்கை வெளியான நாள் மார்ச் 2014. அப்போது நாங்கள் ஆட்சியில் இல்லை. தேவையில்லாத பழி எங்கள் மீது சுமத்தப் பட்டுள்ளது" என வெளிப்படுத்தினார்.

வரலாறு - ஒரு வளமான ஆய்வுக் கூடம். எல்லா சூரத்தனங்களுக்கு மட்டுமல்ல, எல்லாக் கள்ளத்தனங்களுக்கும் அதில் சான்றுகள் எடுக்கலாம் என்பதை வெங்கையா நாயுடு அறிக்கையும், விதவிதமான இந்தித் திணிப்பு நடவடிக்கைகளும் வெளிப்படுத்தியுள்ளன.

எதிர்ப்பின் புள்ளிகள்

ஒன்று

08-07-2015- ஒரு புத்தகம் மூடிக்கொண்டது. இனி யாரும் திறக்கமுடியாதவாறு தன்னை மூடிக்கொண்டுவிட்டது. வாழ்நாள் பரியந்தம் வரை தன்னைத் தானே வாசித்துகொண்டிருந்தது. தன்னை வாசித்தல் என்பது தன்வாழ்வையும் சூழ்ந்துள்ள பிறரையும் வாசித்தல்தான். வாசித்து உணர்ந்ததும் அனுபவப்பட்டதுமான வாழ்க்கையை எடுத்து வழங்கிற்று.

கடற்கரை மரணமாகிவிட்டார். 1950- வாக்கில் குறவன் - குறத்தியாட்டம் என்ற கூத்துக்கலை தென்பிரதேசத்தில் முன்னுக்கு வந்தது. அறுபதுகளில் தொடங்கி ஒரு முப்பது, நாற்பது ஆண்டுகள் தென்தமிழகத்தை கக்கத்தில் இடுக்கிக் கொண்டிருந்தது. இசைத்தட்டு நடனம், வீடியோ, சின்னத்திரை, பெரியதிரை போன்ற சுனாமிகள் நாட்டுப் புறக் கலைகள் மீது சொடுக்காத காலம்வரை குறவன்-குறத்தியாட்டம் மஹாராணியாட்டம் 'ஜம்' மென்று உட்கார்ந்திருந்தது.

அவருடையது அனுபவப்பூர்வமான கலை; அவர்கள் ஆடிய ஆட்டத்துக்கு எழுத்து, படிப்பு தேவையில்லாதிருந்தது. அவர்களின் மொழிக்கு எழுத்து இல்லை; வாசிப்பு இல்லை. எழுதிவைத்துக் கொள்வது, எழுதிவைத்ததை மனனம் செய்வது என்ற 'கத்துக்குட்டித்தனம்' கிடையாது.

அன்றாடம் நிகழ்த்துதல் அவர்களின் மொழி. விசையுறு உடலினுள்ளே வில்லேற்றி வைத்திருப்பது போல், அந்தந்த இடத்தில் அவ்வச்சூழலில் சொல்லேற்றிப் பேசுவது, பாடுவது, ஆடுவது அவர்களுக்கு மொழி.

ஏற்கனவே தன்னைச் சூழ நடந்தன, நடகின்றன, நடக்கப் போவன எல்லாவற்றையும் உள்வாங்கிச் செரித்து சுயசிந்திப்பு என்னும் அகப்பையினால் பந்திக்கு வாரி வாரி வார்ப்பார் கடற்கரை. பேச்சு, பாட்டு, ஆட்டம்- என்கிற கலைத்தொழில் கருவிகளைக் கையில்கொண்டு ஆட்டக்காரர்கள் ஒருத்தருக்கொருத்தர் பேசுவார்கள்; பாடுவார்கள்; ஆடுவார்கள். நீ ஒண்ணு சொல்லு, நா ஒண்ணு சொல்லு என்று மாற்றி மாற்றி நிகழ்த்திக் கொண்டார்கள். எக்கண்டம், எகத்தாளம், எகடாசி எல்லாமும் கலந்த கலவையாயிருக்கும்.

'' ஒரே காமெடி . எங்க ஆட்டத்துக்குப் போட்டியாயிருந்துச்சி '' என்றார் கடற்கரை. தேநிர்க்கடை நடத்துகிற இளையராஜாவுடன் ஜோடி சேர்ந்து ஊடைக்கு ஊடை அப்படிப் போய் வேற நிகழ்ச்சிகள் பாத்துக்கீறது உண்டு. பிரபலமான பேச்சாளர்கள் பங்கேற்ற பட்டிமன்றம் பக்கத்து நகரில் நடந்தது.

'' கடற்கரை கூத்தையாவது ஒரு கணக்கில சேக்கலாம். இது அதைவிடக் கேவலமா இருந்தது. கடற்கரை பேச்சு இருபொருளா இருக்கும். பாக்குறவங்க அதைப் புரிஞ்சிக்கிட்டு சிரிப்பாங்க. அவங்க அவங்க அர்த்தப்படுத்திகிருவாங்க. ஆனா பட்டிமன்றப் பேச்சில ஒரு அர்த்தமும் இல்லே. படிக்கிறதும் இல்லே. படிச்சிட்டு வந்து பேசுறதுமில்லே. ஜீவானந்தம், குன்றக்குடி அடிகளார்ன்னு ஒரு தலைமுறையில கண்ட பட்டிமன்றத்தையா இன்னைக்குப் பாக்குறோம்? பாக்க முடியுமா? பட்டிமன்றத்தைச் சீரழிச்சுது யாருன்னா '' என்று தேநீர்க்கடை இளையராஜா சில பெயர்களைச் சொன்னார்.

'' எங்களப் பாத்து கூத்தடிக்காங்கன்னு சொல்லுவாங்க முன்காலத்தில, இது அதை விடப் பெரிய கூத்தால்ல இருக்கு. இது நல்லா எடுபடுதேன்னுட்டு இப்ப நெறையப்பேரு இந்தத் தொழில்லே எறங்கிட்டாங்க. ஒரே காமெடி'' என்றார் கடற்கரை.

புளியங்குளம் என்ற ஊருக்கு ஆட்டம் நடத்தப் போயிருந்தார் கடற்கரை. அந்த வட்டாரத்தில் பள்ளர்கள் அதிகமாம்; அவர் அதற்குக் கீழான பறையராம். புளியங்குளத்தில் இவர்களுக்கும் கீழ் தெலுங்கு பேசும் சக்கிலியர் இருக்கிறார்கள். இந்த மூன்று சனத்துக்கும் மேலே இடைநிலை சாதி, உயர் சாதி இருக்கின்றது. அவர்கள் அதிகாரமுள்ள கூட்டம் என்கிறார் கடற்கரை.

முதல்நாள் ராத்திரி குறவன் - குறத்தியாட்டம். கடற்கரை சுருட்டி எடுத்துவிட்டார். வாத்தியாருக்கு ஈடுகொடுத்து ஆட்டக்காரர்களும் பின்னி எடுத்துவிட்டார்கள்.

அடுத்த நாள் காலை கடற்கரையும் குழுவினரும் தேநீர் சாப்பிடப் போனார்கள். கடைக்கு உரிமையாளர் தன்னை மேல்சாதியாகக் கருதிக் கொள்கிற இடைநிலை சாதிக்காரர். முந்திய நாள் கடற்கரை போட்ட ஆட்டத்தையெல்லாம் சிரிக்கச் சிரிக்கப் பார்த்து ரசித்தார்கள். அந்தக் கூட்டம்தான் ஆட்டக்காரர்களைச் சுற்றி குமிந்திருந்தது. கடை நடத்துகிறவர் '' வா கடற்கரை, டீ குடி'' என்றார்.

''அதுக்குத் தானே வந்திருக்கோம்'' என்றார் கடற்கரை. தேநீரை சிரட்டையில் (கொட்டங்கச்சி) ஊற்றிக் கொடுத்தார் கடைக்காரர்.

'' ஏன் சிரட்டையில கொடுத்தாங்க. மத்தவங்களுக்கு மாதிரி டம்ளர்ல குடுங்கன்னு கேக்க வேண்டியது தானே'' நான் கேட்டேன்.

''அவங்க சாப்பிடுற டம்ளரில நாங்க சாப்பிட மாட்டோமில்ல'' என்றார் கடற்கரை. 'அடிரா சக்கை' என்று ஆளைத் தோள்மேல் தூக்கிக் கொண்டாட வேண்டும் போல் இருந்தது. 'அவர்கள் உபயோகப்படுத்துகிற பொருள் எங்களுக்கு ஆகாதது; அதை நாங்க தொட மாட்டோம்'' என்ற அர்த்தம் அவர் பேச்சில் ஒண்டித்துக் கிடந்தது.

''எங்களைப் புறக்கணிப்பதாக நினைக்கிறார்கள் ; இல்லை, நாங்கள் அவர்களைப் புறக்கணிக்கிறோம்''

''நீ என்ன எங்களைத் தீண்டத் தகாதவன் என்று நினைப்பது? நாங்களல்லவா உன்னைத் தீண்டத்தகாதவன் என்று நினைக்கிறோம்''

" உன்னை வைத்துத்தான் நாங்கள் என்று நினைக்கிறாய்; எங்களை வைத்துத் தான் நீ" -

இப்படி உள் அர்த்தங்களை நெடுக தொடுத்துக் கொண்டே போகலாம். மனசளவில் அவர்கள் வில்லேற்றிவிட்டார்கள். செயலளவில் வில்லெடுக்க நிறையநாள் ஆகப் போவதில்லை.

இரண்டு

தூத்துக்குடி மாவட்டம், விளாத்திகுளம் 'வைப்பாற்றின்' கரையோரக் கிராமம் சித்தவநாயக்கன்பட்டி. வைப்பாறில் மணல்குவாரி அமைக்கத் திட்டமிடுவதை அறிந்து சித்தவநாயக்கன்பட்டி மக்கள் திரண்டு வட்டாட்சியர்? அலுவலகம் முன் முற்றுகை நடத்தினார்கள்(28-12-2016). மேலிருப்பவரின் கட்டளையை வட்டாட்சியர் செயல்படுத்துகிறார். கொடுக்க வேண்டியதைக் கொடுத்துப் பெற வேண்டியதைப் பெற்றுக்கொண்ட முக்கியப் புள்ளிகளில் அவரும் இருக்கக்கூடும். பாவம் அவர் என்ன செய்வார்!

வைப்பாற்றுப் படுகையில் மணல் குவாரி அமைந்தால் கரையோர 64 கிராமங்களின் குடிநீர் ஆதாரமும் விவசாயமும் இல்லாமல் போகும். சாலைப் போக்குவரத்து முற்றிலும் துண்டிக்கப்படும். செயலாற்றும் பொறுப்பில் உள்ளோருக்கு காதுகள் வேண்டும். கேட்கிற காதுகளாக இருக்க வேண்டும். வட்டாட்சியருக்கும் அவரது அலுவலகத்துக்கும் கேட்கிற காதுகள் இல்லை எனத் தெரிந்து கொண்ட சித்தவநாயக்கன் பட்டிக்காரர்கள் இரண்டாம் கட்டமாய் மாவட்ட ஆட்சியரிடம் தூத்துக்குடிக்குப் படையெடுத்தார்கள். தனியாய் இல்லை அவர்கள். வைப்பாற்று வடிநிலை கரையோரக் கிராமங்களின் மக்களை ஒன்றுதிரளுதலில் இணைத்தார்கள். வைப்பாற்று வடிநிலை கரையோரக் கிராம மக்கள் சார்பாக மாவட்ட ஆட்சியர் அலுவலகம் முன்பு தர்ணா போராட்டம் நடந்தது (30- 12- 2015).

200 - க்கும் மேற்பட்டோர் ஆட்சியர் அலுவலகம் முன்பு தரையில் அமர்ந்து தர்ணாவில் ஈடுபட்டனர். ஊராட்சி மன்றத் தலைவர்களும்

தர்ணாவில் இருந்ததால், இதில் ஏதோ இருக்கிறது என்ற முடிவுக்கு மாவட்ட ஆட்சியர் வருகிறார். ஆட்சியர் நேரில் வந்து பேச்சுவார்த்தை நடத்த வேண்டும் என கிராம மக்கள் கோரிக்கை விடுத்தபோதும் அவர் நேரில் எழுந்தருளவில்லை. மாவட்ட ஆட்சியர்கள் எவராகவும் இருக்கட்டும். மக்கள் தானே என்ற அலட்சிய உள்முடிச்சு அவர்களிடம் விழுந்து கிடக்கிறது.

கனிம வளத்துறை உதவி இயக்குநர், ஆட்சியரின் நேர்முக உதவியாளர் கிராம மக்களிடம் பேச்சுவார்த்தை நடத்தினர். மணல் குவாரி அமைப்பதற்கு உரிமம் வழங்கப்படவில்லை என அதிகாரிகள் தெரிவித்தனர். குவாரி அமைப்பதற்கான ஆய்வுப் பணிகள் முடிந்து கல்நட்டு கொடியும் கட்டப்பட்டுள்ளது என்று கிராம மக்கள் புகைப்பட ஆதாரங்களைக் காட்டினர். நட்டிய கற்களை அகற்ற நடவடிக்கை எடுக்கப்படும் என அதிகாரிகள் உறுதியளித்தனர். ஒரு மணிநேரப் போராட்டம் முடிவுக்கு வந்தது.

உண்மையில் நடந்தது என்ன? மணல்கொள்ளைக்குத் தோதாக புதிய மணல் குவாரி அமைக்க மேலிடத்தில் திட்டம் போட்டாகிவிட்டது. மாவட்ட ஆட்சியருக்கும் வட்டாட்சியருக்கும் தாக்கல் தரப்பட்டு குவாரி எல்லைகள் குறித்து வரைபடமும் தயாராகி விட்டிருக்கிறது. எல்லைகள் அளக்கத் தொடங்கிவிட்டார்கள்.

மணல்குவாரிக்கு அனுமதி தரவேண்டியது மேலிட அலுவலகத்தில் அமர்ந்துள்ள தலைமை அலுவலர்களோ, அவர்களுக்கும் மேல் அதிகாரமுள்ளவராகக் காட்டிக் கொள்ளும் அமைச்சர்களோ அல்ல. ஆணை தர வேண்டியவர்கள் ஆற்றோர கிராம விவசாயிகள். அவர்களிடம் ஒப்புதல் பெறப்படவில்லை.

தென்மாவட்ட வைப்பாறு முதல் வடகோடி பாலாறுவரை மக்களின் ஆணைகள் பெறப்படுவதில்லை. கேட்டால் ஒரு பதில் தயாரிப்பில் எப்போதும் இருக்கிறது. ஐந்து ஆண்டுகளுக்கு முன் மக்களிடம் அனுமதி பெற்று விட்டோம் என்ற பதில். ''ரொம்ப அதிகாரமாப் பேசுறான்''

என்பார்கள் வட்டார மக்கள்.

பாலாறும், தேனாறும் ஓட வேண்டாம்; தாகத்துக்கு நீர் தாருங்கள் என்று சித்தவநாயக்கன்பட்டி கேட்டது ; வேளாண்மைக்கு- விதைக்கச் செய்ய- குளிக்கத் துவைக்க- வாழ்க்கைக்கு நீர் வெண்டும்; மரியாதையுடன் கேட்டது, சனநாயக எல்லைக் கோட்டுக்குள் அமர்ந்து கேட்கிறார்கள்; கேட்டால் தரவில்லை, தட்டினால் திறக்கவில்லை.

''கேளுங்கள் தரப்படும்

தட்டுங்கள் திறக்கப்படும்''

என்கிறார் இயேசு. சனநாயகத்தை நேசிக்கும் சிந்திப்பிலிருந்து எழும் இவ் வசனம்- இயேசு வழங்கிடும் புத்தாண்டுச் செய்தி. புதுவருடப் பிறப்புக் காலத்தில்தான் சித்தவநாயக்கன்பட்டிக்குச் சோதனை.

எதையும் எடுத்துச் சொல்ல வேண்டும்; எடுத்துச் சொல்லத்தான் நாக்கு. (பிறந்த குழந்தை கூட அழுகைப் புரட்சி செய்துதான் தேவையை நிறைவேற்றிக் கொள்கிறது -என்ற போராளி நேதாஜியின் வாசகத்தை இங்கு கவனம் கொள்ளுதல் நல்லது)

சொல்வதைக் கேட்க காதுகள் வேண்டும். எதையும் கேட்கத்தான் காது. யாருக்கு காதுகள் இருக்கிறதோ, அவன் கேட்கக் கடமைப்பட்டவன் ஆகிறான். எடுத்துச் சொல்வதற்கும், கேட்டுக்கொள்வதற்குமென இயற்கை நாக்கையும் காதுகளையும் வழங்கியுள்ளது. எடுத்துச் சொல்லுகிற நாக்கும், கேட்டுக் கொள்ளும் காதுகளும் சனநாயகத்திற்கு உயிர்த் தூண்கள்.

பாதிப்புக்குள்ளான மக்கள் எடுத்துச் சொன்னார்கள்; எது சரியோ அந்தச் சரியானதை மக்களுக்குச் செய்ய வேண்டிய பொறுப்பிலுள்ளோர் முதலில் கேட்க வேண்டும். அதிலும் மேலிடத்துப் பொறுப்பிலுள்ளோர் சின்னஞ்சிறு முணுமுணுப்பானாலும், சிறுசிறு அசைவின் ஒலி என்றாலும் தானே உணர்ந்து உள்ளிறக்கும் காதுகள் கொண்டிருக்கவேண்டும். காதுகள் கொடுக்கப்பட்டிருந்த போதும் அதிகாரவர்க்கத்தினர் கேளாச் செவியினராகினர்.

வாழ்வைக் காக்க மக்கள் என்ன செய்வது? 'சனநாயகத்தின் எல்லைகளை மீறி வாருங்கள்' என்று சொல்லாமல் சொல்லி, தூண்டாமல் தூண்டி விடுகிறார்களா?

மக்கள் தத்தம் வாழ்வைக் காத்துக் கொள்ளும் போருக்கு ஒரு திறவுகோல் தருகிறார் இயேசு.

''கேளுங்கள் தரப்படும்

தட்டுங்கள் திறக்கப்படும்''

இவ்வாறு ஒவ்வொரு முறை உச்சரிக்கிற போதும், உயிரோடு புதைக்கப்படும் சனநாயகத்தைக் காக்க ''புரட்சி செய்யுங்கள், புரட்சி செய்யுங்கள்'' என சித்தவநாயக்கன் பட்டிக்காரர்களை அழைப்பது போல் தெரிகிறது. சித்தவநாயக்கன் பட்டிக்கு மட்டுமேயல்ல, சிதைந்த கூட்டுக்குள் அரைபட்டுத் துடிக்கும் அனைத்து மக்களுக்குமான அழைப்பாக இதைக் காண முடிகிறது.

வட்டாட்சியர் மறுதலித்த வாழ்வியல் உரிமையை, சனநாயகத்தை, அவரிடம் பெறமுடியாததை மாவட்ட ஆட்சியரிடம் போய்ப் போராடிப் பெற்றனர். ஒரு சக்தியாய்த் திரண்டு நிற்றலில் கிட்டியது, முறையீட்டின் முன்றிலில் நின்றால் கிடைக்காத நீதி, திமுதிமுவெனப் படியேறி அதிகார மையத்தின் நடுவீட்டுக்குள் போனால் தன்னாலே வந்து விழுகிறது. 200 -பேரைத் திரட்டி, அறுபது கி.மீ. அப்பாலுள்ள தூத்துக்குடி வரை போய் போராட எவ்வளவு தொகை செலவாகியிருக்கும்? ஒவ்வொருவரின் நாளாந்த வேளையும் வருமானமும் இல்லாமலாமல் போய், உழைப்பும் இழப்பாகி எத்தனை வேதனைகளுக்குள் தள்ளப்பட்டார்கள். அத்தனை பேரின் ஒன்றுதிரளல் என்பது வெறும் உழைப்பு வீணாக்கம் அல்ல. அத்தனையும் மனிதவளம். மாவட்ட ஆட்சியரிடம் போய் நின்றபின்னும் தீராமல் நீதிமன்றப் படிகளில் ஏறுவது என்றால் எவ்வளவு மனிதவளம் வீணாகிப் போயிருக்கும்? அது அவர்களால் சாத்தியப் பட்டிருக்கக் கூடுமா?

ஒவ்வொரு பூவிலும் கோர்க்கப்படும் நாறு போல்,சனநாயகம் என்பது அரசமைப்பின் ஒவ்வொரு கண்ணியிலும் பின்னியிருக்க வேண்டும்; அவ்வாறில்லையென்பது தான் 2015- ம், 2016-ம் வெளிப்படுத்திய அவலம். இப்போது நடந்தது மக்கள் சக்திதிரண்டு அதிகார மையத்தை நோக்கி நடந்ததால் ஏற்பட்ட பயத்தினால் விளைந்தது. அதிகார மையத்தினுள் ஒளித்து வைத்த சனநாயகதைக் கொஞ்சமாய் இறக்கி விட்டிருக்கிறார்கள்.

அதிகாரம் ஒரு நெருப்பு. சூடு ஏற ஏற பாத்திரத்தில் இட்ட உணவுப் பொருள் தீய்ந்து போகிறது. ''அடிப்பிடித்து விட்டது என்பார்கள் தாய்மார்கள். (மன்னிக்க வேண்டும், தாய்க்குலம் தான் இன்றும் சமையலறையில் நிற்கிறது. அதனால் தான் இந்தச் சொல்லாடல்) அதிகாரச் சூடு ஏற ஏற, அதிகாரம் கேள்விக்குள்ளாகிப் போகும் என்ற பதட்டம் எகிறிட, சனநாயகம் அடிப்பிடித்து நாற்றம் பறக்கிறது.சென்னைப் பெருநகர் முதலாக திருவள்ளூர், காஞ்சீபுரம், கடலூர், விழுப்புரம் மாவட்டங்கள் தண்ணீர்க் கல்லறைகளான அக்டோபர், நவம்பர், டிசம்பர்களிலும் சித்தவநாயக்கன் பட்டிவரையும் சனநாயகம் அடிப்பிடித்து நாறியது. சனநாயகம் குற்றுயிரும் குலையுயிருமாய் ஆக்கப்பட்ட 2015 முற்றுப் பெற்று-

மக்களுக்கு சனநாயகம் உயிர்ப்பிக்கப்படும் ஆண்டாக அமையுமா 2016 - சித்தவநாயக்கன்பட்டி முதல் சென்னை வரை சனநாயகத்திற்கு மக்கள் காத்திருக்கிறார்கள்.

தண்ணீர்க் கண்டம்

வேர்மூட்டில் தண்ணீர் தேங்கி வெங்காயப் பயிர் அழுகியது. வெளியே தாள் தலை தென்பட்டாலாவது குடுமியைப் பிடித்துத் தூக்கி இழுத்துப் போட்டிருப்பார்கள். அழுகிய வெங்காயம் சந்தை ஏறாது ; களத்துமேட்டுக்கு வந்து கொள்முதல் செய்யும் ஒரு வியாபாரி தலையும் தென்படக் காணோம். கோவில்பட்டி, விளாத்திகுளம், புதூர் வட்டார வெங்காய விவசாயிகள் கோவில்பட்டி கோட்டாட்சியா அலுவலகம் முன் கூடி அழுகிய வெங்காயத்தைக் கொட்டினர்; ஆயிரம் விவசாயிகள் கூடியிருப்பார்கள். கோரிக்கை மனுவைப் பெற கோட்டாட்சியர் இல்லை. நேர்முக உதவியாளரிடம் கையளித்து விட்டுத் திரும்பினார்கள் விவசாயிகள்.

வேளாண்வாழ்க்கை அழுகி வீச்சமெடுத்துப் போகிறது என்பதின் குறியீடு அது. அரிச்சந்திரன் மயானம் ஏகி, சுடலை காத்த கதைதான்;

"துய்ய மாமுனிவருக்கு

தொல்பொருள் புவியும் தந்தேன்;

பொய்யாது உரைத்தல் அஞ்சி

இந்தப் பாவி புலையருக்கு அடிமையானேன்.

வையகமெல்லாம் காத்தேன் - ஐயோ

காசிமயானம் காக்கப் போறேன்;

சுடலைக்கு ஏகி

வெம்பிணத்தைச் சுட்டெரிக்கவோ

நான் பிறந்தேனோ''

சவமாகிப் போன வாழ்வை அரிச்சந்திரனாவது அழுது ஆற்றினான். அரிச்சந்திரன் அழுத அழுகையில் நாடகம் காண வந்த கூட்டம் தத்தளித்தது. 'சுழன்றும் ஏர் பின்னது உலகமாய்' உலகுக்கு உணவூட்டும் கலப்படம் இல்லா மானாவாரி விவசாயிகள் அழுகிய வேங்காயத்தை கொண்டுபோய்க் குமி குமியாய்க் கொட்டி அழுதபோது, கரைந்துருக ஒரு ஊராட்சி ஒன்றியத் தலைவர், ஒரு சட்டமன்ற உறுப்பினர், நாடாளுமன்ற உறுப்பினர், நகர்மன்ற உறுப்பினர், மக்கள் பிரதிநிதி ஒரு ஈ, காக்கை, குஞ்சு கூட தென்படவில்லை.

அழுகல்வெங்காயக் குப்பையை விவசாயி கோட்டாட்சியர் அலுவலகம் முன் கொட்டுவதற்கும், உலகமயமாதலுக்கும் தொடர்பு உண்டு. 'கெக்கே? புக்கே' என்று சிரிப்பீர்கள்; புவி வெப்ப மயமாதலுக்கும், அண்மையில் சென்னையின் தலைமேல் கொட்டித்தீர்த்த மழைக்கும் தலைமுதல் வேர்வரை தொடர்புண்டு என்று உரைத்தால், ' அடடே' நல்ல தமாஷ்' என்பீர்களானால் ஆச்சரியமில்லை.

''எல்நினோ என்ற பெயர்கொண்ட புவி வெப்பத் தாக்கத்தால் ஆசிய பசிபிக் கடல்களில் ஏப்ரல் முதல் செப்டம்பர் வரை கடும் வெப்பம் நிலவியது. இதனால் சில நாடுகளில் 2015 டிசம்பர் வரை கடும்மழை அடித்தது. ஆசியக் கண்டம் மற்றும் உலக நாடுகளில் 'எல்நினோ' வெப்பத்தாக்கம் 1998- முதல் பருவநிலையில் கடும் மாற்றத்தை ஏற்படுத்தியுள்ளதை முந்தைய வருடங்களில் போலவே இந்த ஆண்டும் உணர்த்தியது. 1997 - 98 க் குப்பின் எல்நினோ தாக்கம் 2015 - 16 ல் இன்னும் கடுமையாக இருக்கும். இந்தியாவின் தென்மாநிலங்களில் வழக்கத்தை விட அபரிதமாய் மழை பெய்யும். பசிபிக்கடலில் ஏற்பட்ட கொடும் வெப்பத்தால் டிசம்பர் வரை வடகிழக்குப் பருவமழை தீவிரமடைந்தது. மஏற்கனவே சென்னை பெருமழையைச் சந்தித்து விட்டது''

ஐ.நா.வின் பொருளாதார, சமூக ஆணையம் வெளியிட்டுள்ள அறிக்கை. இதனை ஒன்றிரண்டு இலக்கிய மாத இதழ்கள் வெளியிட்டன. இச்செய்தி வேறெதிலும் வெளிவந்து கவனம் பெறவில்லை. ஊடகங்கள் பொத்திப் பொத்திக் காக்கும் அறங்களில், இதுபோல் ஒன்று இடம் பெறாமல் போவது தான் முக்கியமானதாய் இருக்கும்.

சென்னை நகரின் ‘மேனத்தான’ வாழ்க்கையை மட்டுமே பேய்மழை மென்று துப்பவில்லை; கிராங்களின் கதையும் கந்தர்கூளமாகியது. சென்னை, கடலூர் உட்பட ஐந்து மாவட்டங்கள், தூத்துக்குடி நகரம் என முதல் கட்டமழையும், அடுத்து இரண்டாம் கட்ட மழையும் புரட்டியெடுத்தது. டிசம்பர் மத்தியிலிருந்து நெல்லை, தூத்துக்குடி மாவட்ட விவசாயிகளை நிமிர விடாமல் மூன்றாம் கட்டமழை விளையாடியது. பட்டப்பகல் என்ற போதும் சூரியனை சந்திரனாக இளக்கமாக்கியிருந்தன மேகங்கள்; பச்சிளம் பிள்ளையை தண்ணீரில் முக்கி முக்கி எடுத்தது போல் புஞ்சையில் சிறு சிறு மிளகாய்க் கன்றுகள், வெங்காய நாற்றுக்கள் தண்ணீரில் செத்துமிதந்தன.

‘கண்டம்’ என்ற சொல்லுக்கு பேச்சு வழக்கில் மரணக் கெடு, தத்து என்ற பொருளுண்டு. கோபம் முட்டிக்கொண்டு வருகிறபோது ‘‘ஒன்னைக் கண்டம் கண்டமாக வெட்டிப் பொலி போட்டாக் கூட மனசு ஆறாது’’ என்று கூப்பாடு போடுவார்கள். துண்டு, துண்டாக ஆக்குவது என்று அர்த்தம். வாழ்க்கையைத் துண்டு துண்டாக ஆக்கிடும் துயர்தான் கண்டம். எங்கள் வட்டார விவசாயிகளுக்கு இந்த வருடம் தண்ணீரில் கண்டம்.

‘‘ஒனக்குத் தண்ணியில கண்டம்’டா; எப்படியோ தப்பிச்சிட்டே’’ என்று பெரியவர்கள் சொல்வார்கள். 'எல்நினோ ‘ தாக்கத்தில் அப்படி தனியொரு ஆளுக்குச் சொல்ல இயலாது. மக்களுக்கு கூட்டாக கண்டம், கடல்சீற்றம், நிலநடுக்கம், சுனாமி, புயல், பெருந்தீ எனப் பலப்பல பெயர்களில் ‘கூட்டுக் கண்டம்’ நிகழ்கிறது.

மானாவாரி விவசாயிகளுக்கு ‘ தத்து’ பெருவாரி மழையினாலும் ஏற்படும்; பல வருடங்களாய் மழை போட்டுப் பார்ப்பதாலும் உண்டாகும். இந்தமுறை பெருவாரி மழையால் வந்த 'தத்திலிருந்து' எப்படி மேலே

வந்து மூச்சுப் பறிவது என்று திணறுகிறவர்கள் - கூப்பிட்ட குரலுக்கு மழைவந்து நிற்க வேண்டுமென்று எதிர்பார்க்கிற எங்களூர் மானாவாரி விவசாயி. மழை மட்டுமில்லை வெயில், காற்று, குளிர், வெம்பா (வெண்பனி) எல்லாமும் தன்சொற்படி நடக்க கடவது என்று நம்புகிறவன். மழைமுகம் காட்டாமல் புஞ்சைக் பிரதேசத்திலிருந்து விலகிப் போனதென்றால் ''அப்படியே போட்டு மலத்தீருச்சே'' என்று பதைபதைப்பான்.

''விவசாயம் என்பது ஆகாயத்தின் கீழ் நடக்கிற சூதாட்டம்'' என்ற வாசகம் அவனிடம் கர்ணபரம்பரைக் கதைபோல் பதிந்திருக்கிறது. எல்லோரும் தோற்க யாராவது ஒருவர் வெல்வார் என்பது சூதாட்டக் கணக்கு; எவரும் ஜெயிப்பதில்லை என்பது விவசாயக் கணக்கு; கண்மாய்க்கரை மேட்டில் தென்னந்தட்டுப் பந்தலின் கீழே உட்கார்ந்து பேசிக் கொண்டிருக்கையில் அந்த விவசாயி ''ஒரு ஜெயிப்பும் இல்லை. தோற்றுக்கொண்டேதான் இருக்கிறோம்'' என்று வெக்கரிப்பை வெளிப்படுத்தினார். ''உங்களின் வாழ்வுச் சிதைப்பு உலகில் தொடக்கம் கொண்டு உள்ளூரில் முடிகிறது'' என்பதை ஒவ்வொரு விவசாயியும் உணர்வது ஒரு பக்கம் இருக்கட்டும்; சிந்தனைக்கு சொந்தம் கொண்டாடும் நாம் உணர்ந்தோமா ?

2

புவியைப் பாதுகாக்கவும், மனிதகுல இருப்பைத் தக்கவைக்கவும் பருவநிலைக் காப்பு மாநாடு 2015- டிசம்பர் 25-ல் பாரீஸில் நடைபெற்றது. பருவநிலையில் 'திடீர் திடீர்' மாற்றமாகி நிலநடுக்கம், புயல், சுனாமி, பேய்மழை, பனிப்புயல் -என பாதகங்களை விதைத்துப் போகிறது. தடுத்து நிறுத்துவது எப்படி என்ற வினாவுக்குப் பதில் தேடக் கூடின 195 நாடுகள். உண்மையான விடையைக் கண்டடைவதற்காக அவர்கள் கூடினார்களா? தத்தம் பிராந்தியநலன் காப்பதின் பொருட்டுக் கூடினர் என்பது தெளிவாகியது. ஆனால் வல்லரசு நாடுகளின் வாயளப்புக்கு குறைவில்லை. ''வாய் கருப்பட்டி; கை கருணைக் கிழங்கு'' என்பதுபோலத்தான் சொல்லும் செயலுமிருந்தன.

பருவநிலை பற்றிய ஐ.நா.வின் கோட்பாடு விளக்குகிறது.

''புவியை மாசுபடுத்தியவர்கள் அதைச் சரிசெய்வதற்கான பொறுப்பையும் ஏற்கவேண்டும். கரியமில வாயுக்களின் வெளியேற்றத்தைக் குறைப்பதில் வளர்ந்த நாடுகள் (வல்லரசுகள்) கூடுதலாகப் பங்களிக்க வேண்டும்''

வளர்ந்த நாடுகள் என்று அழைக்கப்படும் வல்லரசுகள் கரியமிலவாயுப் பெருக்கத்துக்கும், அதனால் புவி வெப்பமடைதலுக்கும் பொறுப்பானவை. இயற்கைப் பேரிடர் என்று சொல்லி செயற்கைப் பேரிடரை உருவாக்குகிற இவர்களே, அதற்குப் பொறுப்பேற்றுக் கொள்ள வேண்டும் என்பது ஐ.நா. முன்மொழிவு.

இதன் அடிப்படையில் 2009-ல் டென்மார்க்கில் நடந்த பருவநிலைக் காப்பு மாநாட்டில் முக்கியத்துவம் வாய்ந்த சில உடன்படிக்கைகள் கைச்சாத்திடப்படலாம் என எதிர்பார்க்கப்பட்டது. வல்லரசு நாடுகள் அதற்கு ஒப்புதல் அளிக்கவில்லை. இப்போது 2015-ல் பாரீஸில் நடைபெற்று முடிந்த மாநாட்டில், புவியின் வெப்பநிலையை பூமியின் அடிப்படைத் தேவையான 1.5 செல்ஸியசுக்கு குறைக்க வேண்டுமென கொண்டுவரப்பட்ட தீர்மானத்துக்கு வல்லரசுகள் இணங்கவில்லை என்பது ஆச்சரியமில்லை; வல்லரசுகளாக வளரும் இந்தியா, சீனா ஆகியவை அத்தீர்மானத்தில் ஒப்பமிட மறுத்தன. இறுதியில் புவியின் வெப்பத்தை 1.5 செல்ஸியசில் இருந்து 2 செல்ஸியசுக்கு உயர்த்துவது என்று திருத்தம் செய்யப்பட்ட பின்னர் இந்தியா, சீனா கையொப்பமிட்டன. புனல் மின்நிலையங்கள், நிலக்கரி பயன்படுத்தும் அனல்மின் நிலையங்களை சார்ந்தே தங்கள் நாட்டின் வளர்ச்சி உள்ளது என்று இந்த அரசுகள் வாதிட்டன. அதனால் 12-நாட்களில் முடிய வேண்டிய மாநாடு 13-நாட்களை எடுத்துக் கொண்டது.

உலகை பிராந்தியம் பிராந்தியமாக வல்லரசுகள் வளைத்துப் போட்டுள்ளன. வல்லரசுகள் முதலாளிய நாடுகளாய் இருந்த 1850- களில் தொழிற்சாலைகள் உருவாகத் தொடங்கின. தொழிற்சாலைக் கழிவுகள், புகை, வாயுமண்டல அசுத்தம், வாகனப் புகை, என புவியை மாசுபடுத்தினார்கள். கடலும் வானமும் புவியும் வெப்பமடைந்தன.

'எல்நினோ' உண்டாவதற்கு கால்கோளிட்டவர்கள் இவர்கள். பூமியின் ஒரு மூலையில் ஒரு கடல் வெப்பமடைந்தால் அது சென்னையின் தலையில் விடிகிறது. வல்லரசியப் பொருளியல் வேட்டை என்ற சூட்சுமக் கயிறு, புவிவெப்பமடைதல் என்ற பருவநிலைப் பதட்டமாய் நீளமாகி, நம்மூர் வெங்காய விவசாயியைச் சுருக்கிடுகிறது. சென்னை உட்பட ஐந்து மாவட்டங்கள் நீரில் மூழ்கியதற்கும் எங்கள் வட்டார மானாவாரி விவசாயி அழுகிய வெங்காயத்தை அள்ளிக்கொண்டு போய்க் கொட்டுவதற்கும் உலகநிறுவனங்களும் அவைகளுடன் ஒப்பந்தம் போடும் உள்ளூர் ஆட்சியாளர்கள், அரசியலாளர்களும் - அதாவது அகில உலக அவர்களும், உள்ளூர் அளவிலான இவர்களும் பொறுப்பு.

வேளாண் மக்களுக்கு வந்து சேருகிற ஒவ்வொரு இடரும் ஆகாயத்திலிருந்து அனுப்பி வைக்கப்படுகிறதா? அது காட்சிப்பிழை. மண்ணிலுள்ள இந்த மனுசர்கள் பேரிடரை அனுப்புகிறார்கள். பருவநிலையை, தட்பவெப்பத் தன்மையை திசைமாற்றி உட்கார வைக்கிற வல்லமை வல்லரசு நாடுகளின் கையிலுள்ளது, இந்தியா, சீனா போல் வல்லரசுப் போட்டியிலிருக்கும் நாடுகளும் இந்தச் 'சித்து விளையாட்டில்' அடக்கம். "எங்க ஒரு சொடக்குப் போட்டு கூப்பிடு; நாய்க்குட்டி போல ஓடிவரத் தாயாராயிருக்கிறேன்" என்று வல்லரசிய வளர்ச்சி மந்திரத்தில் சொக்கிச் சுருளும் உள்ளூர் ஆட்சிகள், அரசியல்கட்சிகள்; அனைவரும் சேர்ந்து போடும் 'புரிந்துணர்வு ஒப்பந்தங்கள்' வழியாக இயற்கையை அழிக்கிற பிழைகளை கைகோர்த்து நடத்திக் கொண்டே போகிறார்கள். பேரிடர் சென்னை நகரின் வீட்டுக் கதவுகளைத் தட்டாமல் பிறகு விருந்துக்கா வரும்! இதை செயற்கைப் பேரிடர் என்று சொல்லிக் கொண்டே திரிகிறார்கள் இந்த 'திருவாத்தான்கள்'

கோவில்பட்டி, விளாத்திகுளம் வட்டாரத்தில் விளையாது செத்துப் போன மானாவரிப் பயிர்களுக்கு ஏக்கர் ஒன்றுக்கு ரூ 20 ஆயிரம் இழப்பீடு கேட்டு, நூற்றுக்கணக்கான விவசாயிகள் ஆர்ப்பாட்டத்தில் ஈடுபட்டனர். பயிர்க்கடனை ரத்துசெய், பயிர்க் காப்பீட்டுத் தொகை வழங்கு என்ற எரியீட்டிகள் இலக்கு தவறி வீழ்ந்தன. அவர்கள் முற்றுகையிட்ட

வட்டாட்சியர், கோட்டாட்சியர் அலுவலகங்கள் ''ஒங்களை ஒலை வைக்க விடமாட்டன்'' என்று விவசாயிகளுக்கு எதிராய் ஒத்தைக்காலில் நிற்பவை. எப்போதும் மக்களுக்கு எதிர் நிலையில் இயங்குகிற நிரந்தர அதிகார மையங்களோடு முட்டிக்கொண்டு நின்றால் நம்ம மண்டைதான் காணாமப் போகும். மாறுதல் அவரவர் வசிக்கிற மண்ணிலிருந்து புறப்படவேண்டும் என்னும் புரிதலுக்குள் வரவேண்டும்.

ஆகாயத்திலிருந்து இயற்கை வழங்கும் மழையைப் பிடித்து வைத்துக் கொள்ளும் பாத்திரம் பூமி: அதைப் பயிருக்கு வழங்கி தன்னைப் பாதுகாத்துக் கொள்பவன் விவசாயி. இந்த மானாவாரி விவசாயம் நொரனாட்டுக் காரியமாகவே தொடருகையில், அதிலிருந்து விடுபடல் பற்றி யோசிக்க கடமைப்பட்டுள்ளான். ஆறுகளில், ஓடைகளில் பெருக்கெடுக்கும் நீரை தடுப்பணைகள் மூலம் தேக்குதல், அருகருகே பாசனக் கண்மாய்களை அமைத்தல், மானாவாரிப் பயிர்களான நவதானியம், பருப்பு வகைகளை நீர்வளப் பயிராய் ஆக்குதல் என்று பலவழிகளில் புதிய சுவாசக் காற்றை உள்உறிஞ்சிடத் தயாராக வேண்டும். புதியதை முன்னெடுக்க, மக்களைத் திரட்டி நேரடிக் காரியத்தில் இறங்கலாம். இப்போது பல இடங்களில் மக்கள் அவ்வாறுதான் செய்கிறார்கள்.

எவரைக் கேட்டு கண்மாய் வெட்டினாய்? தடுப்பணை கட்ட எங்கிருந்து அனுமதி பெற்றாய் என மறிக்கும் இந்த விதண்டாவாதம்தான் அரசு நிர்வாகம். மக்கள் சக்தி திரளக்கூடாது, திரள அனுமதிக்கக் கூடாது என்பது ஒன்றே அரசமைப்பின் 'மக்கள் நலச் செயல்பாடு. இப்போது விவசாயிகளுக்குப் புரியத் தொடங்கும்.

புவிவெப்பமடைவது தொடர்வதால் அண்டார்டிகா, ஆர்டிக் ஆகிய தென், வட துருவங்கள், கிரீன்லாண்ட் பனிப்படலங்கள் உருகி வருகின்றன. இதனால் கடல்நீர் மட்டம் உயர்ந்து வருகிறது. இப்பனிப் படலங்கள் முழுதுமாக உருகினால்,உலகின் முக்கிய நகரங்கள் கடலுக்குள் மூழ்கும் என சூழலியல் ஆய்வாளர்கள் அச்சம் தெரிவித்துள்ளனர். கிரீன்லாண்ட் பனிப்படலங்கள் முழுமையாக உருகும்போது தற்போதுள்ளதை விட

கடல்மட்டம் 23 அடி உயரும். துபாய், சிங்கப்பூர், மும்பை, சென்னை போன்ற நகரங்கள் முற்றாக மூழ்கடிக்கப்படும். நவம்பர், டிசம்பர்களில் சென்னை மூழ்கடிக்கப்பட்ட போது - செம்பரம்பாக்கம் ஏரி சென்னையின் தலைமீது நடந்தபோது- அடையாறு, கூவம், பக்கிங்காம் கால்வாய் என ஆறுகள் வீடுவரை வந்து உறவுபாராட்டித் திரும்பிய வேளையில் ஏதும் செய்ய இயலாதவர்கள், கடல்கோள் வருகிற நாளில் என்ன செய்யப்போகிறார்கள்?

உலகத் தவறுகளை யார் எவ்வாறு திருத்துவது? மக்கள் நலனில் அக்கறை கொண்ட உள்ளூர் அரசுகள் மூலம் அது சாத்தியப்படும். உள்ளூர் அரசுகளும் உலக வல்லரசியமும் ஒரே வழிப்பயணம் செய்வன என்ற உண்மையையும் மறக்கும் நேரமல்ல இது. உள்ளூர் வாழ்வினை உலக நாட்டாமைகள் தீர்மானிக்கின்றன. உலக நாட்டாமைகள் தீர்மானித்து நமக்கு வழங்கும் பிச்சைக்கு முன்னால், 'புரிந்துணர்வு ஒப்பந்தங்கள்' போடுமுன்பாக, 'என்னுடைய சுற்றுச்சூழல் காப்புக்கு, மக்களின் பாதுகாப்புக்கு வழி என்ன சொல்' என்று கேட்டு மறிக்க வேண்டும். கடலூரைச் சுற்றிப் போட்ட புரிந்துணர்வு ஒப்பந்தங்களால் பிறந்த ஆலைகள்தாம் கடலூரை தண்ணீர்க் கல்லறையாக்கின என வெள்ள வரலாறு 'வெள்ளை அறிக்கை' தருகிறது.

மக்களை யாரோ எனக் கருதாமல் தன்மக்களாகக் காணுகிற பார்வை வேண்டும்.

"என் கவலையெல்லாம் எப்பேர்ப்பட்ட பேய்மழையானாலும், என் மக்களை நனைய விடக்கூடாது; எப்படிப்பட்ட வெயிலானாலும் என் மக்களைக் காயவிடக் கூடாது"

ஒரு குடையின் அர்ப்பணிப்பு வாழ்வாக இருக்க வேண்டும்.

நினைத்துப் பார்ப்பார்களா உள்ளூர் அரசியல்வாதிகளும் உலகை மடக்கி வைத்திருக்கும் உலக அரசியல்வாதிகளும்?

சீமை மரம்

1970, 80 - களில் கரிசல் சீமையில் குறவன் - குறத்தியாட்டக் கலைஞர் கடற்கரைக்கு நல்ல கிராக்கி. ஊர் ஊருக்கு 'கடற்கரை கலைக்குழு' மேலே விழுந்தார்கள்.

கலைக்குழு பிள்ளையார்நத்தம் வந்திருக்கிறது. நிகழ்ச்சியில் ஊர்க்காரப் பெரிசுகளை மரியாதை செய்ய நாலு வார்த்தை சொல்வார் கடற்கரை. இந்த நாலு வார்த்தையை - போகிற ஊருக்கெல்லாம் கொண்டு போய்க்கொண்டிருப்பார். ஊரூருக்கு வேற வேற சொல்வார்.

''முதலாளிமாருக கோபம் நமக்கெதுக்கு? நம்மள அதுக்கா நேந்துவிட்டிருக்கு'' :

ஆட்டம் தொடங்கும். ''இந்த ஊர்லேருந்து முக்கியமான ரெண்டு பெரிய ஆட்க தேடி வந்திருக்காகளாம்'' பிள்ளையார் சுழி போடுவார்.

''ஆட்டதைப் பாக்க வந்திருக்காகன்னு சொல்லு. என்ன விசேஷம் ?''

''அதாகப்பட்டது, மேலேழு கீழேழு, கடலேழு காடேழு -என்று சொல்லப்பட்ட ஈரேழு லோகத்தில் எங்க போய்த் தேடினாலும் பாக்க முடியாத ஒரு பூங்காவனம். அல்லிப்பூ, அரளிப்பூ, பிச்சிப்பூ, முல்லைப்பூ, மல்லிப்பூ, கனகாம்பரம், அனிச்சம்பூ, செவ்வந்திப்பூ, தாமரைப்பூ, ரோசாப்பூ - இப்பேர்ப்பட்ட பூங்காவனமுள்ள பிள்ளையார் நத்தத்திலே''

''நிறுத்து, நிறுத்தடா, அடே, சோதாப் பயலே, ஒரு முக்கியமான பூவை விட்டுட்டியே? அது என்ன அபூர்வமான பூ? இந்த வேலிக் கருவைப் பூவை விட்டுட்டயே?''

-இடைவெட்டுப் போடுகிறார் மிருதங்கம். பக்க வாத்தியம் நல்ல எகடாசி. பாதிக் கதையை அவர் நடத்திப் போவார்.

''யாரப்பா அது? வேலிக்கருவைப் பூவைப் போயி சேக்கச் சொல்றியே?'' கோபமாய் கை ஓங்குகிறார் கடற்கரை. ''என் வாயில நல்லா வருது''

'' மத்தவங்களுக்கெல்லாம் தோல் வாயி, ஒனக்கு ரப்பர் வாயா' டா?''

ரப்பர் இழுக்க இழுக்க நீளும்.

''ஆமா, இவருக்குப் பலாப்பெட்டி வாயி. சோத்தைக் கண்டாப் போதும். பலாப்பெட்டி மாதிரி வாய் திறக்கும்'' இது கடற்கரை.

''அடே, சீமைக்கருவேலம்னு எவ்வளவு லேசா சொல்லிட்டே! சரியான பையன்டா நீ. அது இன்னைக்கு எத்தனை சம்சாரிய ஊரைவிட்டு ஓட்டிக் கிட்டிருக்கு தெரியுமாடா?''

ஓட்டிக்கொண்டிருக்கிறது என்று நடப்பைச் சித்தரிக்கிறார் பக்க வாத்தியம்.

''ஓட்டிக் கிட்டிருக்கா? அம்மணத்தைக் கண்டோம் (நம்ம என்னத்தைக் கண்டோம் என்பதன் மரூஊ). வித்து நல்லா ஊனிருப்பான் போல''

சீமைத்துரை என்ற பெயர்கொண்ட ஆட்கள் கிராமத்தில் முன்பு உண்டு. சீமையிலிருந்து வந்து இறங்கின துரை என்று பொருள். மதிப்பாய்த் தெரியட்டுமே என்று அந்தப் பெயர் வைத்திருக்கலாம். அதே போல் சீமையில இருந்து இறக்குமதியான தாவரம் சீமைக்கருவேலம்.

விறகு அடுப்பிலிருந்து மண்ணெண்ணை அடுப்பு எரிந்தபோது, அதை 'சீமைத் தண்ணி' என்றார்கள். சீமை என்று சுட்டப்படும் அயல்நாடுகளில் முதலில் அந்த எரிபொருள் கண்டுபிடிக்கப்பட்டது.

''ஆமா,அவரு சண்டாக்கிருவாரு, பொல்லாத சீமையிலேருந்து குதிச்சவரு'' என்று இளக்கரமாய்ப் பேசுவது, வட்டாரங்களில் சகஜம்.

சீமைக்கருவேலம் தான் வேலிக்கருவை என்று பெயர்கொண்டு விட்டது.

1870-ல், பிரேசிலிலிருந்து வித்து கொண்டுவரப்பட்டது. 1875, 1940, 1978- போன்ற ஆண்டுகளில் 'வேலிக்கு நல்லது' என்று இறக்குமதி செய்தார்கள். பயிரைக் காக்கும் என்று வேலியாய் இட்ட அது மாறாக பயிர்களின் உயிரையே எடுக்கும் உயிர்கொல்லி எனப் பின்னாளில்தான் தெரிந்தது. அதன் பூர்விகம் கண்டடைய முடியாத சிலர் தென் அமெரிக்கா, மத்திய அமெரிக்கா, காரிபியன் தீவுகள் என்று பல நோக்கமாய்ச் சொல்கிறார்கள். புளிப்பு, உவர்ப்பு, உரைப்பு என்ற அடிப்படையான சுவைகளுள்ள தக்காளி, புளி, மிளகாய் - இதெல்லாம் சீமையிலிருந்து இறக்குமதி செய்யப்பட்ட வித்துக்கள்தாம்: இந்த 'வந்தேறிகள்' தமிழர் வாழ்வியலோடு ஒன்றிணைந்து விட்டார்கள். அப்படியும் திரு.வி.க. என்ற தமிழறிஞர், புளி, மிளகாய் போன்றவைகளை புறக்கணிக்குமாறு முழங்கினார். இந்த சக்களத்திகள் உள் நுழைந்து மிளகு, துளசி, புளிச்சக்கீரை போன்ற தமிழர் சுவையின் உன்னதமான இல்லத்தரசிகளை சின்னாபின்னமாக்கி விட்டார்கள் என்பது உண்மை.

'எட்டுக் குத்துக்கு இளையவனான சீமைக் கருவேலம்' செடி தலையெடுத்து எல்லாத்தையும் தவிடுபொடியாக்கி விட்டது. விவசாயத்தின் இடுப்பொடித்த ''இதைக் கட்டி மேய்க்க முடியாது'' என்று சம்சாரிகள் ஊரைக் காலிசெய்து வெளியேறினார்கள். இந்தச் சீமைக் கருவேலத்துக்குத் தான் குறவன்- குறத்தியாட்டக் கலைஞர்கள் , நல்ல கொடுப்புக் கொடுத்தார்கள்'.கால நிலமை தெரிந்து கொடுத்த கொடுப்பு அது.

பி.எல். 480- என்ற பெயரில் அமெரிக்காவிலிருந்து கப்பல் கப்பலாய் கோதுமையைக் கொட்டினார்கள். உதவி என்ற பெயரில் ஏமாற்றுக்காரர்களிடமிருந்து வந்தால் அதில் உபத்திரவம் சமமாக இருக்கும்: கோதுமையில் வந்தது 'பார்த்தீனியம்' என்ற விஷவித்து.

பார்த்தீனியம் படராத புஞ்சை கிடையாது. நஞ்சையும் இல்லை. கொத்தமல்லிச் செடியுடன், கீரைச் செடியுடன், ஒட்டிப் பிறந்த பிறவியாய் ஊடாடிக் கொண்டிருக்கும் பார்த்தீனியம்.

காங்கிரஸ் ஆட்சிக்காலத்தில் இறக்குமதியானது இது மட்டுமல்ல: வந்தது 'ஜிலேபிக் கெண்டை' என்ற மீன். அமோக விளைச்சல் என்ற பாவலாகக் காட்டி குளத்து நீரிலும், நீர்நிலைகளிலும் மீன் குஞ்சுகளை நீந்தவிட்டது பற்றி பாலிய வயதில் நான் வாசித்திருக்கிறேன். இன்று மண்ணின் மீனினத்தை ஜிலேபிக் கெண்டை காலி செய்திருக்கிறது.

விவசாயிகளை மென்று துப்பும் கருவேலத்துக்கு, பிரிட்டிஷார் ஆட்சியைக் காட்டிலும் காங்கிரஸார் ஆட்சியில் தீவிரமாய் பரப்பு வேலை நடை பெற்றது என்கிறார் எழுத்தாளர் கி. ராஜநாராயணன். அவர் கரிசல் சம்சாரியாய் இருந்தவர். ''ஊர் ஊருக்கு, வீட்டு வீட்டுக்குப் போய் விதைகளைக் கொடுத்து, உற்சாகப்படுத்தினார்கள். ஆடு கடிக்காது; மாடு மேயாது, வேலியாகப் போட்டு வளர்த்தால் வேண்டுமட்டும் மகசூல் காணலாம்'' என்றார்கள். பத்தே ஆண்டுகளில் நிலத்தை, நீரை, பயிரை, செடிகொடியைக் காவுகொண்ட 'விவசாயக்கொலை' பற்றி பழையவைகளை அசைபோட்டார் கி.ரா.

ஈழத் தமிழனைச் சுற்றி வளைத்து ஆக்கிரமித்துள்ள இலங்கை ராணுவம் போல், இங்குள்ள பச்சைப்பயிர்களை ஆக்கிரமித்தது இந்த தாவர ராணுவம். ஓடை, கிணறு, நீராவி, குளம், பாசனக் கண்மாய், ஆறு - நீர்நிலைகள்: ஒற்றையடிப்பாதை, மாட்டு வண்டிப் பாதை, கப்பிச் சாலை, தார்ச்சாலை - எதுவும் மிஞ்சவில்லை. மற்ற செடி போல் நட்டு, நீர் வார்த்து பாதுகாக்க வேண்டியதில்லை. தானே விழுந்து தானே ஊன்றிக் கொள்ளும். எல்லாத் தீனியையும் தான் ஒரு ஆளாய்த் தின்று பச்சைப்பசேல் என்று கொளுத்துக் கிடக்கும். ஆகாயமார்க்கத்தில் தென்மாவட்டங்கள் மேல் தாழப் பறந்த வெளிநாட்டுக்காரர்கள் சொன்னார்களாம்.

''ஏ, யப்பா, எம்புட்டு செழிம்பா இருக்கு பூமி.''

செடி உயரத்தைவிட வேர் நாலு மடங்கு கீழே ஓடியிருக்கும். எந்தத் தாவரத்தையும் முளைக்க விடாது; முளைத்ததை வாழ விடாது.

பக்கத்திலிருக்கும் பயிர், செடி, கொடி. மரங்கள் எல்லா உணவையும் சப்பி எடுத்துவிடும். விதையின் நாக்குக்கு துளிஈரம் தட்டுப்படும்வரை மண்ணுக்குள் செம்மிச் சாகாமல் கிடக்கும். தூர் மூட்டோடு வெட்டிக் கூறுபோட்டு, தீயிட்டு சாம்பல் ஆத்தினாலன்றி சாகாது. வாழுதல் மட்டுமே உண்டு இந்த தாவர மார்க்கண்டேயனுக்கு சாவு இல்லை.

சீரைக்கருவேல மரத்தின் கீழ் உட்கார்ந்து, லேசாய் உடலைக் கிடத்தி, கொஞ்சம் தூங்கிப் பாருங்கள். வறவற என்று தோல் உணர்ந்துபோவதைக் காண்பீர்கள். நில ஈரப்பதம் மட்டுமல்ல , ஆகாய ஈரப்பதத்தையும் உறிஞ்சி எடுத்துவிடும்.

தாவரங்கள் பிராணவாயுவை வெளியிடுகின்றன. வேலிக்கருவை பிராண வாயுவைக் குடித்து, கெட்டவாயுவான கரியமிலவாயுவைத் துப்பும் துருத்திகள். - அத்தனை கேடுகளையும் செய்து கொண்டிருக்கிற இந்த ஆள் இன்னும் ரட்டிணக்கால் போட்டு யாருடைய அனுமதியோடு உட்காரந்திருக்கிறான்? விவசாயியைத்தானே சாகடிக்கிறது என்று லேசாய் சொல்லி விடலாம். வேளாண்மை சாகிற போது சகலமும் இல்லாமல் போகும்.''சுழன்றும் ஏர்பின்னது உலகம்'' என்று ஒருவன் முன்னத்தி ஏர் பிடித்துப் போனானே, மறக்கக் கூடுமா?

வெள்ளாமை பிழைத்தால் பஞ்சம் பிழைக்கப் போவார்கள். பிழைக்கப்போய்விட்டு, ''ஒங்க ஊர்ல மழை சக்கைப் போடு போட்டிருக்காம்''னு தாக்கல் கிடைத்ததும் விவசாயம் பார்க்க திரும்பி வருவார்கள். வேலிக்கருவையின் ஆட்சி வந்த பிறகு குடிபெயர்வு மட்டும் உண்டு. திரும்பி வருதல் இல்லை.

''தாயோட பிள்ளை தலைகூடாமச் செய்திட்டானே'' என்ற சொலவம், வேலிக்கருவைக்கு பொருத்தமான ஒன்று. தாய்மண்ணிலிருந்து பிரிக்கப்பட்ட பிள்ளைகள், மீண்டும் நிலமாட வருவதில்லை.

மஞ்சள் பட்டுக் குஞ்சம் வைத்துப் பின்னிய சாட்டைகள் அன்றிருந்தன. வில்வண்டி, கூட்டுவண்டி, ரேக்ளா - என்று சொகுசு வண்டிகள் இருந்த காலம். பட்டுக்குஞ்சசாட்டையை ''ஓடைக் கரையில் சிரிக்கும் கருவேலம் பூக்கள் போல், சாட்டையில் சுழலும் குஞ்சங்கள்'' என்று சிறுகதையில்

எழுதியதுண்டு. மஞ்சள்பூ ஆடும் கருவமரங்களை, தட்டுத் தட்டாய் அடுக்கிய ஒடை மரங்களை சீமைக்கருவேலம் காலி செய்துவிட்டது.

ஆடுகளுக்கு கருவநெற்று, ஒடைநெற்று இவைதாம் தீனி; முறுக்கு சாப்பிடுவது போல சாப்பிடும் ஆடுகள் கூட்டம். கருவமரக் காய்களை, ஒடங்காய்களை கோடையில் உணர்த்தி, மழைக்காலத்துக்கு 'குதிர்போட்டு' சேகரித்து வைத்திருப்பார்கள். மழைக் காலத்தில் ஆடு பத்த முடியாமல், கிடை போடத் தோதில்லாமல் 'கட்டுக் கிடையாய்' அமர்த்தியிருக்கும் ஆடுகளுக்கு பிரியமான தீவனம் அந்தக் காய்கள்.

வீட்டு முற்றத்தில் சீமைக்கருவேலங் காய்கள் பரப்பிவைத்திருப்பது தெரிந்தது. ''என்ன, செய்யப் போகிறீர் இதை?'' பாட்டையாவிடம் கேட்டேன்.

''ஆட்டுக்குத் தாம்'' என்றார் பாட்டையா.

''ஆடு சாப்பிடுமா, இதை?''

''நாற்பதாம் வருசத்து ஆளா இருக்கீரே. ஆடு சாப்பிடும்மாவா? சவ்வுத்தாளு, பசைதடவுன பேப்பர்னு சாப்பிடுதே பசு, இதுவரை பார்த்ததுண்டுமா?''

''பாத்திருக்கேன்''

'' இப்ப பாரும்''

ஒற்றை வாக்கியத்தில் தீர்ப்புச் சொன்னார் பாட்டையா .

அவர் கைகாட்டிய இடத்தில் ஆடுகள் வேலிக் கருவேலங் காய்களை கடித்து அதக்கிக் கொண்டிருந்தன. ஜீரணம் ஆகாத விதைகள் ஆட்டுக் கழிசலில் நன்கு புறட்டல் பட்டு நிலத்தில் விழும்: முன்னைக் காலத்தில் பருத்தி விதைப்பதற்கு முதல்நாள் ராப்பொழுதில் சாணிப்பாலில் பருத்திவிதைகளைப் புரட்டி உலற வைத்தார்கள். 'காம்பிப் போகாமல்' அருமாந்தப் பிள்ளையாய் வளர இந்த சாணிப்பால் உரம்.

ஆட்டுக் கழிசல் புரட்டி வரும் இந்த விதை வீரியம் கொள்ளக் கேட்கவேண்டுமா?

காய்கள் நீர்ச்சத்தைக் குறைக்கும் தன்மையுடையவை (Dehydrajon) சீமைக் கருவேலங்காய்களைத் தின்ற விலங்குகள் உடனே தண்ணீர் குடிக்க வேண்டும். கிருஷ்ணகிரி வனக் கோட்டத்தில் பார்வை போகிற திக்கு எங்கும் குடிக்கத் தண்ணீர் இல்லை. சீமைக் கருவைக் காய்களைச் சாப்பிட்ட யானைகள் சேற்று நீரைக் குடித்து கழிசல் கண்டு செத்துக் கிடந்தன. அரசின் வனச் சரகம், பல கனிமரங்களும் மூலிகைச் செடிகொடிகளும் அடர்ந்து நின்று வெகு காலமாகிவிட்டது. சீமைக் கருவேல மரங்கள் கூத்தடிக்கின்றன.

வியாபாரப் பெருமகன்களுக்கு வேலிக்கருவை ஒரு பணப்பயிர். சீமைக்கருவேல விறகு மூட்டம் பத்து ஏக்கருக்கு ஒரு இடத்தில் போடுகிறார்கள். இருபது கி.மீ. தொலைவுப் பயணத்தில் குறைந்தது பத்து இடங்களில் 'கரிமூட்டம்' போடுவதைக் காணமுடிந்தது. விவசாயம் செய்ய வக்கற்று குடிபெயர்ந்தோரின் காடுகளை எடுத்து வேலிக்கருவை வெட்டி மூட்டம் போட்டு 'கரி' தயார் செய்கிறார்கள். ஆந்திரா போன்ற மாநிலங்களில் 'கும்முட்டி' அடுப்புக்கு கரி ஏற்றுமதியாகிறது. ரப்பர் டயரை எரித்துச் சமையல் செய்வதில் என்னகேடு உண்டுமோ அத்தனை கேடும் இந்தக் கரிப்புகையால் உண்டு.

உலக தாவர ஆராய்ச்சியாளர்களாலும், ஐ.நா. மன்றத்தாலும் மிக ஆபத்தான நச்சுத்தாவரம் என்று மகுடம் சூட்டப்பட்ட மரக்கூட்டத்தை அழிக்க ''சீமைக்கருவேலம் ஒழிப்பு இயக்கத்தை'' இளைஞர்கள் தொடங்கியிருக்கிறார்கள். இதன் ஒருங்கிணைப்பாளர் ஏனாதி. அ.பூங்கதிர்வேல். பாதிக்கப்படவர்கள் இந்தத் தாவர ராஜபக்சேக்களுக்குப் பாடை கட்டுற பணியைத் தொடங்கியிருக்கிறார்கள். இராமநாதபுரம், சிவகங்கை, விருதுநகர் மாவட்டங்களில் இந்த விஷமரத்தை வேரோடு அழிக்கும் பணிகளில் முனைப்புக் கொண்டு இளையோரை இணைத்துள்ளார் பூங்கதிர்வேல். அழிக்கப்பட்ட நிலங்களில் மாற்று மரங்கள் நடுதல், மண்ணுக்கேற்ற விவசாயத்தை மேற்கொள்ளல் இந்த இளைஞர் இயக்கத்தின் அடுத்த கட்டப்பணிகள்.

இன்னொருவர் ஸ்டீபன் ஆண்ட்ரூஸ்; 'முகநூல்' மூலம் ஒன்றிணைந்து தாமிரபரணி ஆற்றைச் சீரமைத்துவரும் நெல்லை இளைஞர். ஆற்றைச் சாகடித்தது யார் என்ற கேள்வியை இவர்கள் எழுப்பினார்கள், நீர்வரத்துக்

கால்வாய்கள் ஆக்கிரமிப்பு, கரைகள் அபகரிப்பு, மணல்கொள்ளை, நீர்க் கொள்ளை, கழிவுகள் கலத்தல் என ஆற்றின் உயிரையே அகற்றப் பலவழிகள். ஆனால் ஆற்றின் வயிற்றில், படுகையில் கொளுத்துக் கிடக்கும் சீமைக்கருவேல மரங்கள் அதன் உயிரை அரித்துத் தின்கின்றன. ''இந்த நச்சுமரங்கள் மழைநீரை உறிஞ்சி, ஆற்றின் நிலத்தடிக்கு நீர் செல்வதைத் தடுக்கின்றன. இதன் காய், இலை, விதை, பூ போன்றவை எந்த உயிரினத்துக்கும் பயன்தருவதில்லை. தண்ணீரை உறிஞ்சுவதால் பூமி வெப்பமடைவதோடு, கரியமிலவாயுவை வெளித்தள்ளுவதால் காற்றுமண்டலத்தையும் மாசுபடச் செய்கிறது.'' இப்படி முகநூலில் எழுதுகிறார் ஸ்டீபன் ஆண்ட்ரூஸ். தாமிரபரணியைக் காப்போம் என்னும் முழக்கத்துடன், முன்னேறுகிறார்கள் 28 ஆயிரத்துக்கும் மேற்பட்ட முகநூல் நண்பர்கள். பல ஏக்கர் பரப்பளவிலான சீமைக்கருவேல மரங்களை அகற்றியவர்கள், இன்றும் பணியினைத் தொடருகிறார்கள்.

ஊருக்குள் நுழையும் சாலை, மாட்டுவண்டிப் பாதை, பள்ளிக்கூடம், குளக்கரை, ஓடைக்கால் என ஒரு இடம் விடாமல் நாட்டுமரங்கள் ஆளுயரத்துக்கு ஆடுகின்றனவே, இது எந்த ஊர்? சீமைக் கருவேலம் செழித்திருந்த இடத்தில், நம்மபக்கத்து மரக்கன்றுகளாய்த் தெரிகிறதே, இது என்ன ஆச்சரியம்? வரிசை வரிசையாய்ப் பெண்கள் குடம்குடமாய் நீரெடுத்து மரம் வளர்க்கிறார்களே , என்ன நடக்கிறது இந்த ஊரில் ?

திருச்சி அருகே ஓலையூர்.

அந்த மனிதர் ? ஓலையூர் ஊராட்சித் தலைவர் வேலுச்சாமி.

மனிதர்களை விரட்டிய வனமிருந்தது ஊரைச் சுற்றி முன்னர். மனிதர் வாழும், வளர்க்கும் வனம் வந்திருக்கிறது இன்று.

ஊராட்சியைக் கொள்ளையடிக்கிற தலைவர்கள் வாழும் தமிழ்நாட்டில், ஊராட்சிக் காசில் ஒரு செப்புக்காசு எடுக்காமல், ஊரைச் சோலையாக்கிக் காட்டுகிறார் வேலுச்சாமி.

ஆற்றைச் சாகடித்தோம்

ஊர் - செங்கப்படை

பெயர் முத்து - ஊர்ப் பெரியவர், வயசாளி.

"எந்த நேரம் தண்ணீர் வரும்?" நான் கேட்டேன்.

"நோக்கம் போல வரும்" முத்து சொன்னார்.

"காலைல கொஞ்சம் விடுவான். இல்ல சாயந்தரம் கொஞ்சநேரம், உறுதிப்பாடா சொல்ல முடியாது"

விளாத்திகுளம் வைப்பாறில் ஆழ்துளைக் குழாய் ஊன்றி கூட்டுக் குடிநீர்த் திட்டத்தில் பத்து ஊர்களுக்குத் தண்ணீர் வருகிறது. அதில் செங்கப்படை ஒரு கிராமம்.

விளாத்திகுளம் என்ற சிறுநகரின் தலையில் ஓடுகிறது வைப்பாறு. வடமேற்கில் தனியாய் ஒரு ஆழ்துளை போட்டு, நகராட்சிக்கு குடிநீர் வழங்கல். ஆத்தங்கரையை ஒட்டி உட்கார்ந்திருக்கிறது குருசாமி வீடு.

"எந்த நேரம் தண்ணி விடறாங்க?"

"நேரக் கணக்கு இல்ல. இங்க நாள்க் கணக்குதான். இன்னைக்கு விட்டா இன்னும் ரெண்டு நாள் கழிச்சி வரும். 5-நாள் எடுக்கிறதும் உண்டு"

"சரி, தண்ணி வருதுன்னு எப்படி தெரிஞ்சுக்கிருவீக?"

''அது என்ன ஆரிய வித்தை, அல்லாவித்தையா? நமக்குத் தண்ணி தேவையிருக்கு. புஞ்சையில தண்ணி பாய்ச்சினா, ஒரு பாத்தியிலிருந்து இன்னொரு பாத்திக்குப் போகுமில்லையா? அதுபோல முந்தின தெருவுக்கு வருதுன்னா, அடுத்த தெருவுக்குத் தெரிஞ்சிரும். அதுக்குள்ள மூணாவது தெரு தயாராயிரும் ''

வீட்டின் முன் அறையில் அடைத்து உட்கார்ந்திருந்தன குடங்கள்.

''எத்தனை குடம்?''

''அவங்கவங்களுக்கு எவ்வளவு ஏலுமோ, அவ்வளவு. சில பேர் டிரம்ல பிடிச்சி நிறைச்சி வச்சிக்கிர்றாங்க. தண்ணி லேசாக் கடுக்குது. முன்ன மாதிரி ருசியில்ல'' சளிப்புத் தண்ணியை அப்போது தான் சுவைத்தவர் போல், முகம் சுண்டுகிறது.

இருபத்தைந்து வருடங்கள் முன் விளாத்திகுளத்தில் பூமணிப் பாட்டியை சந்தித்தேன். பேசிப் பேசி, பாடிப்பாடி வாய் உணந்து போயிருந்தது. பாட்டிக்கு வெண்டாவி எடுத்தது போல. நல்லா 'வாய்ப்பாறிக்' கொண்டிருந்த வேளை அது.

''இங்ஙன தண்ணி வச்சிருந்த செம்பைக் காணமே'' என்றார்.

நான் தண்ணீர்ப் புட்டியைக் கொடுத்தேன்.

''அது கூட்டுல அடைச்ச தண்ணி. எனக்கு நல்ல தண்ணிவேணும்'' என்றார்.

''அது நல்ல தண்ணிதான்''

''நீங்க சும்மா, இருங்க. எனக்கு நெசத் தண்ணி வேணும்''

''நெசத் தண்ணியா?''

''ஆமா, ஆத்தில ஊத்துத் தோண்டி எடுத்தது. ஆத்தில் லேசா கையிட்டுத் தெண்ணினாப் போதும் , கிடைக்குதே அது நிசத் தண்ணி.'' தொயந்து சொல்வார்.

‘‘நீங்க கூட்டில அடைச்சிக் கொண்டு வாறீகள்ளே, அது செத்ததண்ணி. சப்பளிச்சி கெடக்கும். தண்ணிய சாகடிச்சி கூட்டுக்குள்ள அடைச்சிக் கொடுக்கிறான். மதிகெட்டுப் போய் நாமளும் சவத்தை நாக்கில் வச்சித்தானே நமட்டுறோம். ஆத்துத் தண்ணி - எப்படி குளுகுளுன்னு குமரிப் பிள்ள கணக்கா இருக்கு பாத்துக்குங்க. ஆத்தில் வெட்டிப் போட்டிருக்காங்கள்லே, தெப்பம் மாதிரி - அது இனிச்சிக் கிடக்கும்’’

குழாய் பதித்திருக்கிறார்கள். தெருவுக்குத் தெரு குழாயில் தண்ணீர் வரும். குழாய்த் தண்ணியெல்லாம் குடிக்கத் தோதில்லை பாட்டிக்கு. அது வெதுவெதுப்பா சுட்டுக் கெடக்கும் என்கிறார். பக்கத்தில் நாலெட்டு வைத்தால் ஆறு. எப்போது தோண்டினாலும் குளிர்ச்சியான அமிர்தப் பால் போலிருந்தது தண்ணீர்.

சாத்தூர் ஆறு, இரு கிளையாய்ப்பிரிந்து ஒரு கிளை நீண்டு வைப்பாறு உருவாகிறது. ஏழு ஆறுகள் பிணைந்து ஒரு ஆறு. இருக்கங்குடியில் ஒத்தை நதியாய் நடந்து, வருகிற வழியில் காட்டு ஓடைகளைச் சேர்த்துக் கொண்டு முத்துலாபுரம் தொடுகிற போது, முத்துலாபுரம் ஆறு. விளாத்திகுளத்தில் வைப்பாறு . காட்டாறு என்றாலும் முக்காலமும் குளுமையைத் தவழவிடும். கூந்தலுள்ள சீமாட்டி தலை வாரி முடித்துக் கொள்வாள். சடை பின்னிப் போட்டுக் கொள்வாள். கூந்தலில் குப்பி வைத்துக் கொள்வாள் - அது போல் ஆண்டுக் கணக்கில் ஓடிவரும் நீரால் இருபோகம் சாகுபடி எடுத்தார்கள்: பாசனக் கண்மாய்களை நிறைத்தார்கள். தூரந் தொலை வெட்டாயிருந்தால் கிணறு தோண்டி தெலா போட்டு இறைத்து கீரைப் பாத்தி, காய்கறி பயிரிட்டார்கள். கமலை வைத்து இறைத்து கேழ்வரகு, மிளகாய் நட்டு, மகசூல் கண்டார்கள்.

1950-என்கிறார் குருசாமி. மேகரையும் (மேற்கு) கீகரையும் - இரு கரையும் தொட்டு வெள்ளம் பெருக்கெடுத்ததை அவர் கடைசியாய்க் கண்டது.

‘‘எனக்கு வயசு எட்டு. கோவணத்துணியோடுதான் ஆத்துக்குப் போனேன். அப்ப சாப்பிட ‘புகல்’ இல்லாமத்தான் இருந்தோம். இருகரையும் புரண்டு ஓடினது. அன்னைக்கு வெள்ளத்தில 5 பேரை

அடிச்சிப் புரட்டி உள்ள இழுத்துக்கிட்டது. அதுக்கப்புறம் என் வயசில பாக்கல அந்த மாதிரி வெள்ளம் : அதில பாதியக்கூட என் சர்வீஸ்ல பார்த்ததில்ல'' என்கிறார் குருசாமி. வங்கோடையில் சித்திரை மாசத்தில் வந்ததாம். அந்த மழைவெள்ளம் 20 முதல் 25 நாட்கள் ஓடியது. அப்போது தரைப்பாலத்துக்கு மேல் இரண்டடி தண்ணீர் 25 நாட்களுக்கும் மேல் ஓடியிருக்கிறது. எட்டயபுரம், கோவில்பட்டி, தூத்துக்குடி என்று ஒருபக்கமும் போக முடியவில்லை

குருசாமிக்கு குடும்பம் ஆகி கைக்கும் மெய்க்கும் வருமானம் போதலை. இரண்டு பையன்கள். செங்கப்படை ஊரில் இருந்தார். சுத்துப்பட்டு ஊர்களுக்கு தாய்க்கிராமம் விளாத்திகுளம். விளாத்திகுளம் வட்டத்தில் 186 கிராமங்கள். கடை, கண்ணி வட்டாட்சியர் அலுவலகம், குற்றவியல் நடுவர் மன்றம் (மாஜிஸ்ட்ரேட் கோர்ட்), காவல்நிலையம், பேருந்து நிலையம் என்று தாய்க்கிராமம் சிறு நகராக ஊத்தம் கொண்டது. ஒரு கடைவீதி இருந்த ஊரில் நான்கு கடை வீதிகள்.

அப்போது வயது நாற்பது. ஊற்றுத் தோண்டுகிறார் குருசாமி. அருகிலே நாலு உறை அடுக்கிய தொட்டி கட்டி தண்ணீர் இறைத்து விடுகிறார். ஒத்தை மாட்டு வண்டி. அதிலொரு மரப் பீப்பாய். ஒரு பீப்பாய் 12 குடம் கொள்ளும். உறையிலிருந்து பீப்பாய்க்குள் தண்ணீர் எடுத்து விட்டு, கடை, கண்ணி, ஐஸ்பேக்டரி, சோடா பேக்டரி என்று விற்கிறார். ஒரு நாளைக்குப் பத்து நடை அடிக்க முடியும். ஒரு பீப்பாய்த் தண்ணி அன்னைத் தினம் 35 ரூபாய்க்குப் போகும். ஒரு வண்டி. இரண்டு வண்டி ஆனது. மகன்களிடம் ஆளுக்கு ஒரு வண்டியை ஒப்படைசெய்தார். பிறகும் வருமானம் போதவில்லை; சீவாளி சரியாய் அமையாத நாதசுரம் போல், வாழ்க்கை 'கறமுறா' என்று சத்தம் கொடுத்தது. ஆற்று மேட்டில் ரூ. 5 ஆயிரம் என்று பேசி, குத்தகைக்கு எடுத்து விவசாயம் பார்க்கப்போனார்.

''இப்ப பையங்க தொழில ஏறக்கட்டிட்டாங்க. வேற வேற வியாபாரம் பாக்குறாங்க. ஒருத்தனுக்கு 'டாஸ்மாக் கடையில வேல'

''ஒத்தை மாட்டு வண்டிகட்டி, ஊருக்கல்லாம் தண்ணி அடிச்சிட்டிருந்த நீங்க, கைவிட என்ன காரணம்?''

''தெரிஞ்ச கதை. ஆத்தில ஊத்து வரல. நூறடி, நூற்றைம்பது அடின்னு 'போர்' போட்டும் செம்பறையாட்டம் மண்ணுதான் வருது''

குருசாமி வேறுதொழிலுக்கு நகர்ந்தார். மகன் 'டாஸ்மாக்' கடைக்குள் நுழைந்தார். சுத்துப்பட்டிகளிலுள்ள விவசாயிகள் வேற புகல்தேடி அவர்கள் அறிந்திராத நகரங்களுக்குள் பிழைப்புக்குப் போனார்கள். ஆற்றில் 200 அடிக்கும் மேலாய் ஆழ்துளை போட்டும் சவர்த் தண்ணீர்தான். அதை உறிஞ்சி இயந்திரம் மூலம் குடி தண்ணீராக்கி 'கேன்' ரூ. 12-க்கு விற்கிறார் ஒருவர். விற்பது இல்லையாம், வந்து வாங்கிப் போகிறார்கள்.

பத்து கி.மீ. தொலைவிலுள்ளது சூரங்குடி. ஒருவருக்கு கப்பல் சம்பாத்தியம். அதைக் காட்டிக்கொள்ள கப்பல் வடிவத்தில் வீடு எழுப்பினார். அதுபோல் இவரும் தண்ணீர் மாளிகை எழுப்பலாம். தயாராக கப்பல்கார முதலாளிகளுக்காக உருவாக்கிய 'அன்னை நகர்'.

''நீங்க அந்தத் திசையில போயிருக்கலாமே'' - கேட்டுவிட்டேன்.

லேசாய்ச் சிரித்தார் ''நம்ம பாடு விடிஞ்சிரும்தான். மனச்சாட்சி வேண்டாமா?''

2

பூமி தோன்றிய போது ஆறு தோன்றியிருக்கும். எத்தனை ஆயிரம் ஆண்டுகள் ஓடிஓடி இளைப்பாறுதல் அற்று மண்ணைச் சேகரித்திருக்கும். நீர்புரளப் புரள கூடவே அடித்துவரும் மண் 'சக்கென்று' அடியில் நின்று விடும். மணல் அரிப்பு வராமலிருக்க தனக்கு மேல் சிறுசிறு தாவரங்கள். நதிப்படுகை அரிப்பு கொள்ளாமலிருக்க வளர்ந்த மரங்கள். இயற்கை தனக்குத் தானே பாதுகாப்பை உண்டாக்கிக் கொள்கிறது.

ஓராயிரம் ஆண்டுகள் ஓய்ந்து கிடந்த பின்னர் வாராது போல் வந்த மாமணியை இழப்போமா? இழந்தோம். ஆற்றைத் தோண்டினால்

மணல் இல்லை. நீரும் வராது. அளிமண் அதற்கும் கீழே போனால் செம்பாறை.

திருட்டும் கொள்ளையும் தான் இந்நாட்டின் முன்னேற்றத்துக்கான அளவுகோல். திருட்டும் கொள்ளையும் இல்லையென்றால், அரசியல்வாதிகள் எப்படி உருவாகியிருப்பார்கள்? அரச மாளிகை போன்ற வீடுகளில் அதிகாரிகள் எப்படிக் குடியேறினார்கள்? ஒரு முதலமைச்சரிடம் துணைச் செயலாளராய் இருந்த அதிகாரி பல சுயநிதிக் கல்லூரிகள் தொடங்கி, நிகர்நிலைப் பல்கலைக் கழகமாக ஆக்கி, துணை வேந்தராக எப்படி வீற்றிருக்க முடியும்? திருட்டும் கொள்ளையும் இல்லையென்றால் அந்த அவர் என்னவாக இருந்திருப்பார், இந்த இவர் என்னவாக ஆகியிருப்பார்? எங்கே இருக்கப்போகிறார்கள் இவர்கள்?

"மற்றவர் விளைவித்த நிலத்திலிருந்து நீ அறுவடை செய். மற்றவர் வியர்வையில் விளைந்ததை நீ உண். மற்றவர் இறைத்த தண்ணீரை நீ குடி. மற்றவர் கட்டிய வீட்டை நீ கைப்பற்று. மற்றவர் நெய்த ஆடையை நீ உடுத்து"

"சிலுவையில் தொங்கும் சாத்தான்" என்ற புதினத்தில் கென்ய எழுத்தாளர் கூகி வா. தியாங்கோ வல்லரசுகளின் கட்டளைகளைப் பட்டியலிட்டார். சுரண்டல் வேதம் கற்க வேறெங்கும் குருகுலம் தேடியடைய வேண்டுவதில்லை. சுயநலனில் சுரண்டல் வேதம் பிறக்கிறது. பொடவு, விறுவு எங்கெங்கு உண்டுமோ, அங்கெல்லாம் தேடிப்போய் உள் அடைந்து கொள்வது அது.

ஊராட்சி உறுப்பினர், தலைவர், ஒன்றியத்தலைவர், ஒன்றியச் செயலாளர், வட்டம், மாவட்டம், எம்.எல்.ஏ, எம்.பி என்று பல கழுகுகள். கொள்ளை என்று வருகையில் கழுகுகளில் கட்சி வேறுபாடில்லை. உள்ளூர்க் கழுகுகள், வெளியூர்க் கழுகுகளுடன் உரையாடல் செய்கின்றன.

விளாத்திகுளம் ஆற்றின் கீகரையில் ஆத்தங்கரை கிராமம், மேகரையிலிருந்து மூன்று கி.மீ. சிங்கிலிப்பட்டி. 2011-ல் ஆட்சியேறிய

கட்சிகாரர்கள் பார்வை - சிங்கிலிப்பட்டியிலிருந்து அம்மன் கோயில்பட்டிவரை 5 கி.மீ. தூரம் பாய்ந்தது. மணல் குவாரியாய் மாறுகிறது. லாரிகள் போவதற்காக ஆற்றிலிருந்து சிங்கிலிப்பட்டிவரை ஒப்பந்தகாரர்கள் சாலை அமைத்துக் கொள்கிறார்கள். ஆற்று மேட்டிலிருந்து 3 கி.மீ சிங்கிலிப்பட்டி. தெற்காமல் வேல்ரபட்டி, பிள்ளையார்நத்தம் தொட்டால் பிரதான சாலை. இந்த ஏழு கி.மீ. நீளத்துக்கு லாரிகள் மண் அள்ளல், வாகன நடமாட்டம் இரவில்தான்.

ஆற்றிலிருந்து 500 மீ. தொலைவில் ஊரிருக்குமானால், மண் அள்ளக் கூடாது. குடிநீர் ஆதாரம் அருகிலுள்ள ஊர் பாதிக்கப்படக்கூடாது என்பதற்கு அந்த விதி. ஆற்றின் கீழ்ப்பக்கத்தில் கரையொட்டி இருக்கிறது 'ஆத்தங்கரை' ஊர். அதனால் மேற்குப் பக்கத்தில், சிங்கிலிப் பட்டிக்கு மாறினார்கள். ஆனால் இத்தனை மீட்டர் நீளம், இத்தனை மீட்டர் ஆழம் என்று விதி இருந்தபோதும் அதைச் சட்டை செய்யவில்லை ஒப்பந்தகாரர்கள்.

''அன்னு இருந்த ஆறு இன்னைக்கு இல்லே. தண்ணியைத் தான் சாப்பிடுவாங்க. இவம் மணலையே அள்ளிச் சாப்பிட்டாங்களே!'' அதிசயிப்பாய் பேசுகிறார் பொன்னு. கிராமியப் பாடகர். ஊர்ப்பொங்கல், பண்டிகைகளுக்கு வில்லுப்பாட்டு நடந்தால், அதில் சிற்றுடுக்கு வாசிக்கக் கூட்டிப் போவார்கள்.

''மணலை வாரின மாபாவிக சும்மா போனாங்களா? கெடங்கும் மேடுமா ஆக்கிவச்சிட்டுப் போய்ட்டாங்க. மழைக்காலத்தில் தண்ணி தேங்கி, அங்ஙன விழுந்து ஆறேழு உயிரக் கேட்டிருச்சி'' என்கிறார்.

மணலைச் சுரண்டிச் சாப்பிடுகிறவர்களுக்கு, பணம் என்ற கஷாயம் சாப்பிட்டால் எல்லாம் செரித்துப் போகும் என்கிறார் கேலியாய்.

சிங்கிலிப்பட்டியிலிருந்து பிள்ளையார்நத்தம் வரையுள்ள தார்ச் சாலையை மணல் மூடிற்று. மணல் லாரிகள் சூறாவளிக் கூம்பு போல் மணலை அள்ளி வீசுவதாக சிங்கிலிபட்டிக்காரர்கள் எதிர்ப்புத் தெரிவித்தார்கள். காலை மதியம் இரு நேரமும் தண்ணீரி லாரி அடித்து மணல் பறக்காமல் அமர்த்தினார்கள் ஒப்பந்தகாரர்கள். சிங்கிலிப்பட்டி

ஒதுக்கத்தில் இருந்தது. பரிதாபத்துக்குரியது வேல்ரபட்டி. வேல்ரபட்டி மேலேயே லாரிகள் ஓடின. சாலை மறியல் நடத்தினார்கள். ஒப்பந்தகாரர்களுக்கும் ஊர்க்காரர்களுக்கும் பேச்சு நடந்தது.

ஒரு வீட்டில் இழவு விழுந்தால், இன்னொரு வீட்டில் பெண் பூப்பெய்தி விட்டால், கல்யாணம், கோயில் கும்பாபிஷேகம், பள்ளிக் கூடத்துக்கு சுற்றுச்சுவர் என்றால் தேவையைப் பூர்த்தி செய்துகொடுத்தார்கள் மணல் ஒப்பந்தகாரர்கள். நல்லது பொல்லதுக்கு பணம் இல்லையா? இந்தா பிடி பணம். முதலில் கச்சைகட்டிக் களமாடிய சிங்கிலிபட்டியான், பிறகு சமதானமாகி ஒடுங்கிவிட்டான்.

"சும்மாவா கொடுக்கிறான். கொண்டு மிஞ்சிக் கிடக்குது. கொடுத்தான்" என்றார்கள்.

"இப்ப என்ன, வேண்டாம்னு சொன்னாலும் அள்ளீட்டுத்தான் போகப்போறான்".

வாய்ப்பாறிக் கொண்டது சனம். பிறகு வீட்டு வீட்டுக்கு இவ்வளவு என்று பணம் கொடுக்கப்பட்டது. ஊராட்சித்தலைவர் பிரித்துக் கொடுத்தார். 2011 கணக்குக்கு கரையோர கிராமங்கள் பொங்கு கொழிக்க வந்த பணம் 20 லட்சம் என்கிறார்கள்.

மீனாட்சிபுரம், பூசனூர், துளசிப்பட்டி, விருசம்பட்டி, வைப்பாறு - ஊர்களில் தி.மு.க. ஆட்சியில் மணல் குவாரி அனுமதி. துளசிப்பட்டிக்காரர்களுக்கு நதிப்படுகை மேல் விவசாய நிலம். ஆற்றுக்குள் இறங்கி மேலேறி வருகின்றன டிப்பர் லாரிகள். துளசிப்பட்டி பள்ளி வாத்தியார் அவர். லாரி அடித்து அவர் நிலம் பாழாய்ப்போனது. இரண்டு வருஷம் நடந்த குவாரிக் கொள்ளையில் லாரிக்கு இவ்வளவு என்று வாத்தியார் 'கமிஷன்' கேட்டு வாங்கிக் கொண்டார். இந்த வேலைதான் பார்த்தார். பேருக்கு வாத்தியார் வேலை. ஊருக்கு ஆகாம, இவரு ஒருத்தரே சொருகிக் கொள்கிறார் என்பதாக துளசிப்பட்டி எழுந்த போது அவர் சொன்னார். "சொந்தக் காரங்களுக்கு எம் மேல பொறாமை. என்னையப் பதம்பாக்கிறாங்க. நாம வாங்காட்டாலும் அவன் களவாடத்தான் போறான்".

பா.செயப்பிரகாசம்

குவாரிக்கு பக்கமாய், ஆற்றங்கரை மேல் கடைகள் முளைத்தன. சாப்பாட்டுக்கடை, வெத்திலை, பீடி இப்படி பகலின்னு இல்லே, இரவின்னு இல்லே - எந்நேரமும் லாரி பத்தறவங்களுக்கு இதெல்லாம் வேணும். துட்டை வெட்டுனா எல்லாம் நடக்கும்னு சொல்ற இடத்தில் வேறொன்னும் இல்லாமலா போகும்.

தண்ணீர் யுத்தம். இனி மூன்றாவது உலகப் போராக இருக்கும் என்பது இரு நாடுகளிடையேயானது அல்ல. தண்ணீரை யார் வணிக மயப்படுத்துகிறார்களோ அவர்களுக்கும், அதனால் வாழ்வாதாரத்தினை இழக்கிற மக்களுக்குமான யுத்தம்.

விளாத்திகுளம் இன்று அந்த யுத்தத்தை சந்தித்துக் கொண்டிருக்கிறது. முன்னெடுத்துக் கொண்டிருக்கிறதா என்று சொல்ல இயலவில்லை.

மணல் அள்ளல் மூன்று கட்டமாக நடந்தது என்கிறார் பொன்னு. முதல்கட்டம். தி.மு.க. ஆட்சி கலைஞர் முதல்வராக இருந்தபோது. அடுத்து அ.தி.மு.க. இரண்டாவது முறையாய் ஆட்சிக்கு வந்தபோது. இப்போது மூன்றாம் கட்டம் 2011-ல் அ.தி.மு.க. ஆட்சிக்கு வந்தபோது. ''இப்ப நடந்ததுக்கு கணக்கு இல்ல. எக்கச்சக்கம்! சிங்கிலிப்பட்டிவரை சரள்ரோடு இதுக்காகப் போட்டான். லாரிக வரிசையா நின்னா கூட்ஸ் டிரெயின் மாதிரித் தெரியும். கேரளாவுக்குத்தான் போனது. வடக்கே, வட மேற்காம முத்துலாபுரம் வரையிலும் குவாரி போயாச்சு''

இங்கிருந்து களவாண்ட மணல் கேரளாவில் தேரி மேடு போல் குவித்து வைக்கப்பட்டுள்ளது. பக்குவப்படுத்தி மூட்டை மூட்டையாகக் கட்டுகிறார்கள். எத்தனை மூட்டை வேணுமென்று கேட்டு, சிமிண்ட் மூட்டை மாதிரி தூக்கி அனுப்புகிறார்கள். நயம் நல்லெண்ணை, நயம் துவரம் பருப்பு என்பது போல, தாமிரபரணி மணல், வைப்பாறு மணல் என்று எழுதிவைத்து கேரளத்தில் விற்கிறார்களாம். வைப்பாறு மணல்னா விலை கூடுதல்.

பொன்னு 37-ம் ஆண்டு ஆள். சலவைத் தொழிலாளி. 1950, 60-களில் விளாத்திகுளம் முழுசுக்கும் அவர் சலவை. நல்ல பிராயம். அவர்

சிற்றுடுக்கு வாசிக்கும் கலைஞர் ''வில்லடிக்கு ஆறுபேர் வேணும். ஒரு ஆள் கதை படிப்போம். ஒரு ஆள் பாட்டுப் படிப்போம். ஒரு ஆள் குடம் அடிப்போம். ஒரு ஆள் சிங்கி அடிக்க, ஒரு ஆள் சிற்றுடுக்கு வாசிக்க - அது நானு. வில்லடிப்புக்கு வாத்தியார் தனி''

''கதை படிக்கிறவர் பாடுறதை வாங்கிப் பாடுவார்கள். அந்தப் பின் பாட்டை திரும்பவும் வாங்கிக் கொடுக்கணும். பொன்னு மாதிரி சிற்றுடுக்கு வாசிக்க முடியுமாம்பாங்க''

''பொன்னுவைக் கண்டா பயமாயிருக்கு. விலகி நிற்கணும். அவனைப் பகைச்சிக்கிரக்கூடாதுப்பா'' என்பாராம் சப்-இன்ஸ்பெக்டர்.

''நாம் என்ன கம்பு வீச்சில் கூடுன ஆளா, கத்தி சுத்தறதில வாய்ச்ச மனுசனா, நம்மளக் கண்டு பயப்படுறதுக்கு. உடுப்புத் தேய்ப்புத்தான். உடுப்பு தேய்ச்சா, கத்தி மாதிரி நிக்கும். காக்கி உடுப்புக்கு சவ்வரிசிக் கஞ்சி போட்டு, மொட மொடன்னு தேய்ச்சிக் கொடுத்தா, உடுப்பு எதிரில் இருக்கிறவர் வயித்தில குத்தும். அதான் அப்படிச் சொல்றாரு. நம்ம தொழிலுக்கு அந்த ஒரு மரியாதை எப்பவும் உண்டும்''.

''அப்போ ஆத்தில தண்ணி போச்சா?''

''இடுப்பளவு தண்ணி. இடுப்புத் தண்ணில நின்னு துணி துவைப்போம். சில நேரம் வெள்ளப் பெருக்கமாகி, துவை கல்லையே அடிச்சிட்டுப் போயிருக்கு. என்னடா இது வம்புன்னு, அப்ப ஊராட்சித் தலைவர் ஆத்தில செஞ்சு, அங்஗னயே சிமிண்ட் கல்லு கட்டிக் கொடுத்தாரு''

''எத்தனை வருசம் தொழில் பாத்தீங்க?''

''தண்ணிலயிருந்து எழும்பின போது, 1977. அது வரை இடுப்புத் தண்ணிதான். இடுப்புக்குக் கீழே குளுச்சி. இடுப்பக்கு மேல வெயில் உறைப்பு. ரெண்டு விதமாவும் இருக்கவேதான் தொழில் செய்தோம். கீழே சுத்தி மீன் கடிக்கும். காலை மாத்தி மாத்தி வச்சி பெரிய ரோதனையாப் போகும். வேட்டிய கீழே இறக்கிவிட்டு, மேல அள்ளுனா ஒரு அரைக்கிலோ மீன் துள்ளும். அப்ப ஊர்ச் சாப்பாடுதான். ஊருக்குள்ளபோயி வீட்டு வீட்டுக்கு கஞ்சி எடுத்துவருவோம். மீன்

குழம்புக்கும், மீன் பொரியலுக்கும் நல்லாருக்கும். கண்மாயில தண்ணி கெட்டிக் கெடக்கிற போது அங்க துவைக்கப் போறதுண்டு. கம்மாயில சேலைய நல்லாவிரிச்சி, அதில கம்மஞ்சோத்தையும், செம்மறாட்டஞ் (செம்மறி ஆடு) சாணியையும் பிசைஞ்சி வச்சி அடியில அமுத்தி வச்சிருவோம். அதில 2 கிலோ மீன் மொழுமொழுன்னு மாட்டிக்கீரும். ஊர்ச் சோத்துக்கும் அதுக்கும் அப்படியொரு ருசி''

விளாத்திகுளம் சுற்றிய கிராமங்களில் 25 வருடங்கள் முன்னால் கடுமையான தண்ணீர்த் தட்டுப்பாடு. அப்போது பெண் சட்டமன்ற உறுப்பினர். ஊராட்சி ஒன்றிய அலுவலர், பொறியாளர் அத்தனை அலுவலரும் சூழ்ந்துவர, ஆற்றின் மேகரையில் நின்று பார்வையிட்டார். அதிகம் ஆள் நடமாட்டமில்லாத பகுதி அது. கருணை சுரக்கும் சுரப்பியிலிருப்பதை எடுத்து தவிக்கும், மக்களுக்கு தண்ணீர்ப் பஞ்சம் இல்லாமல் ஆக்கப் போகிறார் என்று நினைத்தார்கள். மறுநாள் ஆழ்துளைக்கிணறு ஊன்றி, மூன்று டேங்கர் லாரிகள் நின்றன. தண்ணீர் லாரிகள் கிராமங்களுக்குப் போயின. ஒரு குடம் 2 ரூபாய். ஊர் ஊருக்கு எம்.எல்.ஏ. தண்ணீர் விற்று சம்பாதித்தார் என்ற வரலாற்றுப் பதிவு வந்தது.

அவர் தண்ணீர் விற்றார். அடுத்து வந்த சட்டமன்ற உறுப்பினர் போதைப் பொருள் கடத்தலில் ஈடுபட்டு கைதாகி சிறைக்குள் போனார்.

ஆற்றைச் சாகடித்தது யார்?

சலவைத் தொழிலாளி பொன்னு, தண்ணீர் வண்டியடித்த குருசாமி, ஒரு பத்திகையாளர்-மூவரிடமும் கேட்டேன்.

''அரசியல்வாதி, அதிகாரி, மக்களாகிய நாமும் என்றார் பத்திரிக்கையாளர்''

''மக்களை எப்படிச் சொல்லலாம்''

''போராடாமல் விட்டோர்களே, அதான்''

கற்பகத் தரு சொக்கப்பனை ஆகிறது!

அரைநூற்றாண்டு முன் இராமநாதபுரத்திலிருந்து இராமேசுவரத்துக்கு தொடர்வண்டிப் பயணம் சென்றதுண்டுமா? நான்கு தலைமுறைக்குப் பிந்தி வந்தவர்களா நீங்கள்? தொடர்வண்டி, பேருந்து, மகிழுந்து எதில் பயணிக்கும்போதும் எல்லாமும் வாலாந்தரவை, உச்சிப்புளி என்னும் சின்னஞ்சிறு ஊர்களில் நிற்கின்றன. கண்பார்வை போகிறவரை கற்பகத்தரு என்று பெயர்சுமந்த பனந்தோப்புகள்; சிறு நிலையங்களில் வண்டி நிற்கையில் பயணிகள் கையில் காலைப்பொழுதினும் பசியதாய் மிளிரும் தளிர்மட்டை கொடுக்கப்படும். மட்டை பிடித்த பயணிகள் இனிய சுவைதரும் காலைப் பதநீர் சாப்பிட, "எல்லாரும் சாப்பிட்டாச்சா" என்றொரு பார்வை வீசிவிட்டு- 'இந்த மண்வாகுக்குத் தான் அத்தனை தித்திப்பான பதநீர் வரும்" என்றொரு சொல்லும் சொல்லிவிட்டு 'கார்டு' பச்சைக்கொடி அசைப்பார். கொஞ்சம் முன்னால் 'சொட்டாங்கு' போட்டு உள்ளிறக்கிய பதநீர்ச் சுவை அவர் நாக்கிலும் தங்கியிருந்தது.

50 வருடங்கள் முன் ஒரு இராமேசுவரம் தீவு இருந்தது. கடலுக்குத் தடுப்பு போட்டது போல் இராமநாதசாமி கோயில். காலகாலமாய் மண் உண்ட கடல் பொங்கிச் சுழற்றி விழுங்கியபோது, தெய்வமும் மனுசரும் செய்வதறியாது நின்றனர் - அது 1964.

தனுஷ்கோடி பாம்பன் முதல்

தயங்காத ராமேசுவரம்

அநியாயப் புயலடித்து

அழிந்த கதை சொல்லிவாரேன்

அமைதியாகக் கேளும்

அந்தக் கதையை எந்த நாளும்''

அரை நூற்றாண்டுக்கு முந்தி நடந்த கடல்கோள் நம் நினைவு மூலையில் எங்கோ அரைவாசி கால்வாசிப் புள்ளியாய் மின்னித் தங்கியிருக்க, 1964-ல் புயலடித்து கடல் பொங்கி தனுஷ்கோடியை விழுங்கிய சோகம் நாட்டுப்புறக் கலைநிகழ்ச்சியில் இன்றும் ஓடிக்கொண்டிருக்கிறது.

சாமிக்கு கோயிலும் மனுசப் பிறவிகளுக்கு வீடுகளும் போக அந்தத் தீவில் பகல், இரவு பார்க்காமல் சத்தம் செய்யும் கற்பகத் தருக்கள்.

நெருநெருவென்ற மணலில் நெல் விளையாது. நாத்துச் சோளம் எங்கயாவது தென்படும். மா, புளி, முருங்கை , ஓடை ; ஒட்டாரங்காடு, ஓடங்காடுதான் மரத்திலிருந்து உலுப்பிய ஓடங்காய்களை - காயவைத்து - நெற்றாக்கி - ஓலைப்பெட்டிகளில் கொட்டுகிறபோது கலகலவென்று சத்தம் வரும். ஆடு வளர்ப்போருக்கு அது இசை; ஆடுகளுக்கு குளிர்காலத் தீனி.

ஒட்டாரங்காடு, ஓடங்காடு தவிர மீதியெல்லாம் கற்பகத் தரு என்று அழைக்கபடும் பனந்தோப்புகள். மேலோகத்தில் கேட்டதெல்லாம் தரும் ஒரு பசு உண்டாம் - காமதேனு. பூலோகத்தில் மனுசன் கேட்காமலே கொடுக்கும் ஒரு காமதேனு - பனை.

இராமநாத சுவாமி கோயில் மேலக் கோபுர வாசலில் அரசாங்கம் ஒரு கடை போட்டிருந்தது. பேர் கற்பக விருட்சம். 50, 60, 80-கள் வரை கடை இருந்தது. கற்பகவிருட்சத்தை பனைப் பொருட்கள் கூட்டுறவுக் கழகம் நடத்தியது. பனையிலிருந்து உண்டு பண்ணப்படும் கைவினைப் பொருட்கள் விற்பனையாகின.

ஒன்னாம் வகுப்பு முதல் எட்டாம் வகுப்பு வரை எங்களூர் இடைநிலைப் பள்ளி. ஒவ்வொரு வகுப்புக்கும் ஒரு சட்டாம்பிள்ளை (class leader). நல்லாப் படிக்கிறவன் இல்லையென்றால் வளர்த்தியாயும் வாளிப்பாயும் இருக்கிறவன் வகுப்புச் சட்டாம்பிள்ளை. வகுப்பில் கெட்டிக்காரப் பையனாக இருந்த போதும், ஒரு தடவைகூட நான் சட்டாம்பிள்ளை உத்தியோகம் பார்த்தது இல்லை. ஆள் குருவி மாதிரி இருக்கான். இவன் பிள்ளைகள என்னத்த மேய்க்கப் போறான் என்ற வாத்திமார்கள் நினைப்பு காரணமாக இருக்கலாம். பனைமரம் பாட்டு வருகிறபோது மட்டும் ராமர் வாத்தியாருக்கு என் வளமான உச்சநிலைத் தொண்டை தேவைப்பட்டது,

''பனைமரமே பனைமரமே

ஏன் வளர்ந்தாய் பனைமரமே?

நான் வளர்ந்த காரணத்தை

நாடறியச் சொல்லுகிறேன்''

1950-களின் தலைமுறை இந்தப் பாடலைப் பாடியிருக்கிறது. பள்ளிக் கொட்டகைக்குள்ளிருந்து நழுவிய பாடலை வெளியே இருந்த தலைமுறை கேட்டது. 1950கள்,1960-கள் தலைமுறையில் நீங்கள் இல்லை; பாடியதும் இல்லை. கேட்டதும் இல்லை.

''பனைமரமே பனைமரமே

பாதையில் ஏன் முளைச்சே?''

இதுக்கு எசப்பாட்டு பனையிடமிருந்து கேட்கும்.

''குடிக்கப் பதினியானேன்

கொண்டு விற்க நுங்கானேன்

கட்டில் கட்ட நாரானேன்

கயிறு திரிக்கத் தும்பானேன்

தூரத்துப் பொண்ணுகளின்

தூதோலை நானானேன்

வாழுகிற பெண்டுகளுக்கு

வர்ணச் சொளகு, வர்ணக் கொட்டான் நானானேன்

பெட்டி முடையும் ஓலையானேன்

பொல்லம் பொத்த நானானேன்

பாலகன் எழுதும் குருத்தோலை

பனங்கருப்பட்டியானேன்

சில்லுக் கருப்பட்டி

திங்கத் 'தகண்' நானானேன்

பனங்கிழங்கு பனம்பழமும்

பதிஞ்சமனை விட்டமானேன்''

பனைமரத்தின் பாட்டை சின்னப் பயல்கள் மூச்சு விடாமல் பாடிக் கொண்டிருந்தோம்.

வேர் முதல் உச்சி வரை எடுத்துக்கோ, என்னை எடுத்துக்கோ என்று பனைபாடும் பாட்டு மேலே மேலே போய் கிண்ணென்று எங்கள் பள்ளிக்கூட உச்சியில் நின்றது .

2

தமிழ்நாட்டின் பலதிசைகளிலிருந்தும் இராமேசுவரம் தீவுக்கு வந்து போவார்கள். தனஷ்கோடிக் கடற்கரை அப்போது பிரபல்யம்.

வெளியூர்ப் பயணிகள் மட்டுமல்ல. தமிழ்நாட்டுக்கு அப்பாலிருந்து காசி யாத்திரை தொடங்கி இராமேசுவரத்தில் முடிக்கும் வடநாட்டு சுற்றுலாப் பயணிகளும் மொது மொதுவெனக் கூடும் இடம் மேலக்கோபுர வாசலிலுள்ள அரசாங்கத்தின் கற்பக விருட்சம் கடை.

1. பனைநாரில் முடைந்த தண்ணீர் விட்டாலும் கீழிறங்காத நார்க் கொட்டான்

2. குருத்து ஓலையில் செய்த அஞ்சறைப்பெட்டி

3. நடுத்தர ஓலையில் பின்னிய கிளி

4. சின்னச்சின்ன உருண்டைக் கல் உள் வைத்துச் செய்யப்பட்ட கிலுகிலுப்பை

5. சுக்குச்சாறு, ஏலம், லவங்கம் போட்டுக் காய்ச்சிய கருப்பட்டி.

6 .வெல்லப்பாகில் செய்த சில்லுக்கருப்பட்டி (ஓலைக்கெட்டானுக்கும் சில்லுக்கருப்பட்டிக்கும் பொருத்தம். வேறெதில் போட்டு வைத்தாலும் வேத்து ருசி வந்துவிடும். ஓலை மணமும் சேர்ந்து வருகையில் சுவை ஒரு அங்குலம் உயர்ந்துநிற்கும்)

7. பனக்கிழங்கு- ஆசை தீர உரித்து சாப்பிட்டுக் கொண்டு நடப்பார்கள்

8.பனம்பழத்தின் சாறும் சதையும் உருட்டித் திரட்டி பிசைந்து செய்யப்பட்ட பனாட்டு.

9. குருத்தோலை சீவி அழகு பண்ணி வடிவாய்ப் பின்னிய பாய். மடிப்புப் பாய், சுருட்டுப் பாய், எனப் பலவகை. எல்லாவற்றையும்விட பயணிகளுக்குப் பிரியமானது சாப்பிட உட்காரும் மெல்லிசு பனந்தடுக்கு.

பனை உண்டாக்கிய அதிசயப் பொருட்களை வெளியூர்ப் பயணிகள் ஒன்றுவிடாமல் கைப்பற்றிக்கொண்டு, திரும்பி ஊருக்குப் போய்க் கால்வைக்கையில் காட்டுவதற்கு மட்டுமல்ல, சொல்வதற்கும் கதைகள் இருந்தன.

வேத்து ஊரில் மணமுடித்துக் கொடுத்த மகளைப் பார்க்க பெற்றவர்கள், உடன்பிறப்புகள் நார்ப்பெட்டியில் புளி, கருவாடு, முருங்கைக்காய் தலைச்சுமையாய்க் கொண்டு போய் இறக்கினார்கள். நார்ப்பெட்டி இல்லையென்றால் ஓலையில் நெருக்கிப் பின்னிய கடகாப் பெட்டி.

மஞ்சப் புத்து செட்டியார் சமூகம் மதுரை, பரமக்குடியில் உண்டு; கல்யாணத்தில் குருத்தோலையில் செஞ்ச அஞ்சறைப்பெட்டி, வெற்றிலைக் கொட்டான், வண்ண நார்ப்பெட்டி, வண்ணச் சொளகு என பனைச்

சாமான்களை சீர்வரிசை செய்தார்கள். இன்றைக்கும் அச்சமூகம் வாழ்கிறது. ஆனால் பனைச் சீதனம் ஒரு சடங்காத் தொடரவில்லை. சீர்வரிசையாய் குளிர்சாதனப் பெட்டி, சலைவைஇயந்திரம், கிரைண்டர் என்று கால்மாடு தலைமாடு ஆக மாறிப் போனது மஞ்சப்புத்து செட்டியார் சமூகமும் .

3

சிறுபயல் என்று யாரும் சொல்ல முடியாதபடிக்கு ரத்தினம் தேவாங்கு மாதிரி இருப்பான். கை கால் வைத்த உடம்பு வெறும் கூடாக இருந்தது. என்ன சீக்கு என்று கண்டுபிடிக்க முடியவில்லை. ஒரு மரத்துக் கள் நல்ல மருந்து. தொயந்து ஒருமாதம் சாப்பிட்டால் வாசியாகி ஆள் தேறிவிடுவான் என்றார்கள். தினமும் அவன் அய்யா வாலாந்தரவை பனையடிக்குக் கூட்டிக் கொண்டு போக, பிறகு அய்யாவை விட்டுவிட்டு அவனே போனான். காலையில் எழுந்ததும் ஆள் தென்படவில்லையெனில் பனையடியில் கண்டுகொள்ளலாம். முப்பதே நாளில் பனந்தூர் மாதிரி ஆள் தெம்பாக அலைகிறான் என்றார்கள்.

சிலகாலம் முன் கள் இறக்க அனுமதியிருந்தது.

கள் காலை உணவானது. மருந்தானது. குறைச்சலான காசும் கொண்டது.கள்ளிறக்கம் தடைப்பட்டுப் போனதின் பின்னால் பதநீர் பாட்டிலில் விற்க ஆரம்பித்தார்கள். கற்பக விருட்சம் கடைதான் பாட்டில் பதநீரை முதலில் அறிமுகப்படுத்தியது.

பனம்பழத்தை அவித்து சாறெடுத்துச் செய்த 'பனாட்டு' கிடைத்தது. கிழக்குச் சீமையினர் பனாட்டை சீர்வரிசையாகவும் அனுப்பினார்கள். இந்தப் பனாட்டு ஈழத்திலும் கிடைத்தது. அங்கேயும் இதை சீர்வைசயாய் செய்யும் முறை யுத்தம் தொடங்கும் முன் வரை இருந்திருக்கிறது.

கொட்டையைப் புதைத்து வைத்தால் கிழங்கு கிளம்பி வரும். பனங்கிழங்கைப் பறித்தபின், கொட்டையில் தேங்காய் மாதிரி தண்ணீர்ச் சதசதப்புடன் வெள்ளை முட்டை இருக்கும். பனை முட்டை என்பார்கள். அத்தனை ருசி.

பனை ஒரு வரம். அதில் விளையும் நுங்கு உடம்புக்கு ஆயிரம் வரம். சென்னையிலிருக்கிற சித்த மருத்தவர் சங்கீதா விளக்குகிறார்.

கோடையில் நம் உடலுக்குத் தேவையான நீர்ச் சத்துக்களை வாரி வழங்குகிறது நுங்கு; பனை வெல்லம், பனங்கற்கண்டு, பனங்கிழங்கு, மட்டை, ஓலை பனையிலிருந்து கிடைக்கும் அனைத்துப் பொருட்களுமே மருத்துவகுணம் வாய்ந்தவை. நுங்கும் மருத்துவகுணம் மிக்கது. நுங்கில் அதிக அளவு வைட்டமின் பி.சி. இரும்புச் சத்து, கால்சியம், துத்தநாகம், சோடியம், மக்னீசியம், பொட்டாசியம், தயமின், அஸ்கார்பி, அமிலம், புரதம் போன்ற சத்துக்கள் அதிகம் உள்ளன. நுங்குக்கு கொழுப்பைக் கட்டுப்படுத்தி உடல் எடையைக் குறைக்கும் தன்மை அதிகம். உடல் எடையைக் குறைக்க நினைப்பவர்கள் துங்கை அதிகம் சேர்த்துக் கொள்ளுங்கள். நுங்கில் உள்ள நீரானது வயிற்றை நிரப்பி பசியைத் தூண்டுகிறது. மலச்சிக்கல், வயிற்றுப் போக்கு இரண்டுக்குமே நுங்கு மருந்தாக இருப்பது அதிசயம்.''

இன்றைய நாளில் தேடித்தேடி அலைந்தாலும் நுங்கு கிடைப்பதில்லை. உடல் எடையைக் குறைக்க நினைப்பவர்கள் நுங்கைத் தேடி அலயலைாம்.

தண்ணீருக்குப் பதிலாய் பதநீரில் அரிசி போட்டு பதனிச் சோறு செய்தார்கள். சர்க்கரை பொங்கல் மாதிரி ருசி. இன்றைக்குப் பதநீரே கிடைப்பதில்லை. அடுத்துத்தானே பதனிச்சோறு.

சிறு அம்சமான ஒரு நுங்கின் உயரம் இவ்வளவு என்றால் இத்தனை கர்ப்பங்களையும் சுமக்கும் கற்பகத்தரு உயரம் எவ்வளவு?

4

அன்று பூர்ணிமை! பூமியை குனிந்து குனிந்து முத்தமிட்டுத் தழுவிக் கொண்டிருந்தது தனுமை.

''இப்ப பனங்காட்டுக்கு போய் வரலாமா?'' கேட்டவனை விசித்திரமான பார்வையால் ஏறிட்டார் போத்தையா.

நாட்டாரியலின் தெக்கத்தி ஆத்மா எஸ்.எஸ்.போத்தையாவின் ஊர் தங்கம்மாள்புரம். கரிசலும் செவலும் மருவிய பூமி. கீழ்திசை

செம்மண்காடு ; மேற்கிலும் தெற்கேயும் கரிசல். இருமண் பூமியில் மக்கள் தமக்கென தனி வாழ்க்கையை வனைந்திருந்தார்கள். கம்பு சோளம், மல்லி, மிளகாய் தானிய விளைச்சலுக்கு கரிசல் காடு. பதினி, நுங்கு, கருப்பட்டி, பனங்கிழங்கு, நார், ஓலை, விளைச்சலுக்கு தேரிக்காடு.

கிழக்கு மந்தையிலிருந்து தொடங்குகிறது தேரிக்காடு.நிறைய தேரி மேடுகள். ஒரு உச்சியில் போய் அமர்ந்தோம்.

''கண்டொம் கண்டோம் சபையோரே

உம்மைக் கையெடத்துக் கும்பிடறோம் சபையோரே''

காலடிகளுக்குக் கீழே பனைக் கொன்னைகள் (உச்சி) வளைந்து வளைந்து ஆடுவது கிராமியக் கலைஞர்கள் ஆடிப்பாடி வணக்கம் செய்வது போலிருந்தது.

'' இப்ப பனை எல்லாம் காணாமப் போய்ட்டிருக்கு'' கவலையைப் பதிவு செய்தார்அண்ணாச்சி. பனையோடு சேர்ந்த வாழ்க்கை காணாமல் போய்க்கொண்டிருக்கிறது என்பது உட்பொருள். எங்கள் காலடியில் கிடக்கும் பனங்கூட்டத்துக்கும் மேலே உயர்ந்திருக்கிறது மேல்நிலை நீர்த்தேக்கத் தொட்டி. சுற்றிலுமுள்ள பத்து ஊர்களுக்கும் குழாய் பதித்து தண்ணீர் வழங்கல். நிலத்தடி நீர் உள்ளே போகப்போக கடல்நீர் உள்ளிறங்குகிறது. நன்னீர் உப்புக்கரிக்கிறது. வேரடி நீர்ப்பதமிழந்த பனைகள் மொட்டை மொட்டையாய் காய்ந்து கருகுகின்றன.

2002-அக்டோபரில் அமைதி ஒப்பந்தக் காலமாதலால் ஈழம் சென்றிருந்தோம். யாழ்ப்பாணத்தில் நடைபெற்ற ''மானுடத்தின் தமிழ்க்கூடல் மாநாட்டுக்குப்'' போயிருந்த போது. கொழும்பிலிருந்து யாழ்ப்பாணத்துக்கு தரை வழியேதான் சென்றோம். யாழ்நகர் சென்று சேரும் வரை சிங்கள இராணுவத்தால் சிதைக்கப்பட்டிருந்த யுத்தபூமியைக் கண்டுகொண்டே போனோம். குண்டு துளைக்காத ஒரு சுவரும் இல்லை. சாவு விழாத ஒரு வீடும் இல்லை. மொட்டையாகாத ஒரு பனையும் இல்லை என்றிருந்தது ! இராணுவ செல்லடிகளால் தலை துண்டிக்கப்பட்டு முண்டமாய் நின்றன பனைகள்.

நாங்கள் தங்கியிருந்த நாட்களில் ஒரு நாள் விடுதலைப்புலிகளின் தலைமையகத்திலிருந்து ஒரு அறிவிப்பு வெளியாயிற்று. ''லட்சம் பனைகள் நடுவோம்''; மக்களோடு போராளிகளும் இணைந்து பனைநடும் பணியைச் செய்யத் தொடங்கினார்கள். அமைதிக் காலத்திலும் மக்களோடு இணைந்து சுயபொருளாதார வளர்ச்சியைத் திட்டமிட்டார்கள்.

யுத்தம் என்ற 'காடேத்து' இல்லாமலே தமிழகத்தில் பனங்காடு மொட்டையாகிக் கொண்டிருக்கிறது. கடல் மேலாய்க் கிளம்பிய உப்பங்காற்றும் மே காற்றும் ராத்திரியெல்லாம் ஊருக்கு மேலாகப் பேசிக் கொண்டிருக்குமே அந்தச் சலசலப்பைக் காணோம். மொட்டையாகிப் போன சம்சாரிகளின் இடத்தை கண்ணில் ஈரப்பசை இல்லாத வியாபாரிகள் பிடித்தார்கள். கோடரி இல்லை. கை ரம்பம் வேண்டாம். மோட்டார் பொருத்திய நவீன ரம்பம் கரகரவென்று அறுத்துத் தள்ளுகிறது. வெட்டுப்பட்டு, துண்டுபட்டு லாரியில் அம்பாரம்அம்பாரமாய் ஏற்றி செங்கல் சூளைக்குள் போகிறது.

ஓட்டு வீடுகளின் பாரம்பரியம் கேரளா; வைரம் பாய்ந்த பனைகளை வீடு கட்ட கொண்டு போகிறார்கள். மாடுகள் திறந்த டெம்போக்களில் கடத்தப் பட , லாரிகளில் கடத்தப்படுகின்றன பனைகள் கேரள பூமிக்கு.

''மாடு உங்க (உண்ண) ,

பனை உறங்க (வீடுகட்ட)

அது உங்க , இது உறங்க.'' ஒரு சொலவடை போல, தென் வட்டார மக்களிடம் இந்த வசனம் முண்டுகிறது.

அடுத்த நூற்றாண்டு காண இன்னும் இருக்கின்றன 85-ஆண்டுகள். அடுத்த நூற்றாண்டுக்கு நடந்து போகக் கூடாது. ஓடி ஒரே தாவலில் அடைந்துவிட முயற்சி செய்கிறார்கள் பனங்காட்டு ராஜாக்கள். பனங்காட்டு தேரிமணல் ஒரு அபூர்வக் கனிமம் அல்லவா? வைகுண்ட ராஜன்களும் கே.ஆர்.பி.க்களும்: அடுத்த நூறறாண்டுக்கு அழைத்துச் செல்ல இவர்களின் காலில் சக்கரம் கட்டிவிட்டிருக்கிறார்கள் இந்த அரசுகள்.

2000-த்தில் அமெரிக்காவில் மத்திய நீதிபதியாக இருந்தவர் ஜெரோம் பெரீஸ் (Jerone Ferres). அவர் வசித்தது சியாட்டில் நகர். வாசிங்டன் ஏரி என்ற கடல் அளவு ஏரி உண்டு சியாட்டில் நகரில்; ஏரிக்கரையின் மேல் மலைச்சரிவில் நீதிபதி வீடு: மலைவளமும் வனவளமும் உள்ள பெரிய எஸ்டேட் அது. நீதிபதியை, அவரது குடும்பத்தினரை நெடுங்காலமாய் உறுத்தி நமைச்சல் கொடுத்துக் கொண்டிருந்தது ஒரு பிரச்சனை. ஏரியின் நேரடிப் பார்வையை தடுத்தன நெடிய விருட்சங்கள்.

அமெரிக்காவில் ஒவ்வொருவர் கையிலும் சுடுகலன் (துப்பாக்கி) உண்டு, ஒருவர் மற்றொருவரைச் சுட்டுத் தள்ள, யாருடைய அனுமதியும் வேண்டியதில்லை. ஆனால் ஒரு மரம் என்றாலும் வெட்டி வீழ்த்த நகராட்சியின் அனுமதி வேண்டும். இயற்கை ஆர்வலர்கள் போராடிப் பெற்ற சட்டம் இது. நீதிபதி அறியாத சட்டமா? வீட்டு முன் மலைச் சரிவிலிருந்த 120 மரங்களை வெட்டிச் சாய்த்தார். அவை அமெரிக்கர் நேசிக்கும் மேப்பிள் மரங்கள்.

நீதிபதி செய்தார் என்று கிஞ்சித்தும் கவலை கொள்ளாத இயற்கை ஆர்வலர்கள் வீட்டை முற்றுகையிட்டார்கள். வழக்குத் தொடுத்தார்கள். வழக்கின் தீர்ப்பில், ஆறு லட்சத்து 18 ஆயிரம் டாலர் (இந்திய மதிப்பில் ரூ30 கோடி) அபராதம் விதிக்கப்பட்டது. ஆனால் சிறைத்தண்டனை இல்லை. 120-கொலைகள் செய்தவரை எப்படித் தப்பவிடலாம் என்று கேள்வி எழுப்பியது சியாட்டில் டைம்ஸ் (Seattle Times) நாளிதழ்.

தேக்கு, சந்தனம், செம்மரம் வெட்டப்படுவது குற்றம். பனைகள் குற்றவியல் சட்டத்தில் வரவில்லை. தேக்கும் சந்தனமும் செம்மரமும் செல்வம் கொழிக்கும் மரங்கள். 'வெம்பெறப்பாய்' அலைகிற ஏழை பாழைகள்தாம் பனைகள். ஏழை என்றால் வெட்டுப்படலாம்தானே!

மனிதர்கள் மூளையில் 12% விழுக்காடு மட்டுமே பயன்படுத்துகிறார்களாம். இப்படி ஒரு மருத்துவ ஆய்வு கூறுகிறது. மூளையின் மீதிப் பகுதியை 88% விழுக்காட்டை சும்மா உறையவிட்டிருக்கிறார்கள். மீதி மூளை மனுசனில் தூங்கிக்

கொண்டிருக்கிறது. 12% மூளையினால் மட்டமே மனுசன் இவ்வளவு அழிவைச் செய்யமுடியுமென்றால், மீதி 88-ஐயும் பயன்படுத்தினால் இந்த பூமியை ஒரு நாளில் நாசம் பண்ணிவிடலாமே! இந்த 12%-ஐ சரியாகப் பயன்படுத்தினால் வருங்கால தலைமுறைக்கென்று மண்ணும் நீரும் நெருப்பும் காற்றும் ஆகாயமுமான இந்த பூமியைத் தக்கவைக்க முடியும் என்கிறார்கள்.

''மண்ணை நம்பி மரமிருக்கு ஏலேலோ ஐலசா

மரத்தை நம்பி கொப்பிருக்கு ஏலேலோ ஐலசா

கொப்பை நம்பி இலையிருக்கு ஏலேலோ ஐலசா

இலையை நம்பி கொழுந்திருக்கு ஏலேலோ ஐலசா

கொழுந்தை நம்பி பிஞ்சிருக்கு ஏலேலோ ஐலசா

பிஞ்சை நம்பி காயிருக்கு ஏலேலோ ஐலசா

காயை நம்பி பழமிருக்கு ஏலேலோ ஐலசா

பழத்தை நம்பி கொட்டையிருக்கு ஏலேலோ ஐலசா

கொட்டையை நம்பி மரமிருக்கு ஏலேலோ ஐலசா''

நமது வாழ்க்கை இந்த சுழற்சி வரலாறுதான். இந்தபூமி தனக்குள் ஒரு சுழற்சியைக் கொண்டிருக்கிறது. தன்னையொரு உயிரியாக இயக்கிக்கொள்கிற இயற்கையை உயிரில்லா சவமாக ஆக்குவதில் மனிதன் சுறுசுறுப்பாக ஆகி விட்டான்.

தமிழனின் சுறுசுறுப்பு பண வேட்டையில் இருக்கிறது. தமிழன் தமிழன் என்று தம்பட்டம் அடித்துக் கொள்வோருக்கும் இந்தச் சுறுசுறுப்பில் குறைவில்லை. இப்போ பாவம் பார்த்தால் லாபம் ஈட்ட முடியாது. லாபம் என்பது நயத்தகு நாகரீகமான வார்த்தை.

''எதுவொன்றும் அழி எல்லாவற்றையம் அழி''

இன்றைய நீதி இது. இதுவே பனை நீதியும்.

வாழ்க்கைப் பயன்பாடுகளிலிருந்து முற்றாக நீக்கப்பட்ட பனை இப்போ எங்கே தென்படும்? வாருங்கள் இராமநாதசாமி கோயிலுக்கு. கோயில் அருகிலுள்ள திடலில் ஒவ்வொரு ஆண்டும் கார்த்திகைத் திருவிழாவுக்கு மூன்றாம் கார்த்திகையில் சொக்கப்பனை கொளுத்துவார்கள். பனையை வெட்டி திடலில் நடுகிறார்கள். குறுக்கு வசத்தில் பனையில் துளை போட்டு கம்புகள் சொருகுகிறார்கள். அவை படிக்கட்டுகள். படிக்கட்டுகள் வழியே மேலேறி, உச்சியிலிருந்து காய்ந்த பனை ஓலைகளால் கூடாரம் போல் வேய்ந்து வருகிறார்கள். ஒல்லிக் குச்சிப் பனை ஒரு ஆலமரத்தூர் அளவுக்கு பருமனாகி, தன் ஓலைகளால் தானே கருகிப் பலியாகக் காத்திருக்கிறது. மூன்றாம்நாள் சொக்கப்பனை கொளுத்துகிறார்கள்.

கோயில்சடங்கில் இருக்கிறது பனை. தமிழ் மண்ணின் அடையாளம் சொக்கப்பனையாய் கருகுகிறது.